பிரபாகரன்: ஒரு வாழ்க்கை

பிரபாகரன்

ஒரு வாழ்க்கை

செல்லமுத்து குப்புசாமி

கிழக்கு

பிரபாகரன்: ஒரு வாழ்க்கை
Prabhakaran: Oru Vaazhkai
by *Chellamuthu Kuppusamy* ©

First Edition: December 2008
272 Pages
Printed in India.

ISBN: 978-81-8493-039-9
Title No: Kizhakku 364

Kizhakku Pathippagam
177/103, First Floor,
Ambal's Building, Lloyds Road,
Royapettah, Chennai 600 014.
Ph: +91-44-4200-9603

Email : support@nhm.in
Website : www.nhm.in

Author's Email : kuppusamy18@gmail.com

Cover Image Courtesy : © Reuters

Kizhakku Pathippagam is an imprint of New Horizon Media Private Limited

உடைமைகளையும் உரிமைகளையும் இழந்து
உலகெங்கும் சிதறிக் கிடக்கும்
ஈழத் தமிழினத்துக்கு அர்ப்பணம்.

உள்ளே

சில வார்த்தைகள்...

விருமாண்டி படம் பார்த்திருப்பீர்கள். ஒரே சம்பவத்தை கதாநாயகன் கமலும், வில்லன் பசுபதியும் வேறு விதமாக விவரிப்பார்கள். ஒரு சம்பவத்தை அதை விவரிப்பவன் தன் வசதிக்கு ஏற்ப 'கூடக் குறைய' சொல்வதே 'ரஷோமான் விளைவு.' ரஷோமான் என்ற ஜப்பானியப் படம் ஒரு கொலையை நான்கு பேர் நான்கு விதமாக விவரிப்பதை அடிப்படையாகக் கொண்டது.

விடுதலைப் புலிகள் அமைப்பின் தலைவர் பிரபாகரனின் வாழ்க்கையும் போராட்டமும் கூட அப்படித்தான். பல்வேறு மர்மங்களும் யூகங்களும் நிறைந்ததாகவே அவரது வாழ்க்கை சித்திரிக்கப்பட்டு வந்திருக்கிறது ... அதைச் சித்திரிப்பவர்களின் வசதிக்கு ஏற்ப பல்வேறு கோணங்களில் பிரபாகரனைப் பற்றிய கதைகள் உலவுகின்றன. ஒரு சாரார் அவரை த் தீவிரவாதி என்று வர்ணிக்கிறார்கள். ராஜீவ் காந்தியைக் கொன்ற கொலைகாரன் என்று வெறுக்கிறார்கள். மற்றொரு சாரார் அவரைப் புரட்சிக்காரன் என்றும், விடுதலைப் போராளி என்றும் கொண்டாடுகின்றனர். சிலர் இரண்டுக்கும் இடைப்பட்ட நிலையை எடுக்கின்றனர்.

உண்மையில் அவர் யார்? சுருங்கச் சொன்னால் இலங்கைத் தீவில் வாழும் தமிழ் பேசும் மக்கள் நடத்திய நீண்டதொரு உரிமைப் போராட்டத்தில் மிகவும் காத்திரமான அத்தியாயத்தை எழுதியவர். அவரை கண்மூடித்தனமாக ஆதரிப்பவர்களும் சரி, எதிர்ப்பவர்களும் சரி அவரது வாழ்க்கைப் பாதையை, அந்தப்

பாதையைத் தேர்ந்தெடுப்பதற்குத் தூண்டிய வரலாற்றுப் பின்னணியைப் பற்றி எந்த அளவுக்கு அறிந்து வைத்துள்ளனர் என்பது சந்தேகத்துக்குரியதாகவே இருக்கிறது.

எனக்கும் அப்படித்தான் இருந்தது. கால் நூற்றாண்டுகளுக்கும் மேலாகப் பத்திரிகைகளின் முதல் பக்கத்தைத் தொடர்ந்து ஆக்கிரமிக்கும் பரபரப்புக்குரிய அந்த மனிதர் எதற்காக ஆயுதம் தூக்கினார் என்பதைத் தெரிந்து கொள்ளும் தேடல் இருந்தது. அதன் விளைவாக உருவானதுதான் இந்தப் புத்தகம்.

பல இனிமையான தருணங்களை விட்டுக் கொடுத்து இதை உருவாக்க உதவிய என் மனைவிக்கு நன்றி. கனடாவில் இருந்து மிக முக்கியமான இரண்டு புத்தகங்களைத் தருவித்துக் கொடுத்து உதவிய கியூபா சிதம்பரநாதன் மற்றும் ஆலிவர் வேல்முருகன் ஆகியோருக்கும் நன்றி.

செல்லமுத்து குப்புசாமி

1. ஏன் திருப்பி அடிக்கவில்லை?

'அவர் ஏன் திருப்பித் தாக்கவில்லை?' இதுதான் பிரபாகரன் கேட்ட கேள்வி. மிகவும் சாதாரணமான கேள்வி. மிருகத்தனமாகத் தாக்கி உயிரோடு கொளுத்தியிருக்கிறார்கள். குறைந்த பட்சம் தற்காப்புக்காவது திருப்பி அடிக்கத்தானே வேண்டும்? அதுதானே மனித இயல்பு.

பிரபாகரனின் தந்தைக்கு இந்தக் கேள்வி அதிர்ச்சியைத் தந்தது.

தந்தை செல்வநாயகம் மகாத்மா காந்தியின் வழி வந்தவர். திருவேங்கிடம் வேலுப்பிள்ளை, செல்வநாயகத்தின் வழியைப் பின்பற்றுபவர். தமிழரசுக் கட்சியின் ஆதரவாளர். ஈழத் தமிழ் மக்களை வாழ உய்விக்கப் பிறந்த செல்வநாயகம் போதிக்கும் அகிம்சைப் போராட்டம் மட்டுமே தமிழர்களுக்கு கண்ணியமான உரிமையைப் பெற்றுத் தரும் என்று அவர் நம்பினார். உயிரே போனாலும் திருப்பி அடிக்காதே. அமைதியாக ஏற்றுக்கொள். இதுதான் அவர் தத்துவம்.

பனதுரா (Panadura) என்னும் பகுதியைச் சேர்ந்த அந்த இந்து அர்ச்சகரும் அதைத்தான் செய்திருந்தார். திருப்பித் தாக்கு வதற்குத் தெம்பில்லை. வேலை சுலபமாக முடிந்துவிட்டது. கெரஸின் ஊற்றி தீக்குச்சியைப் பற்றவைத்துக் கொளுத்தி விட்டார்கள். இதில் அர்ச்சகரின் தவறு எதுவும் இல்லையே? பலியானது இவர் மட்டுமா? 1958ல் நடந்த இனக்கலவரத்தில் பலியான எண்ணிக்கையற்ற தமிழர்களில் அவரும் ஒருவர். ஆயுதங்களுடன் ஆக்ரோஷமாக சிங்களர்கள் ஓடிவரும்போது என்னதான் செய்யமுடியும் தமிழர்களால்?

ஆகவே அவர் விழித்தார். தன் மகன் எழுப்பிய கேள்விக்கு என்ன பதில் சொல்வதென்று அவருக்குத் தெரியவில்லை. திருப்பி அடிக்கலாம் என்பது அவர் கற்பனைக்கு அப்பாற்பட்டது. அநீதியானது.

என்ன செய்து பையனை நல்வழிப்படுத்தலாம் என்று கவலைப் பட ஆரம்பித்துவிட்டார் அவர்.

•

வல்வெட்டித் துறை திருவேங்கிடம் வேலுப்பிள்ளை, பார்வதி தம்பதியினருக்கு யாழ்ப்பாண மருத்துவமனையில் 1954 நவம்பர் 26ஆம் தேதி நான்காவதாகப் பிறந்த குழந்தை பிரபாகரன். பிரபாகரனுக்கு மனோகரன் என்ற அண்ணனும், ஜெகதீஸ்வரி - வினோதினி என்னும் இரு மூத்த சகோதரிகளும் இருந்தனர். கடைக்குட்டி என்பதால் வீட்டில் எல்லோருக்கும் பிரபாகரன் செல்லம்.

துரை என்று ஆசையாகக் கூப்பிடுவார்கள். அப்பாவின் மடியில் துரைக்கு எப்போதுமே ஓர் இடம் உண்டு. உள்ளத்திலும். வேலுப் பிள்ளையும் அவரது நண்பர்களும் சிங்கள அரசியல்வாதிகளின் அடாவடித் தனத்தைப் பற்றியும், தமிழர்களுக்கு எதிராக நடந்தேறும் வெறித் தாக்குதல் பற்றியும் மாலை நேரங்களில் பேசுவதை பிரபாகரன் ஆவலுடன் கேட்பது வழக்கம்.

திருவேங்கிடம் வேலுப்பிள்ளையின் மூதோர்கள் கோயில் கட்டிய பாரம்பரியம் கொண்டவர்கள். மேலும் வேலுப்பிள்ளை வல்வெட்டித்துறை வைத்தீஸ்வரன் கோயிலின் தர்மகர்த்தாவாக இருந்தார். வலவை சிவன் கோயில் என்று அறியப்பட்ட இது

கடலோரமுள்ள வல்வெட்டித்துறை நகரிலேயே மிகப் பெரிய கோயில். அவ்வூரில் பிரபலமான குடும்பம் இவர்களுடையது.

திருமேனியார் குடும்பம் என்றும் இவர்களை அழைப்பார்கள். அந்த வம்சத்தின் முன்னோரான திருமேனியார் வெங்கடா சலம், வலவை சிவன் கோயிலைக் கட்டினார். அந்த ஊரில் மற்ற இரண்டு கோயில்களான நெடியகாடு பிள்ளையார் கோயிலையும், வலவை முத்துமாரி அம்மன் கோயிலையும் நிர்மாணிப்பதற்கு அவர் உதவியிருக்கிறார். இவ்வூருக்கு அருகிலுள்ள பருத்தித்துறையில் மெத்தை வீட்டு நாகலிங்கம் என்பவரின் குடும்பமும் பல கோயில்களைக் கட்டியெழுப்பிய குடும்பம் ஆகும். அதுதான் பிரபாகரனின் தாயார் பார்வதி பிறந்த குடும்பம்.

வலவை சிவன் கோயிலின் வருடாந்திரத் திருவிழா சிறப்பாக நடைபெறும். கோயில் வேலைகளில் அரைக்கால் டவுசர் அணிந்துகொண்டு ஓடியாடி வேலை செய்வான் பிரபாகரன். தமிழ் நாட்டில் இருந்து பிரபலமான நாதஸ்வரக் கலைஞர்களும், பரதநாட்டியக் கலைஞர்களும் அங்கு வந்து கலை நிகழ்ச்சி நடத்துவார்கள். திருமுருக கிருபானந்த வாரியார் பல இசைச் சொற்பொழிவுகளை இங்கே நிகழ்த்தியிருக்கிறார். வேலுப் பிள்ளைக்கு வாரியாரின் சொற்பொழிவுகளில் ஈடுபாடு உண்டு. யாழ் தீபகற்பத்தில் அவரது நிகழ்ச்சி எங்கு நடந்தாலும் குடும்பத்தோடு ஆஜராகி விடுவார்கள். பிரபாகரன் அவரிடம் ஆசி பெறுவான். ஆன்மீகத் தேடலுள்ள கேள்விகளைக் கேட் பான். வாரியாரும் மதித்து பதில் சொல்லுவார். பிரபாகரனின் தாயிடம் உங்கள் மகன் வருங்காலத்தில் ஆன்மீகப் புரட்சி செய்வான் என்று வாரியார் குறிப்பிட்டிருக்கிறார்.

இறை நம்பிக்கை மிகுந்த பிரபாகரனை பூசாரி எரிப்புச் சம்பவம் ஆழமாகப் பாதித்தது. உயிரோடு வைத்துக் கொளுத்தும் அளவுக்கு மிருகத்தனமாக இருக்கிறார்கள். அவர்களைத் திருப்பி அடிக்கக்கூட நமக்குத் திராணி இல்லையா?

1958 கலவரத்தில் பாதிக்கப்பட்ட தன் அத்தைக்கு ஏற்பட்ட கொடுமைகள் தனிப்பட்ட முறையில் பிரபாகரனைக் காயப் படுத்தியது. இனக் கலவரம் முடிந்து ஒரு வருடம் கழித்த பிறகு வல்வெட்டித் துறையில் பிரபாகரன் வீட்டுக்கு அந்த அத்தை வந்திருந்தார். அவரது முகத்தைப் பார்த்த பிரபாகரனுக்கு

அதிர்ச்சியும், கோபமும் பற்றிக்கொண்டு வந்தது. என்ன ஆயிற்று என்று பிரபாகரனும், அவரது இரு சகோதரிகளும் அத்தையிடம் கேட்டனர். அவர் விவரிக்கத் தொடங்கினார்.

கொழும்பில் அவர்கள் வசித்த தெருவே பற்றி எரிந்தது. மூர்க்கர்கள் அந்த நெருப்பில் குழந்தைகளைத் தூக்கிப் போட்டு மகிழ்ந்தனர். அகப்பட்டுக்கொண்ட வீடுகளில் அத்தை வீடும் ஒன்று. வெறியுடன் ஓடி வரும் கும்பலிடமிருந்து தப்பிப்பதற்காக அத்தையும் அவர் கணவரும் பாத்ரூமுக்குள் ஓடி ஒளிந்தனர். குழந்தைகளை இறுக்கி அணைத்தபடி வெடவெடக்கும் இதயத் துடன் பதுங்கியபடி அமர்ந்திருந்தனர்.

சில நிமிடங்களில் உள்ளே தீ பற்றிக்கொண்டது. பாத்ரூம் கதவு பிளந்தது. நெருப்பில் கருகிச் சாவதற்குப் பதிலாக தப்பி ஓடு வதற்கு அந்தக் குடும்பம் முயன்றது. அப்போது அத்தையின் கணவரைப் பிடித்தனர். அத்தை அலற அலற, அவரது கணவரை அடித்தே கொன்றார்கள். வீட்டோடு வைத்து அத்தையையும் கொளுத்த முயன்றனர். அவர் தீக்காயங்களுடன் பின் பக்கச் சுவர் வழியாக குழந்தைகளுடன் ஏறிக் குதித்துத் தப்பினார். நல்ல இதயம் படைத்த சில சிங்களர்கள் அவரை மருத்துவமனையில் சேர்த்தனர்.

இந்தக் கதையை வேலுப்பிள்ளை குடும்பத்திடம் அவர் சொல்லி முடித்த போது கூட அவருடைய கைகள் நடுங்கிக் கொண்டிருந் தன. இதைக் கேட்ட பிரபாகரனின் சகோதரிகள் விநோதினியும், ஜெகதீஸ்வரியும் காதைப் பொத்திக்கொண்டனர்.

ஆனால் பிரபாகரனோ தமிழ் மக்கள் திருப்பித் தாக்க வேண்டும் என்று அத்தையிடம் சொன்னார். அதற்கு அவர் சொன்ன காரணம்: 'நாம் திரும்ப அடிப்போம் என்று தெரிந்தால் இந்த மாதிரி வேலையெல்லாம் செய்ய மாட்டார்கள்.' மேலும் கொலைகாரர்களைத் தூண்டி விட்டு அதை வெறுமனே வேடிக்கை மட்டுமே பார்த்துக்கொண்டு இனக் கலவரத்தை அடக்க முயற்சிக்காத சிங்களத் தலைமை மீது வெறுப்பு ஏற்பட்டது. இந்தக் கொடுமைகளையும் பொறுத்துக்கொண்டு ஒரு கன்னத்தில் அடித்தால் மறு கன்னத்தைக் காட்டு என்று அகிம்சையைப் போதிக்கும் தமிழரின் அரசியல் தலைமை மீது சலிப்பு உண்டானது.

இலங்கையின் அரசியல் சரித்திரம் அப்படி.

•

1959 செப்டெம்பர் 25ஆம் தேதி Talduwe Somarama Thero என்ற புத்த பிக்கு பிரதமர் சாலமன் பண்டாரநாயகாவை அவரது இல்லத்தில் சந்திப்பதற்கு அனுமதி வாங்கிக் காத்திருந்தார். அந்தச் செய்தி சாலமனுக்குத் தெரிந்ததும் எழுந்து வந்து மரியாதை செலுத்தினார். அப்போது, தன் அங்கிக்குள் ஒளித்து வைத்திருந்த ரிவால்வரை எடுத்து பிரதமரைச் சுட்டுக்கொன்றார்.

தேர்தல் சமயத்தில் பண்டாரநாயகாவின் வெற்றிக்கு உழைத்த பவுத்த மத குருமார்களின் கூட்டுத் திட்டத்தை நிறைவேற்றவே இந்த இளம் சாமியாரைத் தேர்ந்தெடுத்திருந்தார்கள். 2500ஆம் புத்த ஜெயந்தியில் சிலோனை பவுத்த சிங்கள தேசமாக மாற்ற வேண்டும் என்று அவர்கள் உத்தரவிட்டிருந்தனர். ஆம், விண்ணப்பித்துக்கொள்ளவில்லை, உத்தரவிட்டிருந்தனர். சாலமன் பண்டாரநாயகா அந்த உத்தரவுக்கு முழுவதுமாக அடிபணியவில்லை. அதிகாரபூர்வமாக புத்த மதத்தை அனைவர் மீதும் திணிக்க வேண்டும் என்று வெறியோடு இருந்தனர். ஆனால் அதை நிறைவேற்றுவதில் பண்டாரநாயகா தள்ளிப் போட்டார் என்பதனால் அவரைக் கொன்றனர்.

பண்டாரநாயகாவின் மறைவைத் தொடர்ந்து தனநாயகே பிரதமராகப் பொறுப்பேற்றார். ஆறு மாத காலம் அந்த ஆட்சி நீடித்தது. பண்டாரநாயகாவை யார் கொலை செய்தது என்ற கேள்வியில் எழுந்த பிரச்னை காரணமாக தனநாயகே அரசுக்கு எதிரான நம்பிக்கை இல்லாத் தீர்மானம் ஒன்று நாடாளுமன்றத்தில் கொண்டுவரப்பட்டது. 1959 டிசம்பர் 5ஆம் தேதி நாடாளுமன்றம் கலைந்தது. 1960 மார்ச் 19ஆம் தேதி தேர்தல். சாலமன் மரணத்தால் ஏற்பட்ட அனுதாப அலையை சிறீலங்கா சுதந்தரக் கட்சி கச்சிதமாகப் பயன்படுத்திக் கொண்டது.

1960 ஜூலையில் நடந்த தேர்தலில் உலகத்தின் முதல் பெண் பிரதமர் என்ற மாபெரும் பெருமையுடன் சிறீமாவோ அரியணை ஏறினார். மறைந்த பண்டாரநாயகாவின் மனைவி.

1961 ஜனவரி 1 முதல் சிலோன் தேசமெங்கும் சிங்களம் ஆட்சி மொழியாக மாறுமென்று அரசு ஆணை பிறப்பித்தது. நீதி

மன்றங்கள் அனைத்தும் சிங்களத்தில் இயங்குமென்று சட்டம் போட்டார் சிறீமாவோ. கோழித் திருட்டு வழக்கில் நான் கோழியைத் திருடவில்லை என்று ஒரு தமிழன் வாதிட வேண்டுமானால் கூட சிங்களம் படித்த பிறகுதான் நீதிமன்றத்தில் எடுத்துச் சொல்ல முடியும். நாடெங்கும் சிங்களத்தை வைத்துக் கொள்ளுங்கள். குறைந்த பட்சம் தமிழர் தாயகப் பகுதிகளில் நீதிமன்ற அமர்வுகளைத் தமிழில் நடத்த அனுமதியுங்கள் என்று தமிழரசுக் கட்சி முன்வைத்த தீர்மானத்தை சிங்களக் கட்சிகள் ஏகமனதாகத் தோற்கடித்தன.

•

தமிழ் மக்களின் உரிமைப் போராட்டத்தில் 1961ம் ஆண்டு முக்கிய மானது. அகிம்சையின் சக்தியை விட அடக்குமுறை சக்தி பெரிய தென்று சிங்கள அரசு அழுத்தம் திருத்தமாக நிரூபித்த ஆண்டு அது. 1961 ஜனவரி முதல் தேதி 'சிங்களம் மட்டும்' சட்டத்தை நடைமுறைப்படுத்துவதற்கான நடவடிக்கையில் சிலோன் அரசு ஈடுபட்டது. தமிழரசுக் கட்சியினர் தமக்குத் தெரிந்த ஒரே வழிமுறையான சத்தியாகிரகப் போராட்டம் மூலம் அதை எதிர்க்க முனைந்தனர். அந்தச் சட்டம் அமலுக்கு வந்த ஜனவரி 2ஆம் தேதி தமிழரசுக் கட்சி அழைப்பு விடுத்த பந்த் எவ்வித அசம்பாவிதமும் இன்றி அமைதியான முறையில் முடிந்தது.

பிப்ரவரி 20ஆம் தேதி யாழ்ப்பாண அரசுச் செயலகம் முன்பு செல்வநாயகம் சத்தியாகிரகத்தைத் தொடங்கினார். தமிழ் தேசத்தின் மையப் புள்ளியான யாழ் நகரச் செயலகம் சிங்களத்தில் இயங்குவதை எதிர்த்து மறியலில் ஈடுபட்டனர். அதற்கு மக்களின் ஆதரவு குவிந்தது. யாழ்ப்பாணத்தில் தொடங்கிய சத்தியாகிரகம் பிப்ரவரி 27ஆம் தேதி மட்டக்களப்பு செயலகம், மார்ச் 4ஆம் தேதி திருகோணமலைச் செயலகம், அதன் பிறகு மன்னார், வவுனியா எனக் காட்டுத் தீயாகப் பரவியது. இந்தச் சத்தியாகிரகத்தில் தந்தை செல்வா முன்வைத்த கோரிக்கைகளில் முக்கியமான இரண்டு கீழே.

1. குறைந்தபட்சம் வடக்கு மற்றும் கிழக்குப் பகுதியிலாவது அரசு நிர்வாகம் தமிழில் இயங்கட்டும்

2. இந்தப் பகுதிகளில் நீதி மன்றம் தமிழில் செயல்பட அனுமதி யுங்கள்.

அமைதி போராட்டத்தை அராஜகத்தால் எதிர்கொண்டது அரசு. திருகோணமலையில் நடந்த சத்தியாகிரகப் போராட்டத்தின் போது போலீஸார் கண்மூடித் தனமாகத் தாக்கியதில் தமிழரசுக் கட்சித் தலைவர்களில் ஒருவரான ஏகாம்பரம் மரணமடைந்தார். செல்வநாயகம் உடைந்துபோனார். நமது குறைந்தபட்ச ஜீவா தாரக் கோரிக்கை கூட நிராகரிக்கப்பட்ட பிறகு சத்தியாகிரகப் போராட்டத்தின் அடுத்த கட்டமான சட்ட மீறல், கீழ்ப்படியாமை நடவடிக்கையை மேற்கொள்வது தவிர நமக்கு வேறு மார்க்கமே தெரியவில்லை என்று அறிவித்தார்.

பிரிட்டிஷ் அரசுக்கு எதிராக காந்தியடிகள் பின்பற்றிய சட்ட மீறலை சிங்கள அரசுக்கு எதிராகத் தாமும் மேற்கொள்வது என்ற முடிவுக்கு செல்வநாயகம் தள்ளப்பட்டார். அதன் ஒரு பகுதியாக ஏப்ரல் 14ஆம் தேதி தமிழ் அரசு தபால் சேவையைத் தொடங்கினார். யாழ்ப்பாண போஸ்ட் மாஸ்டர் இருக்கையில் இருந்து தானே முதல் அஞ்சல் தலையை வெளியிட்டார். தமிழ்ப் புத்தாண்டை ஒட்டி அமைந்த இந்நடவடிக்கை சிலோன் அரசாங்கத்தின் தபால் சேவைச் சட்டத்தை மீறிய செயலாகும்.

ஏப்ரல் 17ஆம் தேதி நெருக்கடி நிலை பிரகடனப்படுத்தப்பட்டது. தமிழரசுக் கட்சி தனி நாடு உருவாக்குவதாகக் குற்றம் சாட்டிய சிறீமாவோ அக்கட்சியின் தலைவர்களை உள்ளே தூக்கிப் போட்டார். செல்வநாயகம் உள்ளிட்ட ஒன்பது பேர் அக்டோபரில் விடுவிக்கப்பட்டனர். மற்றவர்கள் மூன்று ஆண்டுகள் சிறைக் கம்பிகளை எண்ண வேண்டிய நிலை ஏற்பட்டது.

ஆனால் அதற்கு முன்பாகவே சிறீமாவோ ராணுவத்தை முடுக்கி விட்டு சத்தியாக்கிரகிகளைத் தாக்கினார். ராணுவ பலம் அகிம்சைப் போராட்டத்தின் பலத்தை நசுக்கியது.

●

அமைதியான அறவழி எதிர்ப்பை சிங்கள அரசு நசுக்கியதைத் தொடர்ந்து புஜ பலத்தைப் புஜ பலத்தால் எதிர்கொள்ளும் நோக்கில் 20 இளைஞர்கள் ‘புலிப் படை’ என்ற அமைப்பைத் தோற்றுவித்தனர். தமிழரசுக் கட்சியின் வேலணைத் தொகுதி எம்.பி.யான வி.நவரத்தினம் இதில் பெரும்பங்கு வகித்தார். ஆனால் இந்த அமைப்பு நீண்ட நாள் நிலைக்கவில்லை.

அடுத்த கட்ட நெருக்குதலை சிறீமாவோ ஏவினார். அரசுப் பணியில் இருக்கும் தமிழர்கள் தமது வேலையைத் தக்க வைக்க விரும்பினால் சிங்களத்தில் புலமை பெற வேண்டும் என்று 1961 டிசம்பரில் உத்தரவு போட்டார். தமிழர்கள் புதிதாக சிலோன் அரசுப் பணிகளில் சேர்வது முயல் கொம்பாக மாறியது. அரசின் இனப் பாகுபாடு நீடிப்பதால் ஏற்றுகனவே பணியாற்றிய தமிழ் ஊழியர்களும் தங்கள் வேலையை ராஜினாமா செய்து விட்டு கானா, நைஜீரியா, ஜாம்பியா, மலேசியா முதலிய நாடுகளில் கௌரவமான வேலையை நாடிச் சென்றனர்.

1961இல் தமிழ்ப் பள்ளிகளை சிறீமாவோ தேசியமயமாக்கினார். அதைத் தொடர்ந்து பாடத் திட்டங்கள் மாற்றியமைக்கப்பட்டன. சிங்கள இனத்தின் வரலாறு புகுத்தப்பட்டது. புத்த மதத்தின் மாண்பு போதிக்கப்பட்டது. பள்ளிகளின் தேசியமயமாக்கல் சிங்கள மயமாக்கலாக மாறியது. தமிழ் மக்களும், தலைவர்களும் இதை உணர்ந்த போது எதிர்த்தார்களே ஒழிய அதைத் தடுக்க முடியாமல் திணறினர். சிங்களப் பகுதிகளில் இருந்த தமிழ்ப் பள்ளிகள் ஒன்றன் பின் ஒன்றாக மூடப்பட்டன. அல்லது அவை சிங்களப் பள்ளிகளாக மாறின. எனவே, வடகிழக்குப் பகுதி களுக்கு வெளியே இருந்த தமிழர்கள் சிங்களத்தில் படிக்க வேண்டிய கட்டாயம் உண்டானது.

•

மலையக இந்திய வம்சாவழித் தோட்டத் தொழிலாளர் பிரச்னை பெரிதாக வெடித்த சமயம் அது. பிரிட்டிஷ் காலத்தில் கொளுத்திப் போடப்பட்ட வெடி இது.

1944ம் ஆண்டு லார்ட் சோல்பரி (Lord Soulbury) என்பவரின் தலைமையில் பிரிட்டன் ஒரு கமிஷனை நியமித்தது. இலங்கை யின் அரசியலமைப்புச் சட்டத்தை மாற்றுவதற்காக அமைக்கப் பட்ட கமிஷன் அது. சிங்களர்கள் அப்போதே ஒரு முடிவுக்கு வந்திருந்தார்கள். பிரிட்டன் அளிக்கும் இந்த வாய்ப்பை நமக்குச் சாதகமாக அமைத்துக்கொள்ளவேண்டும். தமிழர்களை ஓரங் கட்டிவிட்டு, அதிகாரத்தை முழுமையாகக் கைப்பற்றவேண்டும்.

தமிழர்களைப் பிரதிநிதிப்படுத்தும் தலைவராக ஜி.ஜி. பொன்னம் பலம் (ஜிஜிபி) இருந்தார். கிரிமினல் சட்டம் படித்தவர். மாவட்ட கவுன்சிலர். All Ceylon Tamil Congress என்னும்

அமைப்பை இவர் ஆரம்பித்தார். இந்த அமைப்பில் இணைந்து கொண்டவர்தான் செல்வநாயகம்.

ஜிஜிபி முன்வைத்த தீர்மானம் இதுதான். சிங்களர்களுக்கு 50 சதவிகிதப் பிரதிநிதித்துவம். மீதம் 50 சதவிகிதம் இலங்கையின் பூர்வகுடித் தமிழர்களுக்கு, முஸ்லிம்களுக்கு, இந்தியாவிலிருந்து வந்து தேயிலைத் தோட்டத்தில் உழைக்கும் தமிழர்களுக்கு, பிறருக்கு. பிரிட்டன் இதை நிராகரித்தது.

இலங்கையின் முதல் பிரதம மந்திரியாக டான் ஸ்டீபன் சேன நாயகா, அக்டோபர் 1947-ம் ஆண்டு பதவியேற்றார். சில தடாலடி மாற்றங்களை இவர் கொண்டுவந்தார். இந்தியாவிலிருந்து கொத்தடிமைகளாகக் கூட்டிவரப்பட்டிருந்த மலையகத் தமிழர் களை இந்த மாற்றம் வெகுவாக பாதித்தது. பத்து லட்சத்துக்கும் அதிகமான தேயிலைத் தோட்டத் தொழிலாளர்களுக்குக் குடி யுரிமை மறுக்கப்பட்டது. தேயிலை தோட்டத்தில் (முன்னர் காபி தோட்டத்தில்) பணியாற்றுவதற்காக இந்தியாவில் இருந்து அழைத்துவரப்பட்ட தமிழர்கள் இவர்கள். சிங்களர்களால் கடின மான தோட்ட வேலைகளைச் செய்ய முடியாது என்று நம்பிய பிரிட்டிஷார் இந்திய மலையகத் தமிழர்களைப் பெரிதும் பயன் படுத்திக்கொண்டனர்.

எதிர்பார்த்ததைப் போலவே வேலை கடினமாகத்தான் இருந்தது. ஆனாலும் இலங்கையோடு ஒட்டிக்கொண்டுவிட்டார்கள் தமிழர் கள். தங்கள் குழந்தைகளை வளர்த்து, படிக்க வைத்து இங்கேயே நிரந்தரமாகக் குடியேறினார்கள். இலங்கையின் பூர்வகுடித் தமிழர்களால் எங்களுக்கு பாதிப்பு என்று முன்னரே முனகிக் கொண்டிருந்த சிங்களர்களுக்கு இந்தியத் தமிழர்கள் இலங்கை யில் குடியேறிக்கொண்டிருப்பது மேலும் கொதிப்பை ஏற் படுத்தியது.

இந்நிலையில் 1948-ம் ஆண்டு குடியுரிமைச் சட்டம் கொண்டு வரப்பட்டது. நாடற்றவர்களின் எண்ணிக்கை ஒன்பது லட்சமாக உயர்ந்திருந்தது. அவர்களுக்கென்று தனியான வாக்காளர் பட்டி யலைத் தயாரிப்பதாக சிலோன் அரசு கொடுத்திருந்த வாக்குறுதி காற்றில் பறந்தது. மாறாக அவர்களைத் திரும்பவும் இந்தியா வுக்கு அனுப்பும் நோக்கில் சிறீமாவோ அரசாங்கம் இந்தியாவை நெருக்க ஆரம்பித்தது.

மலையக மக்களின் ஒரு பகுதியை இந்தியா திரும்ப ஏற்குமென்று கொழும்புப் பத்திரிகைகளில் வெளியாகியிருந்த செய்தியை நேரு மறுத்தார். 'என்ன மடத்தனம்? அந்த மாதிரி மாட்டு வியாபாரத் துக்கு நான் ஒப்புக்கொள்ள மாட்டேன்' என்று திட்டவட்டமாகக் கூறினார். 1964இல் நேரு மறைந்தபோது அவர் வாக்குறுதியும் மறைந்தது.

நேருவின் மறைவுக்குப் பிறகு லால் பகதூர் சாஸ்திரி இந்தியாவின் பிரதமரானார். இந்தியா 5,25,000 பேரை ஏற்குமென்று சாஸ்திரி ஒப்புக்கொண்டார். சிலோன் 3,00,000 பேருக்குக் குடியுரிமை வழங்குவதாகச் சொன்னது. இவை இரண்டுமே அடுத்து வரும் 15 ஆண்டுகளில் நடக்கும். மீதமுள்ள 1,50,000 பேரின் தலை யெழுத்து பின்னொரு நாளில் தீர்மானிக்கப்படும் என்று உடன்பட்டார்கள். (1979இல் 15 ஆண்டு முடிந்த போது சிலோன் வெறும் 1,60,000 பேருக்கு மட்டும் குடியுரிமை வழங்கியது. 1982 சமயத்தில் கூட நான்கு லட்சம் நாடற்றவர்கள் இருந்தனர்). எது எப்படியோ, நேருவின் மரணம் சிங்கள அரசியல்வாதிகளுக்கு நல்லதாக அமைந்து விட்டது. சாஸ்திரியைத் தமது வலையில் வீழ்த்தினர்.

●

1965ல் டட்லி சேனநாயகா பிரதமர் பதவியில் அமர்ந்தார். தந்தை செல்வாவும், டட்லியும் 1965 மார்ச் 25ஆம் தேதி உடன்படிக்கை ஒன்றை மேற்கொண்டார்கள். இந்த ஒப்பந்தத் தில் இரு முக்கியமான விஷயங்களை தந்தை செல்வா அடிக்கோடிட்டார்.

1. வடகிழக்குப் பிராந்தியங்களில் அரசு நிர்வாகம் தமிழ் மொழி யிலே நடக்கும். அந்தப் பகுதிகளில் நீதி விசாரணைகளும் தமிழிலேயே நடைபெறும்.

2. வடக்கு மற்றும் கிழக்குப் பகுதிகளில் நடக்கும் அரசின் குடியமர்வுத் திட்டங்களில் நிலங்களை விநியோகிக்கும் போது முதலில் அந்தந்த மாவட்டங்களைச் சேர்ந்த நிலமில்லாத நபர்களுக்கே முன்னுரிமை அளிக்க வேண்டும். இரண்டாவதாக மற்ற மாவட்டங்களில் உள்ள தமிழர் களுக்குத் தர வேண்டும். அதற்குப் பிறகுதான் சிலோனின் பிற பகுதி மக்களுக்கு நிலம் கொடுத்துக் குடியமர்த்த வேண்டும்.

டட்லி-செல்வா உடன்பாட்டை நடைமுறைப்படுத்துதற்காக அது நாடாளுமன்றத்தின் முன் விவாதத்துக்கு வைக்கப்பட்டது. அரசியல் நாடகத்தில் காட்சிகள் மாறுவதும் நடிகர்கள் மாறுவதும் இயல்புதானே? 1956 பண்டாரநாயகா ஒப்பந்தத்தை எதிர்த்து ஜெயவர்த்தனாவும், டட்லி சேனநாயகாவும் கண்டிக்குப் பாத யாத்திரை சென்றனர். ஆனால் இப்போது சேனநாயகா ஆட்சிக்கு வந்து விட்ட காரணத்தினால், இப்போது அந்தப் பாத்திரத்தில் நடிக்க வேண்டியது பண்டாரநாயகாவின் சிறீலங்கா சுதந்தரக் கட்சியின் முறை.

சிலோன் சுதந்திரம் பெற்ற சமயத்தில் அங்கிருந்த முதன்மையான சிங்களக் கட்சி ஐக்கிய தேசியக் கட்சி. அதன் முதல் பிரதமர் ஈ.கு.சேனநாயகா.

ஆட்சிக்கு வந்ததும் மலையகத் தமிழர்களின் குடியுரிமையை அவர் பறித்தார். அதை அன்றைய தமிழர் தலைவர் ஜி.ஜி.பொன்னம்பலம் கண்டிக்காமல் போனாலும், செல்வநாயகம் துடித்தார். இந்திய வம்சாவழித் தமிழர்கள் எனப்படும் மலையகத் தமிழர்களுக்கு நடக்கும் அநீதியை இலங்கைத் தீவின் பூர்வகுடித் தமிழர்களாகிய நாம் எதிர்க்காமல் விட்டால் இன்றைக்கும் அவர்களுக்கு நேரும் கதி நாளைக்கு நமக்கும் நேரலாம் என்று அவர் எச்சரித்தார். அதைத் தொடர்ந்து பொன்னம்பலத்திடமிருந்து பிரிந்து வந்து தமிழரசுக் கட்சியை அவர் 1949 இல் நிறுவினார்.

இதற்கிடையில் சேனநாயகா அமைச்சரவையில் இருந்த சாலமன் பண்டாரநாயகா என்ற இளம் சிங்கள அரசியல்வாதிக்குப் பிரதமர் கனவு. அவர் ஐக்கிய தேசியக் கட்சியில் இருந்து வெளியேறி சிறீலங்கா சுதந்தரக் கட்சியைத் தொடங்கினார். தேர்தலில் வெற்றி பெற அவர் பிரயோகித்த ஆயுதம் சிங்கள-பவுத்த இனவெறி. ஆட்சிக்கு வந்தால் 24 மணி நேரத்தில் நாடெங்கும் 'தனிச் சிங்களம்' என்றார்.

தமிழர்கள் கொதித்துப் போனார்கள். இருப்பினும் அமைதியான முறையில் தமது எதிர்ப்பைப் பதிவு செய்யவே S.J.V.செல்வநாயகம் விரும்பினார். நாடாளுமன்றத்தில் தனிச் சிங்களச் சட்ட மசோதா விவாதத்திற்கு வரும் போது நாடாளுமன்றத்திற்கு எதிரே காலி முகத் திடலில் (Galle Face Green) அமர்ந்து அறவழியில் சாத்வீக சத்தியாகிரகப் போராட்டத்தில் ஈடுபட்டனர். சுமார் 250

பிரதிநிதிகள் தந்தை செல்வாவின் தலைமையில் அங்கே சம்மணமிட்டு அங்கே அமர்ந்திருந்தனர். அதைச் சகித்துக் கொள்ள முடியாத சிங்களத் தடியர்கள் கண்மூடித்தனமாகத் தாக்கினர். அதை போலீஸ் வேடிக்கை பார்த்து ரசித்துக் கொண்டிருந்தது. அந்த நேரத்தில் பிரதமர் சாலமன் பண்டார நாயகா தனது காரில் நாடாளுமன்றத்திற்கு வந்தார்.

சத்தியாகிரகம் நடக்கும் இடத்தில் காரை நிறுத்தினார். அவர்களை சிங்களக் குண்டர்கள் அடித்து உதைப்பதையும் கண்டார். சிரித்துக்கொண்டார். ஒரு மூத்த போலீஸ் அதிகாரி அவரை நெருங்கி சிங்கள அடியாட்களைக் கலைத்து அனுப்பலாமா என்று கேட்டார். அதற்கு பண்டாரநாயகாவின் பதில், 'Let them have a taste of it.'

மதியத்திற்குள் பத்தாயிரம் பேருக்கும் மேலான சிங்களக் கும்பல் காலே ஃபேஸ் சாலையில் திரண்டனர். சில சத்தியாகிரகிகளை நையப் புடைத்த பிறகு நாடாளுமன்றக் கட்டிடத்திற்கு அருகிலிருந்த Beira Lake குளத்தில் தூக்கி வீசினர். பார்க்கின்சன்ஸ் நோயினால் காது கேட்காமல் மெஷின் பொருத்தியிருந்த தந்தை செல்வாவும் அந்த அழுக்குத் தண்ணீருக்குள் எறியப்பட்டார். அதற்கு முன்பாக செல்வநாயகத்தின் இரு புதல்வர்களும் அவர் முன்னிலையிலேயே அடித்து நொறுக்கப்பட்டனர். வன்னிய சிங்கம், நாகநாதன் ஆகியவர்களின் உடைகள் கிழிக்கப்பட்டு மிருகத் தனமாகத் தாக்கப்பட்டனர். வி.என். நவரத்தினம் சிங்களக் காடையர்களில் கடுமையான தாக்குதலில் காலில் ஏற்பட்ட பலமான காயங்களுடன் மருத்துவமனையில் சேர்க்கப் பட்டு பல நாள்கள் படுக்கையில் சிகிச்சை பெற்றார். சிங்களர் களால் அமிர்தலிங்கமும் பலமாகத் தாக்கப்பட்டார். வெகுவாகக் காயமுற்றார். தலையின் ரத்தம் சொட்டியது. வடியும் ரத்தத்தைப் பொருட்படுத்தாது சுந்தரலிங்கத்தின் உதவியுடன் அமிர்தலிங்கம் நாடாளுமன்றத்தினுள் நுழைந்தார்.

கிண்டலாகவும், அவமானப்படுத்துவதாகவும் நினைத்துக் கொண்டு கீழ்த்தரமாகவும் 'மரியாதைக்குரிய போரின் காயங் களே' என்று பண்டாரநாயகா அமிர்தலிங்கத்தைப் புன்முறுவ லோடு வரவேற்றார். சிங்கள உறுப்பினர்கள் கைதட்டி ஆரவாரம் எழுப்பி மகிழ்ந்தனர். இனவெறித் தாக்குதல் நாடாளு மன்றத்துக்கு வெளியேயும் பரவியது. நூற்றுக் கணக்கான தமிழர்கள் கொல்லப்பட்டனர். இது 1956.

இவ்வாண்டு ஆகஸ்ட் 19 ஆம் தேதி சுயநிர்ணயப் போராட்டத்தில் மிக முக்கியமானதாகக் கருதப்படும் 'திருமலை மாநாடு' திருகோணமலையில் கூடியது. மொழிக்கு சம உரிமை, மலையகத் தமிழருக்குக் குடியுரிமை, சமஷ்டி அரசு என்ற முக்கியத் தீர்மானங்கள் பெருந்திரளான மக்கள் கூட்டத்தின்முன் அறிவிக்கப் பட்டன. தமது கோரிக்கைக்குச் செவி மடுக்காவிட்டால் நேரடியாக ஒத்துழையாமைப் போராட்டமும், அரசுக்குக் கீழ்ப்படியாமை இயக்கமும் நடத்துவோம் என்றார்கள். தந்தை செல்வா மாநாட்டு தேதியிலிருந்து ஒரு வருடம் - அதாவது ஆகஸ்ட் 20, 1957 - பண்டாரநாயகாவுக்கு கெடு விதித்தார்.

தமிழரசுக் கட்சியின் கெடு நெருங்கிக்கொண்டிருந்தது. 1957 ஜூலை 26 அன்று பிரதமர் அலுவலகத்தில் தந்தை செல்வாவும், சாலமன் பண்டாரநாயகமும் சந்தித்தனர். தமிழர் பிரதேசங்களில் தமிழே நிர்வாக மொழியாகத் திகழும், தமிழர்கள் பாரம்பரியப் பிரதேசமாகிய வடகிழக்குப் பிராந்தியத்தில் சுய நிர்வாக அமைப்பு நிறுவப்படும் என்ற முக்கிய அம்சங்கள் அந்த உடன்படிக்கையில் இடம் பெற்றன.

ஆட்சியை இழந்திருந்த ஐக்கிய தேசியக் கட்சி இந்த வாய்ப்பைப் பயன்படுத்தியது. அப்போது வளர்ந்து வந்த இளம் அரசியல்வாதி ஜே.ஆர்.ஜெயவர்த்தனா கண்டி வரை பாத யாத்திரை போனார். இந்த யாத்திரை புத்த பிரானின் அருளை ஒப்பந்தத்திற்கு எதிராகத் திருப்பி அதைத் தோல்வியடையச் செய்யும் என்று தேவையில்லாமல் புத்தரையும் வம்புக்கு இழுத்தார்.

ஜெயவர்த்தனா பற்ற வைத்த சிங்கள வெறி நன்கு வேலை செய்தது. ஆர்ப்பாட்டக்காரர்கள் பண்டாரநாயகாவின் வீட்டு முன் ஏப்ரல் 9, 1958 அன்று கூடினர். அதில் பெரும்பான்மையானவர்கள் புத்தத் துறவிகள். பண்டாரநாயகா ஆட்சிக்கு வந்தவுடன் சிலோன் சிங்கள-புத்த ராஜ்ஜியமாக மாறும் என்ற கனவோடு இருந்தனர். அதன் ஆரம்ப நடவடிக்கையாக நாடெங்கும் ஆட்சி மொழியாக சிங்களம் அறிவிக்கப்பட்டது. ஆனால் இப்போது தமிழர் பகுதியில் போனால் போகட்டும் என்று தமிழ் மொழியைப் பகுதியைப் பயன்படுத்த அனுமதிப்பதைக் கூட அவர்களால் பொறுத்துக்கொள்ள முடியவில்லை. எங்கள் பேச்சைக் கேட்காமல் போனால் பாடம் புகட்டுவோம் என்று புத்த பிக்குகளின் எச்சரிக்கையை பண்டாரநாயகா

நினைத்துப் பார்த்தார். கேவலம் தமிழனுக்குக் கொடுத்த வாக்குறுதிதானே, அது கிடக்கிறது ஒரு பக்கம், எனக்கு சிங்கள புத்த வெறியைத் தணிப்பதே முக்கியம் என்று நினைத்தார். சிங்களத்தின் பாதுகாவலனாக ஐக்கிய தேசியக் கட்சியை மக்கள் நினைத்து விட்டால் அவரது அரசியல் எதிர்காலத்துக்குப் பேராபத்து நேர்ந்து விடும். எனவே தந்தை செல்வாவுடன் கையெழுத்திட்ட அதே ஒரிஜினல் காகிதத்தை வெளியே எடுத்து வந்து ஆர்ப்பரிக்கும் எதிர்ப்பாளர்கள் முன்பு கிழித்தெறிந்தார்.

அதன் பிறகு சிறீமாவோ பண்டாரநாயகா ஒரு முறை நாட்டை ஆண்ட பிறகு அடுத்த தேர்தலில் ஐக்கிய தேசியக் கட்சி ஆட்சிக்கு வந்து, டட்லி சேனநாயகா (இவர் முதல் பிரதமர் ஈ.கு.சேன நாயகாவின் மகன்) பதவியில் அமர்ந்தார். அவரும் தந்தை செல்வாவோடு ஒப்பந்தம் போட்டார். 'தேர்தலில் சிறீமா வோவைத் தோற்கடித்து ஆட்சி அமைக்க எங்களுக்கு ஆதரவு கொடுங்கள். நாங்கள் தமிழர்களுக்கு அடிப்படை உரிமைகளைத் தருகிறோம்' என்பது டட்லி செய்த ஒப்பந்தம். அது நடை முறைக்கு வருவதை எதிர்த்து இப்போது சிறீமாவோ வீதியில் இறங்கினார்.

புத்த பிக்குகளையும், சிங்கள இனவாதிகளையும் திரட்டிய சுதந்தரக் கட்சி கொழும்பு நகரின் வீதிகளில் இறங்கியது. அந்தப் போராட்டத்தின் போது அவர்கள் வன்முறையைத் தேர்ந்தெடுத் தனர். காவலுக்கு நின்ற போலீஸ் படையுடன் கைகலப்பில் ஈடுபட்டனர். போலீசார் நடத்திய துப்பாக்கிச் சூட்டில் ஒரு புத்த பிக்கு உயிரிழந்தார். அந்தச் சம்பவத்தைத் தொடர்ந்து கொழும்பு நகரில் உள்ள விகார மகாதேவி என்கிற ஒரு சிலையின் முன்பாகக் கூடிய சிறீலங்கா சுதந்தரக் கட்சி மற்றும் அதன் கூட்டணிக் கட்சியினரும் பிக்குவின் மரணத்துக்குப் பழி வாங்குவதென்று சபதம் எடுத்துக் கொண்டனர்.

மாபெரும் பவுத்தக் கிளர்ச்சி உருவாகி தன் ஆட்சிக்கே உலை வைத்து விடும் என்று அஞ்சிய டட்லி சேனநாயகே அவசர நிலைச் சட்டத்தைப் பிறப்பித்தார். இந்த நெருக்கடி நிலை அவர் ஆட்சி பீடத்தில் இருந்து இறங்கும் வரை நீடித்தது. ஆட்சியைக் கவிழ்க்க நடத்திய சதியில், ராணுவமும் கூட்டுச் சேர்ந்தது. மாஸ்கோயில் மருத்துவப் படிப்பைப் பாதியிலேயே விட்டு ஓடிவந்த ரோஹன் விஜயவீரா என்பவரின் பெயர் வெளிச்சத்துக்கு வந்தது. சதியில் சம்பந்தப்பட்ட ராணுவத் தளபதி மேஜர் ஜெனரல் ரிச்சர்ட்

உடுகாமா (Richard Udugama) பிரிட்டனில் இருந்து திரும்பி வந்த போது விமான நிலையத்திலேயே கைது செய்யப்பட்டார்.

ஆட்சிக் கவிழ்ப்பில் ஈடுபட்ட குற்றச்சாட்டில் 31 பேர் கைது செய்யப்பட்டனர். ராணுவத்தினர், புத்த மதகுருக்கள், அரசு அதிகாரிகள் என்று பலரும் இதில் அடக்கம். இந்தச் சமயத்தில் டட்லி சேனநாயகா மருத்துவச் சிகிச்சைக்காக அமெரிக்காவில் இருந்தார். எனவே சதியின் போது ஜெயவர்த்தனா இடைக்காலப் பிரதமராக இயங்கினார். டட்லி சிலோனுக்குத் திரும்பி வந்த போது வேறு மனிதனாக மாறியிருந்தார். அதனால் தன்னைச் சுற்றி இருக்கும் அனைவரையும் அவர் சந்தேகப்பட்டார். சில அமைச்சர்கள் டிஸ்மிஸ் ஆனார்கள்.

1948ம் ஆண்டே இலங்கை விடுதலை அடைந்துவிட்டது என்றாலும் 1967ம் ஆண்டு வரை துறைமுகங்கள் பிரிட்டனின் கட்டுப்பாட்டில்தான் இயங்கிவந்தன. சாலமன் பண்டாரநாயகா காலத்தில் திருகோணமலைக் கடற்படைத் தளம் அரசின் கைக்கு வந்திருந்தது. 1967ல் திருகோணமலை துறைமுகத்தை அரசு தேசியமயமாக்கியது. தேசியமயம் என்றால் சிங்களமயம் என்று அர்த்தம். அரசின் ஓர் அங்கமாக இருந்த தமிழரசுக் கட்சியினால் இதைத் தடுக்க முடியவில்லை.

செல்வநாயகம், அமிர்தலிங்கம், திருச்செல்வம் ஆகியோரை உள்ளடக்கிய தமிழரசுக் கட்சியின் ஐந்து நபர் குழு டட்லி சேனநாயகா-செல்வநாயகம் ஒப்பந்தத்தை நிறைவேற்றுமாறு வேண்டினார்கள். அதற்கு டட்லி, 'சில காலம் கழித்த பிறகு நீங்கள் அதை எல்லாம் மறந்து விடுவீர்கள் என்று நினைத்தேன்' என்று சர்வசாதாரணமாகச் சொன்னார்.

இருந்தாலும் அவர்கள் தயவு ஆட்சிக்குத் தேவை என்பதால் உடனடியாகப் பகைத்துக்கொள்ள முடியாதல்லவா? எனவே அதிகாரப் பரவலாக்கம் தொடர்பாக மாவட்ட கவுன்சில் அமைப்பதற்கு வரைவுத் திட்டம் தயாரிக்குமாறு தமிழரசுக் கட்சியிடம் தெரிவிக்கப்பட்டது. ஃபெடரல் அமைப்பு மட்டுமே நியாயமான தீர்வாக இருக்குமென்று பல ஆண்டுகளாகக் குரல் கொடுத்த தமிழரசுக் கட்சி அதிகாரமே இல்லாத மாவட்ட கவுன்சிலுக்கு ஒப்புக்கொண்டது.

திருச்செல்வம் மாபெரும் சட்ட மேதை. எனவே வரைவுத் திட்டத்தை எழுதும் பொறுப்பை செல்வநாயகம் அவரிடமே

அளித்தார். அவரும் அதை வரைந்து கொடுத்தார். இதற்கிடையில் டட்லி தேசத்தைப் பிரித்து தமிழரசுக் கட்சியிடம் ஒப்படைத்து விட்டதாக எதிர்க்கட்சிகள் குற்றம் சாட்டின. இந்த முறை ஆட்சி போனாலும் இன்னொரு தடவை தேர்தலில் வென்று ஆட்சி அமைத்துக் கொள்ளலாம். ஆனால் தமிழர்களுக்கு இம்மியளவு சலுகை கொடுத்தால் கூட அதனால் 'சிங்கள எதிரி' முத்திரை விழுந்து விடும். அதன் பிறகு அரசியல் எதிர்காலமே அஸ்தமித்து விடும் என்று டட்லி பயந்தார். ஆகவே எதிர்க் கட்சிகளின் குற்றச்சாட்டை பலமாக மறுத்தார். 'நாங்கள் செய்திருப்பதெல்லாம் தமிழரசுக் கட்சியின் துணையோடு ஆட்சி அமைத்தது மட்டுமே' என்று பல்டி அடித்தார்.

1968 ஜூன் 30 அன்று பிரதமர் டட்லி சேனநாயகாவைச் சந்தித்து விட்டு பத்திரிகையாளர்களிடம் பேசிய செல்வநாயகம், 'முதலில் திரு.பண்டாரநாயகா எங்களை ஏமாற்றினார்; பிறகு திருமதி. பண்டாரநாயகா ஏமாற்றினார். இப்போது நீங்களும் ஏமாற்றி விட்டீர்கள் என்று அவரிடம் கூறினேன்' என்று தெரிவித்தார்.

இது நவரத்தினத்துக்குப் பெரும் ஏமாற்றத்தைத் தந்தது. தந்தை செல்வா கூட்டாட்சி முறைக்குப் போராடிய காலத்திலேயே தனி ஈழமே தீர்வு என்று உறுதியாக நம்பியவர் நவரத்தினம். தமிழர்கள் வஞ்சிக்கப்பட்ட பிறகும் தமிழரசுக் கட்சி தொடர்ந்து அரசுக்கு ஆதரவு தொடர்வதும், அந்த அரசாங்கத்தில் திருச்செல்வம் அமைச்சராக நீடிப்பதும் பல தமிழ் இளைஞர்களின் கோபத்தைத் தூண்டியது. மீண்டும் மீண்டும் ஒப்பந்தம் போட்டு ஏமாறுவது போதும்; இப்போதாவது விழித்துக் கொள்வோம்; நம் மக்கள் தன்மானத்துடன் வாழ ஒரே வழி தனி நாடு அமைப்பதுதான் என்று நவரத்தினம் வாதிட்டார். ஆனால் தமிழரசுக் கட்சியில் அவரது கருத்து எடுபடவில்லை. செல்வநாயகம் இப்போதும் ஃபெடரல் கோரிக்கையைப் போதித்தார். நவரத்தினம் வெறுத்துப்போனார்.

சுந்தரலிங்கம் என்பவர் 1959 முதல் ஈழத் தமிழர் ஒற்றுமை முன்னணி என்ற பெயரில் சுதந்தரத் தமிழ் தேசத்துக்காக உழைத்துக் கொண்டிருந்தார். அப்போதே 'ஈழத் தமிழர் விடுதலைப் போராட்டம்' என்ற தலைப்பில் திருச்சியில் அச்சடித்து இலங்கைக்கு எடுத்துச் சென்ற துண்டுப் பிரசுரங்களை அவர் விநியோகித்தவர்.

நவரத்தினம் 1969இல் அவர் தமிழரசுக் கட்சியில் இருந்து விலகி தனி நாடு கோரிக்கைக்குக் குரல் கொடுத்தார். சுந்தரலிங்கமும் நவரத்தினமும்தான் ஈழத் தமிழர் விடுதலைக்கு முதலில் வெளிப்படையாகக் குரல் கொடுத்தவர்கள் ஆவர். ஆனால் இவர்களது குரல் தமிழ் மக்களின் காதையும் மனத்தையும் எட்டாமல் தந்தை செல்வாவின் அரசியல் செல்வாக்கும், ஆளுமையும் தடுத்தது. ஆனாலும் வெகு சில மனங்களில் தனி நாட்டுக்குப் போராட வேண்டும் என்ற எண்ணத்தை விதைப் பதற்கு இந்த இரு தலைவர்களும் காரணமாக இருந்தனர்.

2. பிரபாகரன் என்றொரு விதை

பிரபாகரனின் தந்தை திருவேங்கிடம் வேலுப் பிள்ளை அரசாங்க உத்தியோகத்தில் இருந்தார். அவர் சிலோன் அரசாங்கத்தில் மாவட்டக் காணி அதிகாரியாகப் (District Land Officer) பல ஆண்டுகள் கடமையாற்றினார்.

சராசரி நடுத்தர வர்க்கத்துக் குடும்பத்திற்கே உரித் தான அனைத்து அம்சங்களும் அந்தக் குடும்பத்துக்கு இருந்தன. நிலையான வேலை, நிம்மதியான வாழ்க்கை ஆகியவற்றை வாழ்க்கையின் ஆதாரத் தேவையாகக் கருதிய வேலுப்பிள்ளை தனது குழந்தைகள் நல்ல கல்வி கற்பதன் வாயிலாக மட்டுமே அந்த நிலையை எட்ட முடியும் என்று வெகுவாக நம்பினார்.

பிரபாகரனின் அண்ணன் மனோகரன் அரசாங்க வேலையில் சேர்ந்தார். அவனது இரு தமக்கை களும் அரசு ஊழியர்களை மணம் புரிந்தனர். (அதன் பிறகுதான் இனக் கலவரங்களால் பாதிக்கப்பட்டு மேற்கு நாடுகளில் அடைக்கலம் புகுந்தனர்) பிரபாகரன் சிலோன் சிவில் சர்வீஸில் சேர வேண்டு

மென்று வேலுப்பிள்ளை விரும்பினார். ஆனால் பிரபாகரனால் அப்பாவின் ஆசையை நிறைவேற்ற முடியவில்லை. அவனது நோக்கம் அரசாங்கத்தில் சேர்வதல்ல, ஆனால் அரசாங்கத்தை எதிர்த்துப் போராடி தமிழருக்கென்று தனியாக அரசாங்கம் அமைப்பது.

பிரபாகரனின் தாய் தந்தையர் இருவருமே கோயில் கட்டி யெழுப்பிய பரம்பரையில் தோன்றியவர்கள். ஆகையால் அந்த வீட்டில் கடவுள் பக்தி மிகுந்திருந்தது. தாயார் பார்வதி அம்மா விசேஷ தினங்களில் விரதம் இருப்பார். அவர்கள் அடிக்கடி கோயிலுக்குச் சென்றாலும் வீட்டில் தனியான பூஜை அறையும் இருந்தது. அந்த அறையில் பெரியதொரு சிவன் சிலையும், அதை விடச் சிறிய உருவத்தில் பிள்ளையார், முருகன் சிலை களும் இருந்தன. குழந்தைகள் நால்வரும் தினந்தோறும் காலை யில் கடவுளை வழிபட வேண்டும். அவர்களும் விருப்பத்துடன் முறை வைத்து ஆளுக்கு ஒரு நாள் தேவாரம் பாடுவதை வழக்க மாகக் கொண்டிருந்தனர்.

மற்ற கடவுள் படங்கள் சுவரில் தொங்கின. கடவுளர் படங்கள் மட்டும் அந்த வீட்டு சுவரை அலங்கரிக்கவில்லை. கூடவே மகாத்மா காந்தி, பண்டித ஜவாஹர்லால் நேரு ஆகியோரின் படத்தையும் வேலுப்பிள்ளை அங்கே மாட்டியிருந்தார். அவர் தந்தை செல்வநாயகத்தின் மீது அளவு கடந்த நம்பிக்கை வைத்திருந்தார். செல்வநாயகம் காந்தியவாதி.

மேலும் இந்திய சுதந்தரப் போராட்ட வரலாற்றை ஒதுக்கி விட்டு சிலோன் விடுதலையைக் கொண்டாட முடியாது என்பதால் ஆங்கில ஏகாதிபத்தியத்திடம் இருந்து தம் நாட்டுக்கு விடுதலை பெற்றுத் தந்த தியாகிகளாகவே காந்தியும், நேருவும் ஈழ மக்கள் மத்தியில் அறியப்பட்டனர். கலாசார ரீதியாகப் பார்த்தாலும் ஈழத் தமிழ் மக்களுக்கு சிங்களர்களைவிட இந்தியாவின் மீதுதான் கூடுதலான ஈடுபாடு இருந்தது.

காணி அதிகாரியாகப் பணியாற்றிய காரணத்தினால் தமிழர் பகுதியின் பாரம்பரிய நிலங்களை சிலோன் அரசு சிங்களக் குடி யேற்றம் மூலம் படிப்படியாக ஆக்கிரமிப்பதை வேலுப்பிள்ளை கவனித்து வந்தார். தமது பாரம்பரிய நிலங்கள் சிங்களமயமாவது தமிழ் இனத்தின் தனித்துவ அடையாளத்தையே ஒழித்து விடும் என்று அவருக்குத் தெரியும்.

‘சுவரில்லாமல் சித்திரம் வரைய முடியாது’ என்று அதைக் குறித்து தந்தை செல்வா எச்சரிப்பது பற்றியும், அப்பாவித் தமிழர்கள் மீது நடைபெறும் கொலைவெறித் தாக்குதல் பற்றியும் மாலை வேளைகளில் வேலுப்பிள்ளை தன் நண்பர்களோடு விவாதிப்பது வழக்கம். அப்போதெல்லாம் பிரபாகரன் அமைதியாக உட்கார்ந்து கூர்ந்து கவனிப்பான். பெரியவர்கள் பேசும் போது குறுக்கிட மாட்டான். அந்த விவாதங்களில் பார்வையாளனாக இருந்ததன் மூலம் அந்தச் சிறுவனின் அரசியல் சமூக அறிவும், விழிப்புணர்வும் மேம்பட்டது.

ஆனால் அவர்கள் வெறுமனே பேசிக்கொண்டிருப்பதாக மட்டுமே பிரபாகரனுக்குப் பட்டது. தமிழினம் குட்டக் குட்டக் குனிந்து கொண்டே இருக்கிறதென்று நினைத்தான். ஒடுக்கப் படுகிறோம் என்ற ஆதங்கம் அவர்களுக்கு இருக்கிறதே ஒழிய சரியான போராட்ட முறையைத் தேர்ந்தெடுக்கவில்லையோ என்ற ஐயம் அவனுக்கு இருந்தது. காந்தியும், நேருவும் வேண்டாம். நமக்கு ஆயுத அடக்கு முறையை ஆயுதத்தால் எதிர் கொண்ட நேதாஜி சுபாஷ் சந்திரபோஸ், பகத் சிங் போன்றவரே தேவை என்று கருதினான். அவனது தந்தை காந்தி, நேரு படத்தை மாட்டிப் போற்றிய அதே சமயம் சிறுவன் பிரபாகரன் புரட்சிக்காரர்களான நேதாஜி மற்றும் பகத் சிங் படங்களை மாட்டி மகிழ்ந்தான்.

வீட்டில் அனைவருக்குமே கடைக் குட்டி பிரபாகரன் செல்லப் பிள்ளை. அவனை ‘தம்பி’ அல்லது ‘துரை’ என்று கூப்பிடு வார்கள். அக்கம் பக்கத்தில் உள்ளவர்களுக்கு சின்னச் சின்ன ஒத்தாசை வேலைகளில் ஈடுபடுவான். அவனது தாத்தாவின் ஞாபகார்த்தமாக அவன் குடும்பம் ஆண்டுதோறும் விமரிசையான விருந்து உபசாரம் செய்வதை வாடிக்கையாகக் கொண்டு இருந்தது. அந்த வைபவத்தில் பங்கு பெறத் தவறியவர்களுக்கு உணவுப் பொட்டலங்களை எடுத்துச் சென்று கொடுப்பான். கோயிலில் சிறப்புப் பூஜைகள் நடக்கும் போது விநியோகிக்கப் படும் பிரசாதத்தை அக்கம் பக்கத்தில் உள்ளவர்களுக்கு எடுத்துச் சென்று தருவான்.

எனினும் அவனது உலகம் மிகச் சிறியதாக இருந்தது. 1994ஆம் ஆண்டு வெளிச்சம் பத்திரிகைக்கு அளித்த பேட்டியில் அவரே இதை ஒப்புக்கொண்டிருக்கிறார். ‘குடும்பத்தில் எல்லோருக்கும்

நான் செல்லம்; பாசத்துக்கு உரியவன். அதனால் வீட்டிலே எனக்கு நிறையக் கட்டுப்பாடுகள் உண்டு. பக்கத்து வீட்டுப் பையன்களே என் விளையாட்டுத் தோழர்கள். எனது உலகம் எங்கள் வீடும், அண்டை வீடுகளும் மட்டுமே.'

பிரபாகரனின் தாயார் பார்வதி மிக அருமையாகச் சமைப்பாராம். பிரபாகரனுக்கும் சமையல் செய்வதில் ஏகப்பட்ட விருப்பம். சின்ன வயதில் விநோதினிக்கும், பிரபாகரனுக்கும் சமையல் செய்வதில் போட்டியே நடக்கும். சகோதரர் மனோகரன் இந்த விளையாட்டில் சேர்ந்து கொள்ளமாட்டார். ஆசைத் தம்பியோடு எந்த விஷயத்திலும் போட்டிக்குப் போவது அவருக்குப் பிடிக்காது.

மனோகரன் இப்போது டென்மார்க் நாட்டில் வசிக்கிறார். பெரிய அக்கா ஜெகதீஸ்வரிக்கும் டென்மார்க்தான். வினோதினிக்கு கனடா. புலம்பெயர்ந்து மேலை நாடுகளில் தஞ்சம் புகுந்த லட்சக் கணக்கான ஈழத் தமிழ் அகதிகளில் இவர்களும் அடக்கம்.

பிரபாகரனுக்கு அப்போது ஆறு வயது. 1961இல் தமிழ்ப் பகுதி களில் சிங்களம் வலுக்கட்டாயமாகத் திணிக்கப்பட்டதை எதிர்த்து தந்தை செல்வா அறவழிச் சத்தியாகிரகப் போராட்டம் நடத்தியதையும், சிறீமாவோ நிர்வாகம் ராணுவத்தை அனுப்பி அந்த அமைதிப் போராளிகளைத் தாக்கியது. அப்போது ராணுவம் அப்பாவி மக்கள்மீது வன்முறையைக் கட்டவிழ்த்து விட்டது. ஏப்ரல் 19ஆம் தேதி வல்வெட்டித் துறையில் துப் பாக்கிச் சூடு நடத்தியது. அதில் மூன்று இளைஞர்கள் காய மடைந்தனர்; ஒருவர் உயிரிழந்தார். பருத்தித் துறையில் இருவர் காயமடைந்தனர். இது இளைஞர்களை வெகுவாக ஆத்திரமூட்டி யது. வல்வெட்டித் துறையில் காயமடைந்தவர்களை நேரில் சென்று பார்த்தவர்களில் ஆறு வயதுப் பொடியன் பிரபாகரனும் ஒருவன்.

சின்ன வயதிலேயே சிங்கள ராணுவத்தின் அடாவடித்தனத்தை வல்வெட்டித் துறை நகரில் பிரபாகரன் கண்டிருக்கிறான். ராணுவ அடக்குமுறை, அத்து மீறல், சுற்றி வளைப்பு, கைது, சித்திரவதை, பெண்களிடம் வரம்பு மீறல் ஆகியவை அங்கே அன்றாட நிகழ்வுகள். அப்பகுதி மக்கள் ராணுவத்தை வெறுத்தனர்.

தந்தையுடன் வெளியிடங்களுக்குச் செல்லும்போது சிங்களக் காவற்துறையினர் அப்பாவித் தமிழர்களை அடித்து இம்சிப்பதை யும் உதைப்பதையும் கண்டதினால் சிறுவனாக இருந்த பிரபாகரனின் பிஞ்சு உள்ளத்தில் அதிர்ச்சியும் வேதனையும் ஏற்பட்டதுடன் அவையே ஆழமான வடுவையும் ஏற்படுத்தி விட்டன. ராணுவத்தின் மீதான வெறுப்புணர்வு பரவலாக இருந்த சூழ்நிலையில் வளர்ந்ததாக பின்னாளில் ஒரு பேட்டியின் போது தெரிவித்தார். கடல் மூலமாக நடக்கும் கள்ளக் கடத்தலைக் கண்டுபிடிப்பதற்காகவே விசாரணை செய்வதாக ராணுவச் சித்திரவதைக்கு நியாயம் கற்பிக்கப்பட்டது.

பிரபாகரனின் பிறந்த ஊர் என்ற காரணத்துக்காக பிரபலம் அடைந்த வல்வெட்டித் துறையை 'கடத்தல்காரர்களின் சொர்க்கம்' என்று தென்னிலங்கையின் அறிவுஜீவிகள் வர்ணிப் பது வழக்கம். இந்த வர்ணனை இந்தியா உள்ளிட்ட சில தேசங் களிலும் பரவியுள்ளது. சிலோன் சுதந்தரம் அடைந்த பிறகுதான் இத்தகைய கௌரவம் அந்த ஊருக்குக் கிடைத்தது.

பாரம்பரியமாக கடற்பயணம் மேற்கொண்டு கடல் வாணிகம் செய்தவர்கள் அப்பகுதி மக்கள். அவர்களைப் பொறுத்த வரை பிரிட்டிஷ் ஆட்சியின் போது இந்தியாவும், சிலோனும் தனித்தனி தேசங்களாக இருக்கவில்லை. இந்தியாவும், சிலோனும் இடையில் இருந்த பாக் ஜலசந்தியின் உதவியால் மிக இலகுவாக கடல் கடக்க முடிந்தது. இந்தியாவில் இருந்து பொருட்கள் வாங்கி வருவதும், அங்கே எடுத்துச் சென்று விற்பதும் அன்றாட வாழ்வில் வெகு சாதாரணமாக நடைபெறும்.

ஐரோப்பிய காலனியாதிக்கம் வருவதற்கு முன்னர் அவர்களுக் கென்று தனி ராஜ்ஜியம் இருந்தது. தெற்கே கோட்டி சிங்கள அரசனும், கண்டி அரசனும் அவர்களது கடலோடும் வேலையை மறித்தது கிடையாது. அதற்கு 'கடத்தல்' என்ற பெயரும் இருந் தது கிடையாது. ஆனால் 1948ஆம் வருடம் சிலோனுக்கு சுதந்தரம் கிடைத்த போது காலங்காலமாக அவர்கள் செய்து வரும் கடல் வர்த்தகம் 'கடத்தல்' என்று அறியப்பட்டது.

•

குழந்தைகளின் கல்வியில் வேலுப்பிள்ளை சிறப்புக் கவனம் செலுத்தினார். பிரபாகரன் கிழக்குப் பிராந்தியத்தில் உள்ள மட்டக்களப்பு நகரில் ஆரம்பக் கல்வி கற்றான். அப்போது

அவனுடைய தந்தை அங்கு பணியாற்றினார். அதன் பிறகு சொந்த ஊருக்கே மாற்றலாகி வந்தார். அங்கே ஆலடி சிவகுரு வித்யாலயத்தில் தொடக்கக் கல்வி பயின்றான். வல்வெட்டித் துறையில் ஊரிக்காடு எனும் இடத்திலுள்ள சிதம்பரம் கல்லூரி யில் பிரபாகரனைச் சேர்த்தார். அங்கு பிரபாகரன் பத்தாம் வகுப்பு வரை பயின்றான். (ஆனால் பொதுத் தேர்வு எழுதவில்லை) படிப்பில் பிரபாகரன் சுமார் ரகம். அவனுக்கு பள்ளிப் பாடத்தை விட அரசியல் நிகழ்வுகளில் ஆர்வம் அதிகம் இருந்தது.

கௌரவமான வேலைக்குச் செல்வதற்கு நன்றாகப் படிக்க வேண்டிய அவசியத்தைத் தன் குழந்தைகளிடம் திரும்பத் திரும்ப வலியுறுத்திய வேலுப்பிள்ளைக்கு பிரபாகரன் படிப்பில் ஆர்வம் காட்டாமல் இருந்தது அவருக்குக் கவலை தந்தது. அதனால் மாலை நேர டியூஷனுக்கு அனுப்பி வைத்தார். அதுவும் வேணுகோபால் மாஸ்டரிடமா அனுப்ப வேண்டும்!

பதினான்கு வயது பிரபாகரனுக்குள் ஏற்கனவே இருந்த விடுதலை வேட்கையை வேணுகோபால் மாஸ்டர் தூண்டினார். பிரபாகரன் தேர்ந்தெடுக்கும் பாதையை 1967 முதல் 1972 வரை தீர்மானிக்க உதவியதில் அவருக்கு மறுக்க முடியாத பங்களிப்பு உண்டு.

மூன்று முக்கியக் கருத்துக்களை அவர் ஆழமாக நட்டு வைத்தார். தமிழருக்கென்று தனியாக நாடு, அரசு, கலாச்சாரம், வரலாறு இருந்தது; சிங்களப் பெரும்பான்மை, தமிழ் சிறுபான்மை, சிலோன் தேசியம் எல்லாம் ஆங்கிலேயரால் ஏற்படுத்தப்பட்ட வரலாற்றுத் திருப்பத்தை ஏற்படுத்தியது என்பது முதல் கருத்து. சிங்கள அடக்குமுறைக்குக் கீழ்ப்படிந்து அடிக்கும் போதெல்லாம் வாங்கிக்கொண்டிருக்கும் தமிழர் தலைமை ஒரு தலைமுறைக் கால இடைவெளியில் தமிழ் இனத்தை அதன் அழிவுக்கு இட்டுச் செல்கிறது என்பது இரண்டாவது கருத்து.

மேலும் உலகத்தின் எந்த ஒரு மூலையிலும் நாடாளுமன்ற ஜனநாயகம் மூலம் இன பேதம் தீர்ந்ததாகச் சரித்திரம் இல்லை என்பார். சிங்கள ராணுவ வலிமையை ராணுவ வலிமை மூலமாக எதிர்கொள்வதால் மட்டுமே நமது மக்களுக்குச் சுதந்தரத்தைப் பெற்றுத் தர முடியும் என்பது மூன்றாவது முக்கியக் கருத்து. ஆக மொத்தத்தில் தமிழ்ப் பெருமித

உணர்வையும், தமிழ்த் தேசிய உணர்வையும் அந்த டீன்ஏஜ் சிறுவன் உள்ளத்தில் விதைத்தார்.

நிராயுதபாணிகளான அப்பாவித் தமிழர்களுக்கெதிராக ஆயுத வலிமையைப் பிரயோகிக்கும் இனவெறி அமைப்பினை ஆயுதப் போராட்டத்தின் மூலமே எதிர்கொள்ள முடியும் என்று ஆழமாக உறுதியாக நம்பியவர் அவர். மேலும் சிங்களவரோடு ஒத்துழைக்கும் தமிழரசுக் கட்சியின் வழிமுறையைத் தவிர்த்து சுதந்தர ஈழம் அமைப்பதே சரியான தீர்வாக இருக்குமென்று போதித்தார். அதற்குக் காரணம் சுந்தரலிங்கமும், நவரத்தினமும். தமிழ்ப் பொதுமக்கள் மத்தியில் அவர்களது பிரச்சாரம் எடுபடாமல் போனாலும் வேணுகோபால் போன்ற சில துடிப்பான இளைய தலைமுறையினர் நெஞ்சில் சுதந்தர வேட்கையைத் தோற்று வித்தது.

'பிரபாகரா, உன் வயதில் நான் தமிழரசுக் கட்சியின் இளைஞர் அணியில் பணியாற்றியிருக்கிறேன். மூத்த தலைவர்களைச் சிரம் தாழ்த்தி வணங்கி அவர்கள் அருளும் உபதேசங்களை மூலை முடுக்குகளில் எல்லாம் விதைத்திருக்கிறேன். மாற்றம் வரும், மாற்றம் வரும் என்று கண்களை அகல விரித்துக் காத்துக் கொண்டிருந்தவன்தான் நான். ஒரு கட்டத்தில் எல்லாமே வெறுத்து விட்டது எனக்கு. வறட்டுச் சித்தாந்தங்களை உதறித் தள்ளிய பிறகுதான் இலகுவாக உணர முடிகிறது.'

மாலை 6:15-க்கு ஆரம்பித்து மூன்று மணி நேரம் நடக்கும் டியூஷனில் மாஸ்டர் அடிக்கடி சொல்வது இதுதான். ஈழ விடுதலையை முன்னிறுத்தி நவரத்தினம் ஆரம்பித்த 'சுயாட்சி கழகத்தில்' வேணுகோபால் மாஸ்டர் தன்னை இணைத்துக் கொண்டு இருந்தார்.

பதினான்கு வயதுப் பிரபாகரனுக்கு டியூஷன் சொல்லிக் கொடுத்த மாஸ்டருக்கு இருபத்தி நான்கு வயதுதான். 1944இல் பிறந்த வேணுகோபால் மாஸ்டரின் தந்தையார் பெயர் பொன்னுசாமி சாஸ்திரிகள். புரட்சிகரக் கருத்துக்களைக் கொண்டிருந்த வேணு கோபால் தன்னிடம் மாலை நேரப் பாடம் படிக்கும் பையன் களிடமும் அதைப் பரப்பினார். அமெரிக்கா, சீனா உள்ளிட்ட பல நாடுகளில் ஆயுதம் தாங்கிய போராட்டமே அம்மக்களை ஆக்கிரமிப்புச் சக்திகளிடம் இருந்து விடுவித்து சுதந்தரம் பெற்றுத் தந்தது என்பதை விவரிப்பார்.

உலகிலேயே அகிம்சை முறையில் போராடி விடுதலை அடைந்த நாடு இந்தியா. நெல்லுக்குப் பாயும் நீர் புல்லுக்கும் பாய்வது போல இந்திய விடுதலையின் போது பிரிட்டிஷ்காரன் 'இந்தா பிடி' என்று சொல்லி இலங்கைக்கும் விடுதலை கொடுத்தான். இந்த இரு தேசத்து விடுதலை வரலாறுகளை மட்டும் தெரிந்திருந்த ஈழத்து இளம் மாணவர்களுக்கு உலகத்தில் அநேக நாடுகள் ஆயுதப் போராட்டம் மூலம் தங்களை விடுவித்துக் கொண்டதை வேணுகோபால் மாஸ்டர் எடுத்துரைப்பார்.

பிரபாகரன் இளம் வயதிலேயே புத்தகங்களில் காதலனாக இருந்தார். அந்த இளம் புரட்சிக்காரனுக்கு அதுதான் முக்கிய மான பொழுதுபோக்கு. அதிலும் வரலாற்று நூல்களும், மாவீரர்களின் வாழ்க்கை வரலாறும் அவனுக்குப் பிடித்த மானவை. புத்தகம் வாயிலாகத்தான் அலெக்சாண்டர், நெப் போலியன் ஆகியோரின் சாகசங்களைப் பற்றித் தெரிந்து கொண்டார்.

இந்திய சுதந்தரப் போராட்டம் பற்றியும் புரிதல் உருவானது. அதில் சுபாஷ் சந்திர போஸ், பகத் சிங், பாலகங்காதர திலகர் போன்றவர்கள் மீது அவனுக்குப் பற்றுதல் ஏற்பட்டது. குறிப் பாக நேதாஜி சுபாஷ் சந்திரபோஸ். ஆங்கில ஆதிக்கத்தின் கீழ் இந்தியா இருந்த சமயத்தில் அதை ராணுவ சக்தி மூலமாகவே எதிர்க்கவேண்டும் என்ற அவரது வாதம் அவனை ஈர்த்தது. வீரன் என்றால் நேதாஜி. நேதாஜி என்றால் வீரன்.

பிற்காலத்தில் விடுதலைப் புலிகள் இயக்கம் தொடங்கிய பின்னரும் கூட பிரபாகரனின் வாசிக்கும் ஆர்வம் குறைய வில்லை. 1980-களில் பிரபலமாக இருந்து ஐந்து ஆயுதப் போராட்டக் குழுக்களில் ஒன்றான ஈரோஸ் அமைப்பின் சங்கர் ராஜி அதை ஊர்ஜிதப்படுத்தியுள்ளார்.

தென்னமெரிக்கப் போராளி சே குவேரா, தொடர்ச்சியாகப் பல அமெரிக்க அதிபர்களுக்குத் தண்ணி காட்டிய கியூபா அதிபர் ஃபிடல் கேஸ்ட்ரோ, ஆயுதப் போராட்டம் மூலம் சீன விடுதலையை வென்றெடுத்த மா சே துங் முதலிய புரட்சிக் காரர்களின் வாழ்க்கை வரலாற்றுப் புத்தகங்களை பிரபாகரனின் இருப்பிடத்தில் அவர் கண்டிருக்கிறார். மேலும் சுயமாக துப்பாக்கி சுட்டுப் பழகுவது எப்படி என்ற புத்தகமும் சங்கர் ராஜியின் கண்ணில் பட்டது.

சிலோன் கல்வி அமைச்சர் I.M.R.A. இரியகோலா 1969ஆம் மே மாதம் ஆதி திராவிடத் தமிழ் மாணவர்களுக்கான மூன்று பள்ளிக்கூடங்களை (அன்றைக்கு யாழ்ப்பாணத்தில் இப்படிப் பட்ட தனிப்பள்ளிக்கூடங்கள் இருந்தன!) சிங்கள பவுத்தப் பள்ளிகளாக மாற்றப் போவதாக அறிவித்தார். அந்த நிகழ்ச்சி யில் அவர் நேரடியாகக் கலந்துகொண்டு பரபரப்பை ஏற் படுத்துவார் என்றும் செய்திகள் பரவின. இளைஞர்கள் இதை ஒரு சவாலாக எடுத்துக்கொண்டனர். அமைச்சர் பங்குபெறும் அந்த நிகழ்ச்சியின் போது மாபெரும் சத்தியாகிரக மறியலில் ஈடுபடும் நோக்கத்தில் அவர்கள் பெரும் எண்ணிக்கையில் திரண்டனர்.

தமிழரசுக் கட்சியின் தலைமை இளைஞர்களை அமைதிப்படுத்த முனைந்தது. ஆனாலும் அக்கட்சியின் இளைஞர் அணி நிர்வாகி கள் என்ன நடந்தாலும் சிங்கள அமைச்சருக்குத் தங்கள் எதிர்ப்பைக் காட்டுவதில் உறுதியாக இருந்தனர். அந்த ஊர்வலத் துக்கு போலீஸ் அனுமதி வழங்கவில்லை. கோபத்தின் உச்சியில் இருந்த இளைஞர் பட்டாளம் தடையை மீறுவதென்று முடிவு செய்திருந்தது. சிலோன் அரசு வழக்கமான போலீஸ் பந்தோ பஸ்த்துடன் கடற்படை வீரர்களையும் கொண்டு வந்து இறக்கி யது. அந்த மூன்று பள்ளிக்கூடங்களுக்கும் பலமான பாதுகாப்புத் தரப்பட்டது. எதற்கு வம்பு என்று கருதிய தமிழரசுக் கட்சியின் தலைவர்கள் இளைஞர்களைச் சமாதானம் செய்து அவர்களது முயற்சியைக் கைவிடத் தூண்டியது.

வாழவும் விடாமல், சாகவும் விடாமல் தடுக்கும் இவர்கள் எதைத் தான் சாதிக்கப் போகிறார்கள் என்ற கேள்வி அந்த இளைஞர் களுக்கு எழுந்தது. அது இயற்கை. கட்சியின் இளைஞர் பிரிவில் இருந்து சிறுசிறு குழுக்களாக வெளியேறினர். அவற்றில் ஒன்று குட்டிமணி-தங்கதுரை குழு. இந்த இருவருமே வல்வெட்டித் துறையைச் சேர்ந்தவர்கள் என்பது குறிப்பிடத்தக்கது. 1969ஆம் வருடம் இக்குழு யாழ்ப்பாணத்தில் ஒரு கூட்டத்தை ஏற்பாடு செய்தது. செல்வநாயகத்தின் தலைமையிலான தமிழரசுக் கட்சியின் நடவடிக்கைகளில் வெறுத்துப் போனதால் அடுத்த கட்டமாக ஆயுதம் தாங்கிய போராட்டத்துக்கு நகர்வது என்று அந்தக் கூட்டத்தில் தீர்மானமானது.

இதில் தங்கதுரை பாலஸ்தீன விடுதலை வீரர் யாசர் அராபத்தின் மீது ஈடுபாடு உடையவர். எனவே பாலஸ்தீன விடுதலை இயக்

கத்தைப் (Palestine Liberation Organization - PLO) போல தமிழ் விடுதலை இயக்கம் (Tamil Liberation Organizaton - TLO) என்று தமது இயக்கத்துக்குப் பெயரிட நினைத்தார். இருந்தாலும் அதிகாரப் பூர்வமாக அவர்கள் எதையும் முடிவு செய்யவில்லை. எனினும் ஈழ மக்களின் ஆயுதம் தாங்கிய போராட்டப் பயணத்தின் முதல் அடியை எடுத்து வைத்த வரலாற்று முக்கியத்துவம் இந்தச் சிறிய குழுவுக்கே உரியது.

3. துப்பாக்கி தேவை

அவர்கள் பருத்தித்துறையில் உள்ள ஒரு வீட்டில் அடிக்கடி சந்தித்துக்கொள்வார்கள். புரட்சிகள் குறித்தும், புரட்சிக்காரர்கள் குறித்தும் அங்கு விவாதிக்கப்பட்டது. சுமார் பதினைந்து பேர் கூடும் அந்தச் சந்திப்பில் ஒருவனாக பதினான்கு வயதான பிரபாகரனும் இருப்பான். தங்கதுரை, குட்டிதுரை, பிரபாகரன் தவிர பெரியசோதி, சின்னசோதி, தனபாலசிங்கம் என்ற செட்டி, கண்ணாடி பத்ம நாதன், சிறீசபாரத்தினம் மற்றும் சிவக்குமரன் முதலிய பிற்காலத்தில் பிரபலம் அடையப் போகும் பல துடிப்புள்ள இளைஞர்கள் அங்கே இருந்தனர். வெடிகுண்டுகள் பற்றியும், ஆயுதங்களைச் சேகரிப்பது பற்றியும் அவர்கள் பேசுவார்கள்.

வேணுகோபால் மாஸ்டரின் தாக்கம், புரட்சிகர இளைஞர்களின் சேர்க்கையும் பிரபாகரனின் நடவடிக்கையில் கணிசமான மாறுதலை உண்டாக்கியது. பள்ளிக்கூடத்தில் இருக்கும் போதே வெடிகுண்டு தயாரிக்க முற்பட்டனர். பட்டாசில் உள்ள ரசாயனத்தை வைத்துத்தான் தொடக்கத்தில் குண்டு செய்தனர். அதன் பிறகு பள்ளிக்கூட சோதனைக்

கூடத்தில் உள்ள வேதிப் பொருளை எடுத்து அதை காலியான சோடாப் பாட்டிலில் அடைத்து மரத் தக்கையில் மூடி அந்தத் தக்கையில் ஒரேயொரு திரியைச் செருகினர்.

மதிய உணவு இடைவேளை. அந்த இடைவேளை சமயத்தில் குண்டை வெடிக்க வைப்பதுதான் திட்டம்; அதுவும் பாத்ரூமில். மற்ற பையன்கள் எல்லாம் பாத்ரூமைப் பயன்படுத்தி முடிக்கும் வரை பிரபாகரனும் அவனது தோழர்களும் காத்திருந்தனர். பிறகு பிரபாகரன் இன்னொரு தோழனோடு டைம் பாமை (வைத்த வுடன் உடனே வெடிக்காமல் சிறு நேரம் கழித்து டமார் என்று வெடிக்கும் என்பதால் அந்தச் சிறுவர்கள் டைம் பாம் என்று சொல்லிக்கொண்டார்கள்) உள்ளே எடுத்துச் சென்று திரியைப் பற்ற வைத்து விட்டு வந்தான். சற்று நேரம் படபடக்கும் இதயத்தோடு அந்தக் கும்பலே காத்திருந்தது. திரி அவர்களின் அவசரத்துக்கு ஈடு கொடுக்கவில்லை. பாட்டில் வெடிக்கவும் இல்லை ஒன்றும் இல்லை. பொறுமையிழந்த பிரபாகரன் மறுபடி யும் பாத்ரூமிற்குச் சென்று சரியாகப் பத்தவைத்தோமா என்று ஊர்ஜிதப்படுத்த முனைந்தான். மற்ற தோழர்கள் அவனைத் தடுத்தனர். அப்போது 'டமார்' என்ற சத்தம்.

பொடியர்களுக்கு ஒரே சந்தோஷம். எதையோ சாதித்து விட்ட பெருமிதம்; எல்லோருக்கும் ஒரே சிரிப்பு. அந்தச் சிரிப்பு ஓய்வதற் குள் தலைமை ஆசிரியர் வருவது தெரிந்தது. அனைவரும் ஓடிச் சென்று வகுப்பறையில் நல்ல பிள்ளையாக அமர்ந்துகொண்ட னர். பாத்ரூமைப் பார்வையிட்ட தலைமை ஆசிரியரும் நேராக பிரபாகரனின் வகுப்புக்குத்தான் வந்தார். அவருக்குத் தெரியும், அங்குதான் வேணுகோபால் மாஸ்டரிடம் டியூஷன் படிக்கும் மாணவர்கள் உள்ளனர் என்று. ஆயுதப் புரட்சியைப் போதிக்கும் அந்த டியூஷன் வாத்தியாரைப் பற்றி வல்வெட்டித் துறையில் அநேகம் பேருக்குத் தெரியும். ஆகவே பிரபாகரனது வகுப்பின் மீது ஆசிரியர்களுக்கு எப்போதும் ஒரு கண் இருக்கும். ஆனால் அவர்களுக்கு பிரபாகரன்தான் எல்லாவற்றிற்கும் காரணம் என்று தெரியாது.

வகுப்பறைக்குள் நுழைந்த தலைமை ஆசிரியர், 'யார் செய்த வேலை இது? கேட்கிறேன் அல்லவா, சொல்லுங்கள் யார் செய்த வேலை?' என்று ஒரு தடவை அதட்டினார். மாணவர்கள் அமைதியாக இருந்தனர். மாறி வரும் அரசியல் சூழல் பற்றி அவருக்குத் தெரியும். அதனால் துருவித் துருவி ஆராயவில்லை.

'இனி மேல் இதெல்லாம் பள்ளிக்கூடத்துக்கு வெளியே வைத்துக் கொள்ளுங்கள்' என்று மிடுக்கோடு எச்சரித்து விட்டுப் போனார்.

என் ஆட்டமே இனி வெளியில்தான் என்று நினைத்துக்கொண் டான் பிரபாகரன். ஆனால் வெறும் துணிச்சல் மட்டும் போதுமா? ஆயுதம்? பேரழிவுக் கருவிகளை வைத்திருக்கும் சிங்கள ராணுவத்தோடு வெறும் கையால் போரிட முடியாது. துப்பாக்கி வேண்டும். நினைத்துக் கொண்டான். யாரிடம் கேட்கலாம் என்று யோசித்த பிரபாகரன் வேணுகோபால் மாஸ்டரையே தேர்ந் தெடுத்தான்.

'மாஸ்டர், துவக்கு தாங்கோ' - ஈழத் தமிழில் 'துவக்கு' என்னும் சொல்லுக்கு துப்பாக்கி என்று அர்த்தம்.

வேணுகோபால் ஒரு கணம் அதிர்ந்துதான் போனார். பின்னர் சுதாகரித்துக்கொண்டு, 'முதலில் கம்படி பயிலுங்கோ' என்று கூறினார்.

என்னடா இவர், நாம் துப்பாக்கி கேட்டால் இவர் சிலம்பச் சண்டை பற்றிப் பேசுகிறார். துப்பாக்கு முனையில் உயிரைப் பறிக்க வரும் போலீஸ்காரனிடமும், ஆர்மிக்காரனிடமும் தடியை வைத்துக்கொண்டு மல்லுக்கு நிற்க முடியுமா? பொடியன்தானே என்று குறைத்து மதிப்பிட்ட மாஸ்டரின் பதில் பதினான்கு வயதுப் பிரபாகரனுக்கு ஏமாற்றமாகப் போனது. அவர் அப்படிச் சொன்னது அவனுடைய துப்பாக்கி ஆசையைத் தணிக்கவில்லை.

எனவே துப்பாக்கி வேட்டைக்குக் கிளம்பினான்.

பதினான்கு வயது பிரபாகரன் தன்னையொத்த சிந்தனை உள்ள ஏழு நண்பர்களைத் திரட்டி வைத்திருந்தான். அவர்கள் எல்லோருமே ராணுவத்தை எதிர்த்துப் போராட வேண்டும் என்ற லட்சியம் வைத்திருந்தனர். அந்தக் குழுவுக்கு அவனே தலைவன். தங்கதுரை, குட்டிமணி குழு வேறு. அந்தக் கூட்டத்தில் பிரபாகரன் வெறும் பொடியன். அதனால் அவனை 'தம்பி' என்று அழைப்பார்கள். மற்றவர்களை விட இவன்தான் இளையவன். அது வேறு குழு, இது வேறு குழு. தங்கள் அமைப்புக்கு என்ன பெயர் வைப்பது என்றெல்லாம் அவர்கள் யோசிக்கவில்லை. எதோ ஒரு வேகம், லட்சியம் அவர்களை ஒன்றிணைத்தது.

பருத்தித் துறைப் பகுதியில் ஒரு சண்டியர் தன்னிடம் இருக்கும் துப்பாக்கியை விற்கப் போவதாக பிரபாகரனும் அவன் கூட்டாளிகளும் கேள்விப்பட்டதுதான் தாமதம்; உடனே தன் குழுவில் இன்னொரு தோழனை அழைத்துக்கொண்டு பஸ் ஏறிக் கிளம்பினான். அந்த ஆளின் பெயர் சம்பந்தன். இவர்களுக்குக் கிடைத்த தகவலின் படி அந்தத் துப்பாக்கியை 150 ரூபாய்க்கு விற்க அவன் தயாராக இருந்தான். ஆனால் இவர்களிடம் அவ்வளவு பணம் இல்லை.

பெரிய அக்கா ஜெகதீஸ்வரி திருமணத்தின் போது பிரபாகரனுக்கு ஒரு மோதிரம் பரிசாகக் கிடைத்திருந்தது. அதை எழுபது ரூபாய்க்கு விற்றான். துப்பாக்கி வாங்குவதற்காகவே பிரபாகரன் குழுவினர் கொஞ்ச நாள்களாகவே பணம் சேர்த்து வந்தனர். பணம் என்றவுடன் ஏதோ நிழல் உலக தாதாக்கள் ரேஞ்சுக்கு நினைக்க வேண்டாம். மிட்டாய் வாங்குவதற்கும், பலூன் வாங்குவதற்கு பெற்றோர் கொடுக்கும் காசை சிறுகச் சிறுகச் சேகரித்தனர். அவர்கள் ஒவ்வொருவரும் வாரம் 25 காசு தருவார்கள்.

உலகத்தில் முப்படைகளையும் கொண்டுள்ள ஒரே போராட்ட இயக்கம் என்று பெயரெடுத்த விடுதலைப் புலிகள் அமைப்பின் தலைவன் பிரபாகரனின் முதல் ஆயுதம் வாங்கும் முயற்சி வெறும் இருபத்தைந்து காசில் தொடங்கியது. இருபது வாரம் தொடர்ச்சியாக இவர்கள் சேமித்ததில் மொத்தம் 40 ரூபாய் சேர்ந்தது. மோதிரம் விற்ற பணம், இயக்கப் பணம் இரண்டையும் கூட்டினால் கூட துப்பாக்கி வாங்குவதற்கு இன்னும் 40 ரூபாய் வேண்டியிருந்தது.

பேரம் பேசிப் பார்க்கலாம். மசியாவிட்டால் உள்ள பணத்தை இப்போது கொடுத்துவிட்டு மீதியைப் பிறகு தருவதாகச் சொல்லிக் கேட்கலாம். அப்படியும் முடியாவிட்டால் நமது நாட்டுப் பற்றையும், விடுதலை வேட்கையையும் பார்த்தாவது அவர் சம்மதிப்பார். ஓடும் பேருந்தில் பயணிக்கும் போது பிரபாகரனின் சிந்தனை இப்படித்தான் ஓடியது.

அரை நிஜார் அணிந்துகொண்டு நிற்கும் இரு பொடியர்கள் துப்பாக்கி வாங்குகிறோம் என்று சொல்வதைக் கேட்டு சம்மந்தம் திகைத்துப் போனான். அவர்களை அடித்து விரட்டுவதற்குத் தான் முதலில் நினைத்தான். ஆயினும் துப்பாக்கியை மீதான

அவர்களின் ஆசையைக் கண்டு தான் வைத்திருக்கும் ஆயுதத்தைப் பார்க்க அனுமதித்தான். தொட்டுப் பார்க்க அனுமதி கிடையாது.

‘இது பொம்மைத் துப்பாக்கி அல்ல. உங்களை மாதிரி சின்னப் பையன்கள் எல்லாம் தொடக் கூடாது’ என்று சொன்னான்.

துப்பாக்கியை இவ்வளவு அருகாமையில் பார்ப்பது பிரபாகர னுக்கு இதுதான் முதல் தடவை. அதைத் தொடக் கூடாது என்று சொன்னதும் அவனுக்கு அழுகையே வந்து விட்டது. எப்படி இயக்குவது என்று தெரிந்து கொள்ளும் ஆர்வம் அவனையும் மீறி வார்த்தையாக வந்து விழுந்தது. சண்டியரிடம் கெஞ்சிப் பார்த் தான். சண்டியர் சம்மந்தம் சின்னப் பசங்க விளையாட்டுச் சாமான் அல்ல என்று கூறி அதையும் நிராகரித்து விட்டான்.

‘அது சரி. உங்களுக்கு எதற்கு துப்பாக்கி?’

சிங்கள அடக்குமுறையின் சின்னமாகத் திகழும் போலீஸையும், ராணுவத்தையும் எதிர்த்துச் சண்டை போட்டு தமிழ் தேசத்துக்கு விடுதலை பெற்றுத் தருவதற்காக எங்களுக்கு துப்பாக்கி தேவைப்படுகிறது என்று பெருமிதத்தில் தன் கண்கள் விரிய பிரபாகரன் பதில் கூறினான்.

சம்பந்தனுக்கு மறுபடியும் வியப்பு. வயதுக்கு மீறிய பேச்செல் லாம் வேண்டாம், ஒழுங்காக ஊருக்குத் திரும்பிப் போய் படிக்கிற வழியைப் பாருங்கள் என்று அறிவுறுத்தினான்.

‘அதையெல்லாம் கவனித்துக்கொள்ள தலைவர்கள் இருக்கிறார் கள். இப்போதைக்கு படிப்பைக் கவனிங்க. என்னை மாதிரி பெரியவன் ஆனதும் வேண்டுமானால் இந்த மாதிரி விஷய மெல்லாம் பேசலாம். இப்ப கிளம்பற வழியைப் பாருங்கள்’ என்று கூறினான்.

பிரபாகரனுக்கு மனசே இல்லை. ஒரு வேளை பணம் குறை வாகக் கொண்டு இருப்பதால்தான் இந்த ஆள் மறுக்கிறானோ என்ற எண்ணம் பிரபாகரனுக்கு எழுந்தது. அதனால், ‘மிச்சப் பணத்தைக் கொடுத்தால் துப்பாக்கி தருவீர்களா?’ என்றும் கேட்டுப் பார்த்தான். அதற்கும் மறுப்பே பதிலாகக் கிடைத்தது. தொங்கிய தலையோடும், நொறுங்கிய இதயத்தோடும் வல் வெட்டித் துறைக்குத் திரும்பினான்.

ஆயுதம் சேகரிப்பது ஒரு பக்கம் இருக்கட்டும். நேரம் வரும் போது அது எப்படியும் கிடைக்கும். அதற்கு முன் ஒரு ராணுவ அமைப்பாகத் திகழ்வதற்கு ஏற்ப உறுப்பினர்கள் மன ரீதியாக வும், உடல் ரீதியாகவும் பலம் பெற வேண்டும் என்று முடிவு கட்டினான் பிரபாகரன். ராணுவப் பயிற்சிகளில் என்னென்ன உடற்பயிற்சிகள் சொல்லித் தருகிறார்கள் என்று தெரிந்து கொண்டனர். போலீஸ் எப்படியெல்லாம் சித்திரவதை செய் கிறது என்றும் அறிந்துகொண்டனர். ஒரு வேளை கைதாக வேண்டிய சூழ்நிலை ஏற்பட்டால் அதைச் சமாளிக்கும் பக்குவம் கிடைக்கும் என்ற எண்ணம்.

கடுமையான பயிற்சிகளை மேற்கொண்டனர். பிரபாகரன் தன் கூட்டாளிகளுடன் சேர்ந்து கராத்தேவும் ஜூடோவும் கற்றான். சாக்குப் பைக்கு உள்ளே அமர்ந்து கட்டிக்கொள்வார்கள். அப்படியே பகல் முழுக்க வெயிலில் படுத்திருப்பார்கள். பிரித்து வைத்த மிளகாய் மூட்டையின் மீது படுத்துக்கொண்டார்கள். நகக் கண்களில் ஊசி ஏற்றிக்கொண்டனர். இவை அனைத்துமே அந்தக் கால கட்டத்தில் போலீஸ் சித்திரவதைகளில் மிக முக்கிய மானவை.

இதற்கிடையில் ரகசியமாக இயங்கிய தங்கதுரையின் குழுவில் சுமார் 25 பேர் இயங்கினார்கள். அவரை எல்லோரும் 'மாமா' என்று அழைப்பார்கள். நடராஜா தங்கவேலு என்பது தங்கதுரை யின் இயற்பெயர். குட்டிமணியின் உண்மையான பெயர் செல்வ ராஜா யோகச்சந்திரன். ஏற்கனவே குறிப்பிட்டது போல அவர்கள் இருவருமே பிரபாகரன் பிறந்த வல்வெட்டித்துறையில் பிறந்த வர்கள் ஆவர். மேலும் அந்தக் கூட்டத்தில் பெரும்பாலானவர்கள் அந்த ஊரைச் சேர்ந்தவர்களா, ஒருவருக்கு ஒருவர் நன்கு பரிட்சய மானவர்களாகவே இருந்தனர்.

1970ஆம் ஆண்டு தொடக்கத்தில் தங்கதுரை இரண்டு துப்பாக்கி களை வாங்கினார். உறுப்பினர்களுக்குப் பயிற்சி அளிப்பதற்கும், உள்ளூரிலேயே துப்பாக்கி தயாரிப்பதற்கு மாதிரியாகவும் அவற்றைப் பயன்படுத்துவதற்கு தங்கதுரை திட்டமிட்டிருந்தார். அதே மாதிரி துப்பாக்கியை உருவாக்கும் பொறுப்பு கண்ணாடி பத்மநாதனிடமும், பிரபாகரனிடமும் அளிக்கப்பட்டது. 'கண்ணாடி' ஏற்கனவே ரேடியோ மெக்கானிக் தொழிலில் ஈடுபட்டிருந்தார். அவருக்குத் துணையாக எதையும் உன்னிப் பாகக் கவனிக்கும் ஆற்றல் இருந்த 'தம்பி' பிரபாகரன்.

வழக்கமாக அவர்கள் சந்திக்கும் வீட்டின் திண்ணையில் திருப்புளி, சுத்தியலுடன் உட்காந்து துப்பாக்கியை நோட்டம் விட்டனர். துரித நேரத்தில் அதை அக்குவேறு ஆணிவேறாகப் பிரித்து விட்டனர். விரித்து வைத்திருந்த செய்தித்தாளின் மீது அதன் பாகங்களைப் பரப்பினர். மறுபடியும் இருந்தது இருந்த படியே பூட்டி துப்பாக்கியை பழைய நிலைக்கே கொண்டு வந்தனர்.

இவ்வாறாக கண்ணாடியும், பிரபாகரனும் தமிழீழ விடுதலைப் போராட்டத்தில் முதல் துப்பாக்கி மெக்கானிக் என்ற அந்தஸ்தைப் பெற்றனர். அதோடு நிற்காமல் சுயமாக துப்பாக்கி தயாரிக்கும் கலையிலும் தேர்ச்சி பெற்றனர். சுடுவதற்கு துப்பாக்கி மட்டும் போதுமா, குண்டு வேண்டாமா என்ற கேள்வி நமக்கு எழுகிறது. அதே நேரம் துப்பாக்கி செய்கிறவர்களுக்கு குண்டு செய்யத் தெரியாமலா இருக்கும் என்ற பதிலும் எழுகிறது. குண்டு தயாரிப்பதற்கு நூதனமான முறைகளை அவர்கள் கையாண்டனர். ஆரம்பத்தில் தீக்குச்சியில் இருந்த மருந்தை உபயோகித்தனர். அதன் பிறகு பட்டாசுகளில் இருந்த வெடி மருந்தை எடுத்து குண்டு தயாரித்தனர். போராளிகள் ஆரம்ப காலத்தில் கையாண்ட துப்பாக்கிகளும், குண்டுகளும் இவ்வாறு உருவானவை ஆகும்.

•

1970ஆம் வருடம் அரசியல் மேடையிலும் முக்கியமான மாறு தலைக் கண்டது. ஐந்து ஆண்டு கால டட்லி சேனநாயகாவின் ஆட்சி நிறைவடைந்தது. அவர் ஆட்சியில் இருந்த 1,825 நாள்களில் மொத்தம் 1,085 நாள்கள் எமர்ஜென்சியில் கழிந்தது. அது ஒரு பெருமை.

தமிழர்கள் சார்பாக தமிழரசுக் கட்சி மீண்டும் ஒரு முறை ஃபெடரல் அமைப்பை முன்னிறுத்தி வாக்குச் சேகரித்தது. அக்கட்சி 'தனி நாடு' என்ற சொல்லை நிராகரித்தது. அதன் தேர்தல் அறிக்கையில் தமிழ் மக்களின் அவசரத் தேவை ஃபெடரல் அரசாங்கம் மட்டுமே என்று கூறியது. அப்படிப்பட்ட அரசியல் அமைப்பு மூலமாக சிங்களர்களுக்கு இணையான சுதந்தரமும், கண்ணியமான வாழ்வும் அவர்களுக்குக் கிடைத்து அந்த இனம் ஒட்டுமொத்த அழிவில் இருந்து மீள்வதற்கு உதவும் என்று நம்பியது.

1969இல் ஆரம்பிக்கப்பட்ட வி. நவரத்தினத்தின் தமிழர் சுயாட்சிக் கழகமும், அதற்கு முன்பிருந்தே தனி நாடு கோரிக்கையை வலியுறுத்திய சுந்தரலிங்கத்தின் ஈழத் தமிழர் ஒற்றுமை முன்னணியும் தேர்தலில் தோல்வியுற்றன. ஆனாலும், சிங்கள ஆதிக்கத்திலிருந்து விடுபட்டு சுதந்தர தேசத்தைக் கட்டமைக்க அவர்கள் இருவரும் எழுப்பிய குரல் இளைஞர்களின் இதயத்தைத் தொடும் அளவுக்குப் பலமாக அமைந்தது என்பதை மறுப்பதற்கில்லை.

சிறீலங்கா சுதந்தரக் கட்சி தேர்தலில் வெற்றி பெற்றதைத் தொடர்ந்து சிறீமாவோ பண்டாரநாயகா மீண்டும் பிரதமரானார். ஐக்கிய தேசியக் கட்சியின் தோல்விக்குப் பிறகு கட்சிப் பொறுப்பை ஜே.ஆர்.ஜெயவர்தனாவிடம் ஒப்படைத்து விட்டு டட்லி சேனநாயகா அரசியலை விட்டு வெளியேறினார்.

சிறிமாவோ அமைச்சரவையில் கல்வி அமைச்சராக நியமிக்கப் பட்ட பதியுதீன் முகமது இலங்கை இனப்பிரச்னையில் ஒரு வரலாற்று முக்கியத்துவம் வாய்ந்த ஒரு சட்ட மசோதாவை நாடாளுமன்றத்தில் அறிமுகம் செய்தார். அந்தச் சட்டத்துக்கு 'தரப்படுத்துதல்' (standardization) என்று பெயர். மருத்துவம், பொறியியல் போன்ற சமூக அந்தஸ்து மிகுந்த பாடங்களில் தமிழர்கள் ஆதிக்கம் செலுத்துவது, சிங்கள மக்களுக்கு அதிருப்தியை உண்டாக்கியிருப்பதாக மக்களவையில் பேசிய பதியுதீன் குறிப்பிட்டார். இந்தத் தொழில் துறைப் படிப்புகளில் தமிழ் மாணவர்கள் தேர்ச்சி பெறுவதற்கு அவர் கண்டுபிடித்த காரணங்கள் சிறுபிள்ளைத்தனமாகவும், தமிழ் மாணவ சமுதாயத் தின் கோபத்தைத் தூண்டுவதாகவும் இருந்தன. தமிழ் மாணவர் களின் தேர்வுத் தாள்களைத் திருத்தும் தமிழ் வாத்தியார்கள் அவர்களுக்கு நிறைய மதிப்பெண்களை வாரி இறைப்பதாகக் குற்றம் சாட்டினார். மேலும் செய்முறைத் தேர்வின் போது தமிழ் ஆசிரியர்கள் தமிழ் மாணவர்களுக்கு உதவி செய்வதாகவும் அவர் நாடாளுமன்றத்திலேயே கூசாமல் பேசினார்.

இதனால் சிங்களர்களுக்கு மாபெரும் அநீதி இழைக்கப்பட்டுள்ள தாகவும், அதை நிவர்த்தி செய்ய வேண்டியது அமைச்சரவையின் கடமை என்றும் தமிழைத் தாய்மொழியாகக் கொண்ட அந்த முஸ்லிம் அமைச்சர் தன் அரசியல் நலன்களை முன்னிறுத்தி இலங்கைத் தீவின் அரசியல் போக்கையே தன்னுடை பேச்சு எந்த அளவுக்கு மாற்றப் போகிறது என்பதை அறியாமல் பேசினார்.

அநீதியைக் களையும் நடவடிக்கையின் முதல் பகுதியாக செய் முறைத் தேர்வுகளை ரத்து செய்தார். இரண்டாவதாக தரப்படுத்து தலை அறிமுகப்படுத்தினார்.

முதலில் தமிழ் மக்களின் வாக்குரிமை, பிறகு அவர்களது மொழி, கூடவே அவர்களது நிலப் பரப்பு என்று எல்லா முனைகளிலும் தமிழ் மக்களின் இன அடையாளத்தை, அந்த இனத்தின் இருப்பைத் திட்டமிட்டு விழுங்கி அழிக்கும் சிங்கள ஆட்சியாளர் களின் தொடர் நடவடிக்கையின் ஒரு பகுதியாக விளைந்த இந்தத் தரப்படுத்துதல் சட்டம் தமிழ் இளைஞர் மத்தியில் ஏற்கனவே இருந்த சிங்கள எதிர்ப்புணர்வை மேலும் ஆழப்படுத்தியது. தவிர தரப்படுத்துதல் உண்டாக்கும் பாதகமான பாதிப்புகளை முழுமை யாகவும், உடனடியாக உணரத் தவறிய மிதவாதத் தமிழ் அரசியல் தலைமையிடம் இருந்து மாணவர்களையும், இளைஞர்களையும் தூரப்படுத்தியது.

பொன்னுதுரை சத்தியசீலன் தலைமையில் தமிழ் மாணவர்கள் ஒன்று திரண்டனர். யாழ்ப்பாணத்தில் ஊர்வலமாகச் சென்று தமிழரசுக் கட்சித் தலைவர்களைச் சந்தித்து முறையிட்டனர். ஆனால் அரசியல் தலைமையில் பதில் அவர்களுக்குத் திருப்தி அளிக்கும் வகையில் இல்லை. ஜி.ஜி.பொன்னம்பலத்தின் தமிழ் காங்கிரஸ் மீது எங்களுக்கு என்றைக்குமே நம்பிக்கை இருந்த தில்லை; இப்போது தமிழரசுக் கட்சியும் அப்படித்தான் இருக் கிறது என்று பகிரங்கமாக அறிவித்து விட்டு, தங்கள் பிரச்னை களுக்காகத் தாமே போராடுவது என்ற நோக்கத்தில் சத்தியசீலன் தலைமையில் 1970 நவம்பர் மாதம் ‘தமிழ் மாணவர் பேரவை’ நிறுவப்பட்டது. சிவக்குமரன் உள்ளிட்ட பலர் அதில் இணைந் தனர். பள்ளிப் பொதுத் தேர்வைக் கடந்த மாணவர்கள் மட்டுமே அதில் உறுப்பினராகலாம் என்ற கட்டுப்பாடு தொடக்கத்தில் இருந்தது. அதன் பின்னர் கீழ் வகுப்பில் பயிலும் மாணவர்களும் சேரலாம் என்று தளர்த்தப்பட்ட போது பிரபாகரன் தமிழ் மாணவர் பேரவையில் பதிவு செய்தார். அப்போது 15 வயது.

கட்சியின் இளைஞர் பிரிவைக் கட்டுக்கோப்பாக வைத்திருக்கும் பொறுப்பை அமிர்தலிங்கத்திடம் கொடுத்திருந்தார் தந்தை செல்வா. தமிழ் மாணவர் பேரவைப் பிரதிநிதிகள் 1970 டிசம்பர் வாக்கில் அமிர்தலிங்கத்தைச் சந்தித்து தரப்படுத்துதல் பிரச்னை யில் தமிழரசுக் கட்சியின் சார்பாக எதாவது செய்யுமாறு வேண்டி னார்கள்.

அமிர்தலிங்கம் அடுத்த மாதம் நடந்த கட்சி மாநாட்டில் அந்தப் பிரச்னையை எழுப்பி, அதன் தீவிரத்தை விவரித்தார். அதன் விளைவாக தந்தை செல்வா தலைமையில் 11 பேர் குழு உருவானது. அக்குழு பிரதமர் சிறீமாவோவைச் சந்திக்க முயன்ற போது, 'போய் பதியுதீனைப் பாருங்கள்' என்று சொல்லப் பட்டது. பதியுதீனையும் சந்தித்தார்கள். தரப்படுத்துதல் தவிர வேறு எதைப் பற்றி வேண்டுமானாலும் பேசுங்கள். என்னால் இயன்றதைச் செய்கிறேன். ஆனால் தரப்படுத்துதல் ஒட்டு மொத்த அமைச்சரவையின் முடிவு. நான் அதை நடைமுறைப் படுத்தும் வேலையை மட்டும் செய்கிறேன். அதை மாற்றும் அதிகாரம் எனக்கில்லை என்று சொல்லி கல்வி அமைச்சர் பதியுதீன் கையை விரித்து விட்டார்.

இதற்கிடையில், உரும்பிராய் இந்து கல்லூரிக்கு கலாச்சாரத் துறை உதவி அமைச்சர் சோமவீர சந்திரசிறீ 1970ஆம் ஆண்டு ஜூன் 13ஆம் தேதி வந்திருந்தார். அவர் தீவிரமான சிங்கள இனவாதியாகக் கருதப்பட்டார்; கிளர்ச்சிக்காரத் தமிழ் இளைஞர் களால் வெறுக்கப்பட்டார். அவரது காருக்கு சிவக்குமரன் குண்டு வைத்தார். தமிழ் பேசும் மக்களின் விடுதலைப் போராட்டத்தில் இதுவே முதல் வன்முறைச் சம்பவம் ஆகும். இந்தச் சம்பவத்தில் உயிர்ச்சேதம் எதுவும் ஏற்படவில்லை. யாரும் காயமடையவும் இல்லை. ஆனால் அமைச்சரின் கார் தகர்ந்தது. இக்குண்டு வெடிப்பைத் தொடர்ந்து சிவக்குமரன் கைது செய்யப்பட்டார். அவரது கைது இளைஞர்கள், மாணவர்கள் மத்தியில் பய உணர்வை உருவாக்குவதற்குப் பதிலாக புதிய சிந்தனையைத் தோற்றுவித்தது. தாங்களும் வன்முறைப் பாதையில் பயணிக்க விரும்பினர். அதில் ஆர்வமும் கொண்டனர்.

4. இழந்த நம்பிக்கை

பிரபாகரனின் முதல் வன்முறைச் சம்பவம் 1970ஆம் வருடம் நடைபெற்றது. சிவக்குமரன் சிங்கள அமைச்சரின் உயிருக்குக் குறி வைத்து அவருடைய காரைத் தகர்த்தார்; ஆனால் பிரபாகரன் உயிர்ச் சேதம் ஒன்றும் ஏற்படாமல் அரசுப் பேருந்தைக் கொளுத்தத் தீர்மானித்தார். அரசாங்கத்தின் மீதான அதிருப்தியை அரசுச் சொத்துக்குச் சேதம் ஏற்படுத்துவதன் மூலம் வெளிப்படுத்தலாம் என்ற நம்பிக்கை. துணைக்கு மூன்று தோழர்களை அழைத்துக்கொண்டார். அவர்கள் மக்கள் யாருக்கும் தீங்கு நேரமால் பஸ்ஸைக் கொளுத்துவதற்கும் சுலபமாகத் தப்பித்துச் செல்வதற்கும் வசதியான ஒரு நேரத்தைத் தேர்ந்தெடுத்தார்கள்.

இரவின் கடைசி டிரிப்பை முடித்து விட்டு வல்வெட்டித் துறையில் இருந்து பருத்தித்துறை டிப்போவை நோக்கிச் சென்றுகொண்டிருந்தது பஸ். பிரபாகரன் தன் கூட்டாளிகளுடன் அதை எதிர்பார்த்து வல்வெட்டித்துறை எல்லைக்கு வெளியே ஒரு கேன் பெட்ரோலுடன் காத்திருந்தார். பஸ் வெளிச்சத்தைக் கண்ட அவரது நண்பர்கள்

பயந்து போய் இருட்டுக்குள் ஓடி மறைந்தனர். ஆனால் பிரபாகரன் தளரவில்லை. ஏற்கனவே வெட்டப்பட்டிருந்த தென்னை மரத்தின் துண்டை உருட்டி விட்டார். அதனால் மேற்கொண்டு பேருந்தைச் செலுத்த முடியாத ஓட்டுனரும், நடத்துனரும் கீழே இறங்கி மரத்தை உருட்டித் தள்ள முயன்ற போது அவர்களை விரட்டி விட்டார். பிறகென்ன? பெட்ரோலைத் தெளித்துத் தீக்குச்சியை உரசிப் போட்டார். அவ்வளவுதான்! இந்த நிகழ்ச்சி நண்பர்கள் வட்டாரத்தில் பிரபாகரனின் செல்வாக்கை வெகுவாக உயர்த்தியது.

இந்த வன்முறைச் சம்பவங்கள் ஒரு பக்கம் நடந்தாலும் ஆட்சிக்கு வந்தவுடன் தரப்படுத்துதல் சட்டத்தை இயற்றுவதோடு, அரசியல் அமைப்பையும் மாற்றும் காரியத்தில் சிறீமாவோ நிர்வாகம் தீவிரம் காட்டியது. அந்தக் காரணத்துக்காகவே அரசியலமைப்பு விவகாரங்களுக்கான அமைச்சகம் அமைத்து அதில் கோல்வின் டி-சில்வாவை அமர்த்தியிருந்தது. இது தமிழ் மக்களின் முக்கிய அரசியல் சக்தியாகத் திகழும் தமிழரசுக் கட்சிக்குத் தெரியாமல் இல்லை. ஒவ்வொரு முறை தேர்தலில் போது ஃபெடரல் கோரிக்கையை முன்நிறுத்தி வாக்குச் சேகரிப்பதும், அதன் பிறகு தாம் சொன்னதை மறந்து விட்டு சிங்கள ஆட்சியாளர்களோடு ஒத்துழைப்பதும் அந்தக் கட்சிக்குப் பழகியிருந்தது. இந்தத் தேர்தலில் கூட அதைச் சொல்லித்தான் வெற்றி பெற்றனர். மேலும், அரசியலமைப்பில் மாற்றம் வரும் என்பதை உணர்ந்து ஃபெடரல் அமைப்பைப் புகுத்தி விடலாம் என்று நம்பிக்கொண்டிருந்தனர்.

அக்கட்சி பழக்க தோஷத்தினால் இந்த முறையும் பணிந்து போய் விடும் என்று சுந்தரலிங்கமும், நவரத்தினமும் பயந்தனர். கையெழுத்துப் போட்ட ஒப்பந்தத்தையே கிழித்துக் காற்றில் பறக்க விடுவது சிங்கள அரசியல்வாதிகளின் பழக்கம். அப்படி இருக்கும் போது, 'இதுதான் எங்கள் ஃபெடரல் திட்டம். இதை ஏற்றுக்கொள்ளுங்கள்' என்று சொன்னால் அதை ஒரு பொருட்டாகவே கருதமாட்டார்கள்.

எண்ணிக்கை விளையாட்டில் சிங்கள நாடாளுமன்ற உறுப்பினர்களை தமிழ் உறுப்பினர்கள் எதிர்கொள்ள முடியாது. என்ன கூச்சல் போட்டாலும் சிறீமாவோ நினைப்பதுதான் அரசியல் அமைப்புச் சட்டமாக இருக்கும். தீவிர சிங்கள இனவாதக் கருத்துக்கு மாறாக அவர் ஒரு போதும் நினைக்க மாட்டார். சிங்களப்

பெரும்பான்மை எண்ணம் சிலோன் தீவு முழுமைக்கும் தன் அதிகாரத்தைச் செலுத்த விரும்புமே தவிர தமிழர்கள் தமக் கென்று பிராந்திய அதிகாரம் பெறுவதைக் கடுமையான எதிர்ப்பார்கள். ஆக மொத்தத்தில் நாடாளுமன்றத்தில் என்ன முடிவு மேற்கொள்ளப்படும் என்று இந்த இரு முற்போக்குத் தலைவர்களும் உறுதியாக நம்பினார்கள்.

நாங்களும் அரசியல் அமைப்புத் திருத்த முயற்சியில் ஈடுபடு கிறோம் என்று கூறிக்கொண்டு கூடிக் குலவிக் கடைசியில் மூக்கு உடைபட்டு வந்தால் அது தமிழரசுக் கட்சி மீது அபார நம்பிக்கை வைத்திருக்கும் தமிழ் மக்களின் தன்னம்பிக்கையை உருக் குலைத்து விடும் என்று அவர்கள் வாதிட்டுப் பார்த்தார்கள். ஆனால் தமிழரசுக் கட்சி செவி சாய்ப்பதாக இல்லை. இறுதி முயற்சியாக அமிர்தலிங்கத்தை நேரில் சந்தித்து முறையிட்டனர். ‘நாங்கள் என்ன செய்ய வேண்டுமென்பதை வேறு யாரும் சொல்லிக் கொடுத்துத்தான் தெரிய வேண்டும் என்பதில்லை’ என்ற பதில் அமிர்தலிங்கத்திடம் இருந்து வந்தது. கூடவே இன்னொரு தகவலும் வந்தது.

டட்லி சேனநாயகாவின் அமைச்சரவையில் அங்கம் வகித்த திருச்செல்வத்துக்கு சிங்கள அரசியல்வாதிகளிடம் நல்ல தொடர்பு இருந்தது. அவரைச் சந்தித்த கோல்வின் டி-சில்வா புதிய அரசியல் சட்டத்தில் தமிழர்களுக்கு சில ‘சலுகைகளை’ வழங்கும் உத்தேசம் இருப்பதாகச் சொன்னார். இந்தச் செய்தியை திருச்செல்வம் தமிழரசுக் கட்சித் தலைமையிடம் போட்டு வைத் தார். ஒடுக்கப்பட்ட தமிழ் மக்களின் ‘உரிமைகளை’ மீட்டெடுப் பதற்குப் போராடுவதாகச் சொல்லும் தமிழரசுக் கட்சி சிங்களத் தலைமை எலும்புத் துண்டாக நினைத்துத் தூக்கிப் போடும் ‘சலுகைகளை’ தவற விடத் தயாராக இல்லை.

மேலும் கோல்வின் டி-சில்வா மீது அவர்களுக்கு நன்மதிப்பு இருந்தது. 1956ஆம் வருடம் சாலமன் பண்டாரநாயகா தனிச் சிங்களச் சட்டத்தை அறிமுகப்படுத்திய போது டி-சில்வா அதை எதிர்த்தார். ‘இரண்டு மொழி ஒரு தேசம், அல்லது ஒரு மொழி இரு தேசம்’ என்று நாடாளுமன்றத்தில் முழங்கினார். அதாவது தமிழ், சிங்களம் ஆகிய இரண்டும் ஆட்சி மொழியாக இருந்தால் சிலோன் ஒரே நாடாகத் தொடரும். இல்லாவிட்டால் சிங்கள தேசம் வேறாகவும், தமிழ் தேசம் வேறாகவும் இரு நாடுகளாகி ஒவ்வொன்றிலும் ஒற்றை மொழி ஆட்சி மொழியாக இருக்கும்.

அரசியலமைப்புத் திருத்தம் தொடர்பாக விவாதிப்பதற்கு 1970 ஜூலை 11ஆம் தேதி தமிழரசுக் கட்சியின் செயற்குழு கூடியது. அந்தக் கூட்டத்தில் உடுவில் நாடாளுமன்ற உறுப்பினர் தர்ம லிங்கத்திடம் புதிய ஃபெடரல் அரசியலமைப்பு வரைவுத் திட்டம் தயாரிக்கும் பொறுப்பு ஒப்படைக்கப்பட்டது. அவரும் பொறுப் பாக உட்கார்ந்து ஒரு மாதிரித் திட்டத்தை உருவாக்கினார். ஒரு மத்திய அரசு, ஐந்து மாநில அரசுகள் என ஒரு பக்கா ஃபெடரல் அமைப்பை தமிழரசுக் கட்சி முன்வைத்தது.

அயல்நாட்டு உறவுகள், பாதுகாப்பு, சட்டம் ஒழுங்கும், குடி யுரிமை, குடிவரவு, சுங்கம், அஞ்சல், தொலைத் தொடர்பு, ரயில் கடல் மற்றும் வான் வழிப் போக்குவரத்து, மின்சாரம், கல்வி மற்றும் சுகாதாரக் கொள்கைகள், நிதிக் கொள்கை உட்பட அநேக அதிகாரங்கள் மத்திய அரசின் கையில் இருக்கும் என்று அது கூறியது. இந்தியாவில் மாநிலங்களுக்கு இருக்கும் அதிகாரங் களை விடக் குறைவான அதிகாரமே தமிழரசுக் கட்சி முன்வைத்த மாநிலக் கட்டமைப்பு கோரியது. போலீஸ், சட்டம் ஒழுங்கு ஆகிய பொறுப்புகள் இந்திய அரசியல் அமைப்பில் மாநிலங் களின் கையில் உள்ளதைக் கவனிக்க வேண்டும்.

சிங்களமும், தமிழும் தேசிய மொழிகளாக இருக்கும். வட கிழக்குப் பகுதியில் நீதிமன்றம் தமிழில் இயங்கும். தீவின் மற்ற பகுதிகளில் சிங்களத்தில் இயங்கும். ஒவ்வொரு குடிமகனுக்கும் தனது தாய் மொழியில் அரசாங்கத்திடம் பேசும் உரிமை உண்டு.

இப்படியெல்லாம் எழுதிக்கொண்டு தமிழரசுக் கட்சி நிர்வாகிகள் 1971 ஜனவரி 4ஆம் தேதி நடக்கும் அரசியல் அமைப்பு நிர்ணயச் சபைக் கூட்டத்துக்குச் சென்றனர். தமிழர்களின் கருத்தை அந்த சிங்களப் பெரும்பான்மைக் கூட்டம் ஏற்கவில்லை. ஸ்ரீலங்கா வில் ஒரே ஒரு அரசு மட்டுமே இருக்கும். அதனிடம் மட்டுமே எல்லா அதிகாரங்களும் இருக்கும் என்று கூறியது. இங்கே ஸ்ரீலங்கா என்ற வார்த்தையைக் கவனிக்க வேண்டும். ‘சிலோன்’ என்ற பெயரை ஸ்ரீலங்கா என்று மாற்றுவதென்றும் அரசு முன்மொழிந்தது. தமிழ்த் தலைவர்கள் கெஞ்சிப் பார்த்தனர்.

அரசியல் நிர்ணய சபை ஃபெடரல் திட்டத்தை நிராகரித்து விட்டு அதிகாரம் குவிந்த ஒற்றை அரசாங்க அமைப்பை 1971 மார்ச் இறுதியில் தீர்மானம் மூலம் நிறைவேற்றியது. அதிகாரப் பரவலாக்கத்தில் தமிழர் கோரிக்கையைப் புறக்கணித்ததோடு

நிறுத்திக்கொள்ளவில்லை. ஒரு இனத்தை அழிக்க வேண்டு மானால் அந்த இனத்தின் மொழியை அழிக்க வேண்டும் என்பதை உணர்ந்து தனிச் சிங்களச் சட்டம் கொண்டு வந்த கணவரின் பாதையில் பயணித்தார். நாடெங்கும் நீதி மன்றங்கள் சிங்களத்தில் இயங்கும் என்றும் புதிய அரசியல் சட்டம் ஊர்ஜிதப்படுத்தியது.

இதற்கெல்லாம் மகுடம் வைத்தது போல, புதிய அரசியல் அமைப்பில் புத்த மதம் அரசாங்க மதமாக மாற்றப்பட்டது. அந்த 1971ஆம் ஆண்டில்தான் சிலோன் தீவில் ஜனநாயகத்துக்கு இன்னுமொரு அடி விழுந்தது. சிறீமாவோ தலைமையிலான சிறீலங்கா சுதந்தரக் கட்சி தேர்தலில் அதிக இடங்களைப் பெற்று பெரும்பான்மை சக்தியாக இருந்த போதும் மேலவையான செனட் சபையில் ஐக்கிய தேசியக் கட்சி உறுப்பினர்கள் அதிக எண்ணிக்கையில் இருந்தனர். எனவேதான் அத்தனை காலமும் மக்களவை ஏதாவது அடாவடித்தனம் செய்தால் தட்டிக்கேட்கும் சக்தியாக விளங்கிய செனட் சபையை சிறீமாவோ ஒரேயடியாக ஒழித்துக்கட்டினார்.

இப்படிப்பட்ட பின்னணியில் தெற்காசிய வரலாற்றில் மிக முக்கியமான நிகழ்ச்சிகள் 1971இல் நடந்தன.

கடந்த வருடம் சிறீமாவோ ஆட்சிக்கு வந்தவுடன் விடுதலை யான ஜே.வி.பி. ஆயுத இயக்கத்தின் தலைவர் ரோஹன் விஜய வீரா முனைப்புடன் செயல்பட்டார். (கடந்த டட்லி சேனநாயகா ஆட்சிக் காலத்தில் சிங்கள ராணுவ அதிகாரிகள் உதவியுடன் ஆட்சியைக் கைப்பற்ற முயன்ற குற்றத்திற்காகச் சிறையில் அடைக்கப்பட்டவர் இவர்.) நிறையப் பேரைப் புதிதாகச் சேர்த்துக்கொண்டே போனார். 1971 ஆரம்பத்தில் ஆள்சேர்ப்பை அவர் நிறுத்தினார். ஏற்கனவே சேர்ந்திருக்கும் உறுப்பினர்களை நிதி திரட்டுமாறு தூண்டினார். அதை வைத்து இயக்கத்துக்குப் பெருமளவில் ஆயுதம் வாங்க வேண்டும். இயக்கம் ஆட்சியைக் கைப்பற்றும் போது இப்போது சிரமப்பட்டு பணம் கொடுக்கிற உறுப்பினர்களுக்கு வெகுவான பலன் கிடைக்குமாறு கவனிப்ப தாக இயக்கம் கூறியது.

பிப்ரவரி மாதம் ஜே.வி.பி. இயக்கத்தினர் பெரதானியா பல் கலைக் கழக மொட்டை மாடியில் காயவைப்பதற்குக் கொட்டி வைத்திருந்த வெடிமருந்து அளவுக்கு மீறி வெயிலில் காய்ந்து

வெடிக்க ஆரம்பித்து ஐந்து நாள்கள் தொடர்ச்சியாக வெடித்துக் கொண்டே இருந்தது. ஆட்சிக் கவிழ்ப்பு சதி ஒன்று உருவாகி வருவதை அறிந்த அரசு எமர்ஜென்சியைப் பிரகடனப்படுத்தியது. விஜயவீரா கைது செய்யப்பட்டு யாழ்ப்பாணச் சிறையில் அடைக்கப்பட்டார்.

ஏப்ரல் 4ஆம் தேதி ஜே.வி.பி. ஆயுதக் கிளர்ச்சியில் ஈடுபட்டது. அந்த இயக்கத்தினர் 25-30 பேர் அடங்கிய குழுக்களாகப் பிரிந்து காவல் நிலையங்களைத் தாக்கினார்கள். நாட்டில் மொத்தமிருந்த 273 போலீஸ் ஸ்டேஷன்களில் சிங்களப் பகுதியில் இருந்த 93 ஸ்டேஷன் கிளர்ச்சியாளர் கைக்கு வந்தது. அது தவிர தாக்குதலே நடக்காத பகுதியில் கூட போலீசார் பயந்துகொண்டு ஓடிவிட்டனர். சிலோனின் தெற்கு, மேற்குப் பிராந்தியமே கை மாறியது.

ஜே.வி.பி.யினர் கொழும்பையும் தாக்கப் போகிறார்கள் என்ற வதந்தி பரவியது. அன்று இரவு பிரதமர் சிறீமாவோ பண்டார நாயகா தனது அலுவலக மேசைக்கு அடியில் நடுங்கியபடியே அமர்ந்திருந்தார். நாடாளுமன்றத்தைக் கைப்பற்றி விட்டு பிரத மரைக் கைது செய்வதற்குப் புரட்சியாளர்கள் வருவதாகக் கிடைத்த செய்தியை நம்பி அவர் பயந்து விட்டார். நள்ளிரவுக்குப் பிறகு சிறீமாவோ பத்திரமாக அழைத்துச்செல்லப்பட்டார்.

எதிர்பாராமல் நடந்த தாக்குதலில் அரசு நிலை குலைந்து போனது. புரட்சியாளர்களைத் தெளிவாகத் திட்டமிட்டு வழி நடத்த யாருமில்லை. மேலும் அவர்கள் நவீன ஆயுதங்களையும் வைத்திருக்கவில்லை. அவர்களது வீரியமான ஆயுதம் அதிர்ச்சித் தாக்குதல்தான். ஆனால் ராணுவம் சுதாரித்துக்கொண்டு திருப்பித் தாக்கி கிளர்ச்சியாளர்களிடம் இருந்து காவல் நிலையங்களை மீட்டது. இதற்கு மூன்று வாரம் பிடித்தது. இந்த நடவடிக்கையின் போது ஐயாயிரத்துக்கும் மேலான சிங்கள இளைஞர்கள் கொல்லப்பட்டதாக அரசு அறிவித்தது. ஆனால் பத்திரிகைகளில் 25,000 பேர் இறந்ததாகச் செய்திகள் வெளியாயின. முடிவில் 18,000 பேர் சிறையில் அடைக்கப்பட்டனர். ரோஹன விஜய வீராவுக்கு ஆயுள் தண்டனை வழங்கப்பட்டது. பின்னர் அது 20 ஆண்டுகளாகக் குறைக்கப்பட்டது.

ஆயுதப் புரட்சியைத் தூண்டியதாக வட கொரியா மீது சிறீமாவோ குற்றம் சுமத்தினார். ஏப்ரல் 16ஆம் தேதி வட கொரியத் தூதரகத்தை மூடுமாறு சிலோன் உத்தரவிட்டது.

ஜே.வீ.பி. ஆயுதப் புரட்சிக்கு முன்னதாகவே அரசியல் நிர்ணய சபையில் தம் கோரிக்கை நிராகரிப்பட்டதைத் தொடர்ந்து தமிழரசுக் கட்சியின் முக்கியத் தலைவர்கள் சென்னைக்குப் புறப்பட்டனர். பிப்ரவரி 20ஆம் தேதி தந்தை செல்வநாயகமும், அவருடைய தளபதி அமிர்தலிங்கமும் தமிழகத் தலைவர்களைச் சந்தித்து தங்களது நியாயமான உரிமைகள் மறுக்கப்படுவதை எடுத்துச் சொன்னார்கள்.

•

டிசம்பர் 16, 1971ல் இந்திரா காந்தியின் முன்முயற்சியால் உலக வரைபடத்தில் பங்களாதேஷ் என்ற நாடு உருவானது. இலங்கைத் தமிழர்கள் இந்த மாற்றத்தை ஆவலுடன் உற்று நோக்கினர்.

ஆங்கிலேயர் வருவதற்கு முன் எந்தக் காலத்திலும் ஒரே தேசமாக இருந்திராத உருது பேசும் மேற்கு பாகிஸ்தானும், வங்காள மொழி பேசும் கிழக்கு பாகிஸ்தானும் 1947இல் ஒரே தேசமாக ஆக்கப்பட்டன. ஆனால், அம்மக்களின் மாறுபட்ட இன, மொழி, வரலாற்றுப் பின்னணி அவர்களை ஒன்றிணைந்த நாடாகத் தொடர்வதைத் தடுத்தது. முடிவாக இந்தியத் தலையீட்டின் உதவியோடு பங்களாதேஷ் மக்களுக்கு விடுதலை கிடைத்தது.

பங்களாதேஷ் போரின் போது பாகிஸ்தான் விமானங்கள் இந்திய வான் எல்லையில் பறக்கக் கூடாது என்று இந்திய அரசு தடை விதித்திருந்தது. ஆனால் கொழும்பு சிங்கள அரசு பாகிஸ்தானுக்கு உதவ முன்வந்தது. பாகிஸ்தான் போர் விமானங்கள் கொழும்பில் நின்று எரிபொருள் நிரப்பிக்கொண்டு போருக்குக் கிளம்பின. ஏற்கனவே சீனப் போரின் போது சீனாவுக்குப் பரிந்து பேசிய சிலோன் அரசு, இந்தப் போரின் போதும் இந்தியாவுக்கு எதிரான நிலையைக் கடைபிடித்தது. நன்றிக் கடனைத் திருப்பிச் செலுத்துவதற்காக பாகிஸ்தான் அரசு சிலோன் விமானப் படைக்கு இரண்டு ஹெலிகாப்டர்களை வழங்கியது.

பங்களாதேஷ் விடுதலைக்கும் தமக்கும் தொடர்பு இருப்பதாக தமிழர்கள் கருதினார்கள். பங்களாதேஷ் உருவானது போல் சிங்களர் பிடியில் இருந்து நம்மையும் விடுவித்து ஈழம் உருவாக்கித் தர இந்தியா முன்வராதா என்ன?

பங்களாதேஷ் வெற்றியில் இந்தியாவையும், இந்திராவையும் பாராட்டி தமிழரசுக் கட்சி 1972 ஜனவரி 12ஆம் தேதி மாபெரும்

பேரணியை ஏற்பாடு செய்தது. அதில் உரையாற்றிய இளைஞர் அணித் தலைவர்கள் பங்களாதேஷைப் போல நம்மையும் இந்தியா மீட்கும் என்று பேசினார்கள்.

மிதவாதத் தமிழரசுக் கட்சித் தலைமை போல் அல்லாது தமிழ் இளைஞர்கள் ஜே.வீ.பி. ஆயுதப் புரட்சி, பங்களாதேஷ் விடுதலை ஆகிய இரண்டையும் உன்னிப்பாகக் கவனித்தனர். அந்த இரு நிகழ்வுகளும் உற்சாக டானிக் குடித்தது போல தெம்பு கொடுத்தன. ஜே.வீ.பி. எதிர்ப்பைக் கண்ட போது சிலோன் அரசை ஆயுதம் மூலம் எதிர்க்க முடியும் என்ற நம்பிக்கை பிறந்தது. அதில் இருந்து பாடமும் கற்றுக்கொண்டனர். தெளிவான திட்டமிடலும் பயிற்சியும் இல்லாமல் போரிடுவது தீமையில் முடியும்; உள்ளூர் ஆயுதத்தை வைத்துக்கொண்டு ராணுவத்தை எதிர்க்கக் கூடாது; ஜே.வி.பி.யினரைப் போல தாக்குதல் நடத்திய இடத்தைப் பிடித்துக்கொண்டே இருப்பதும் தவறு. தாக்கி விட்டுத் திரும்பவும் புகலிடத்திற்கே வந்து விட வேண்டும்.

ஆகவே, கெரில்லாத் தாக்குதலைப் பின்பற்றலாம்.

5. புலிக்குட்டிகள்

பிரபாகரன் குண்டு தயாரிக்கும் முயற்சியில் முன்னதாகவே ஈடுபட்டிடுந்தார். அவரோடு தங்கதுரையும், சின்னசோதியும் உடன் இருந்தனர். வெடித்துப் பார்ப்பதற்குப் பனை மரம் போதும் என்று முடிவு செய்தனர். பரிசோதனை ஆரம்ப மானது. ஆனால் ஒரு சிறிய பிசகு நடந்துவிட்டது. 5,4,3,2 என்று சொல்லிக்கொண்டிருக்கும்போதே வெடித்துவிட்டது. ஆ...! என்று ஒரு சத்தம். பிரபாகரன். ஒரு கணம்தான் கத்தினார். அடுத்த கணம், அவர் முகத்தில் புன்னகை. இந்தா பார், பார் என்று அனைவருக்கும் தன் காலை காட்டினார். கருகிய கால்.

'நண்பர்களே, இனிமேல் நீங்கள் என்னை கரிகாலன் என்று அழைக்கலாம்.'

தமிழர் வரலாறு குறித்து நிறையப் படித்திருந்த பிரபாகரனுக்கு கரிகாற் சோழன் மீது அளவு கடந்த ஈர்ப்பு இருந்தது. சோழப் பேரரசின் முதலாவது பேரரசன் அவன். முதல் நூற்றாண்டில் நடந்த போர் ஒன்றில் பாண்டிய, சேரப் படைகளை ஒரு சேர

விரட்டியடித்த மாவீரன்; காவிரிக்குக் கரை எழுப்பியவன்; நவீன உலகத்தில் இன்றைக்கும் பயன்பாட்டில் இருக்கும் தொன்மை யான அணைகளில் ஒன்றான கல்லணையைக் கட்டியவன். அவனைப் போல நானும் தமிழ் அரசு ஒன்றைக் கட்டி எழுப்பு வேன். பிரபாகரன் தனக்குள் கூறிக்கொண்டார்.

அறுபதுகளிலும், எழுபதுகளிலும் தமிழ்நாட்டில் வெளியான தமிழ்ப் பத்திரிகைகளில் வரலாற்று நாவல்கள் பல வெளிவந்தன. ஆனந்த விகடன், கல்கி, குமுதம் போன்றவை அதில் ஆர்வம் காட்டின. சிறுவயதிலேயே வாசிப்பதில் ஈடுபாடு காட்டிய பிரபாகரன் இந்த நாவல்களை ஒன்று விடாமல் படித்தார். அமரர் கல்கி எழுதிய சிவகாமியின் சபதம் மற்றும் பார்த்திபன் கனவு, சாண்டில்யன்எழுதிய கடல் புறா, ர.சு. நல்லபெருமாள் எழுதிய கல்லுக்குள் ஈரம் போன்றவை குறிப்பிடத் தகுந்தவை.

ராமாயண, மகாபாரத இதிகாசங்களையும் படித்தார். சோழ சாம்ராஜ்ஜியத்தின் கடற்படை வலிமையைப் பறைசாற்றிய கடல் புறா நாவலில் சோழப் பேரரசு கம்போடியா, தாய்லாந்து தேசங்களில் எல்லாம் பரவியதை விவரித்தது. கல்லுக்குள் ஈரம் நாவல் இந்திய சுதந்தரப் போராட்ட காலத்தைப் பற்றியது. புரட்சிகர இளைஞர் குழு ஒன்று ஆயுதப் புரட்சி மூலம் ஆங்கில ஏகாதிபத்தியத்தின் கட்டுப்பாட்டில் இருந்த சென்னை செயிண்ட் ஜார்ஜ் கோட்டையில் தாக்குதல் நடத்துவதை விவரித்தது. இந்த நாவல்கள் பிரபாகரன் மீது வெகுவான தாக்கத்தை ஏற்படுத்தின.

பிரபாகரனின் விடுதலை தாகம் அவர் சின்ன வயதில் சுதந்தரப் போராட்ட வீரர்களைப் பற்றிய தமிழ்த் திரைப்படங்களைப் பார்த்ததால் மேம்பட்டதென்று சில இணைய தளங்களில் காண்கிறோம். ஆனால் 2004 சமயத்தில் கிளிநொச்சிக்குப் பயணம் செய்த ஜப்பான் வாழ் ஈழத் தமிழர் ஒருவரைச் சந்தித்த வேணுகோபால் மாஸ்டர் அதை மறுத்திருக்கிறார். தமிழ்ப் படங்கள் வெறும் பொழுதுபோக்கு அம்சமாக மட்டுமே விளங்கின என்று அவர் தெரிவித்தார். ஆனால் பிற்காலத்தில் பிரபாகரன் போர் சம்மந்தமான திரைப்படங்களைப் பார்த்து போரியல் உத்திகள் பலவற்றைக் கற்றுக்கொண்டதாக பேட்டி களில் கூறினார். அதில் குறிப்பாக க்ளிண்ட் ஈஸ்ட்வுட் நடித்த ஹாலிவுட் படங்கள் குறிப்பிடத் தக்கவை. வேணுகோபால் மாஸ்டரிடம் டியூஷன் படித்தபோது ஹாலிவுட் படம் பார்க்கும் வாய்ப்பு பிரபாகரனுக்குக் கிடைத்திருக்காது என்பதால்

அவருக்கு உண்டான க்ளிண்ட் ஈஸ்ட்வுட் தாக்கம் மாஸ்டரோடு பிரபாகரன் தொடர்பு வைத்திருந்த காலத்துக்குப் பின்னரே ஏற்பட்டிருக்க வேண்டும்.

இன்னொரு பக்கம் சிவக்குமரன் முனைப்புடன் பணியாற்றினார். சிறீமாவோ பண்டாரநாயகாவின் யாழ்ப்பாணத்துப் பிரதிநிதியாக அப்போது யாழ் நகரின் மேயராக இருந்த ஆல்ஃப்ரெட் துரையப்பா விளங்கினார். பெரும்பாலான தமிழ் மக்கள் அவரை ஒரு துரோகியாகப் பார்த்தனர். தமிழரசுக் கட்சி தவிர எந்த ஒரு சிங்களக் கட்சியிலாவது ஒரு தமிழர் இருந்தால் அவருக்கு மரியாதை இருக்காது என்பதுடன், பலமான எதிர்ப்பும் இருக்கும். தமிழினத்துக்கு எதிராகப் பல நடவடிக்கைகளைக் கட்டவிழ்த்து விடும் சிறீமாவோடு கொஞ்சிக் குலாவுவதற்கு இந்த ஆளுக்கு என்ன இருக்கிறது? இவர் இனத் துரோகி அல்லவா? அமிர்த லிங்கம் உள்ளிட்ட தலைவர்கள் மேடையில் இப்படி முழங்கி னார்கள்.

சிவக்குமரன் வாய்ப்பேச்சில் கெட்டிக்காரர் அல்ல. ஆனால் செயல் வீரர். துரையப்பாவைத் தீர்த்துக்கட்டத் தீர்மானித்தார். 1972 பிப்ரவரி மாதம் யாழ்ப்பாணத்தின் இரண்டாவது கிராஸ் ரோட்டில் நின்ற துரையப்பாவின் கார் மீது கிரானைட் குண்டை வீசினார். துரையப்பாவின் நல்ல நேரம்; சிவக்குமரன் வீசிய குண்டில் கார் வெகுவாகச் சேதமடைந்தது. ஆனால் அதற்குள் துரையப்பா இல்லை. காரை நிறுத்தி விட்டு யாழ்ப்பாணம் ரெஸ்ட் ஹவுசில் தேநீர் பருகிக்கொண்டிருந்தார். அதனால் தப்பித்துக்கொண்டார்.

இது சிவக்குமரனின் இரண்டாவது கொலை முயற்சி ஆகும். குறிவைத்த முதல் நபர் சிங்கள அமைச்சர் சந்திரசிறீ, இரண்டா மவர் ஆல்ஃப்ரெட் துரையப்பா. இரண்டு சந்தர்ப்பங்களிலும் காரை மட்டுமே அவரால் தாக்க முடிந்தது. கைது செய்யப்பட்ட சிவக்குமரன் சில மாதங்களுக்குப் பிறகு போதிய ஆதாரம் இல்லாததால் விடுதலையானார். ஆனால் போலீஸ் காவலில் இருந்த போது கடும் சித்திரவதைக்கு ஆளானார். தாங்கவே முடியவில்லை; மறுபடியும் கைதாகவே கூடாது என்று தன் தோழர்களிடம் கூறினார். இனி மேல் போலீஸ் கையில் சிக்குவதைக் காட்டிலும் உயிரை மாய்த்துக் கொள்வதே மேல் என்ற முடிவுக்கு வந்தவராக கழுத்தில் சயனைட் குப்பியை மாட்டிக்கொண்டார்.

புதிய அரசியல் அமைப்புச் சட்டம் 1972ஆம் வருடம் அமலுக்கு வந்தது. கவர்னர் ஜெனரல் வில்லியம் கோபால்லவா ஜனாதிபதி ஆனார். சிலோன் தேசம் ஸ்ரீலங்கா என்று பெயர் மாறி அதிகாரப் பூர்வ சிங்கள-பவுத்த ராஜ்ஜியமாக உருவெடுத்தது. தந்தை செல்வா இதை, 'அடிமை சாசனம்' என்று வர்ணித்தார். அங் கொன்றும் இங்கொன்றுமாகச் சிதறிக் கிடக்கும் தமிழர்களை அரசியல் ரீதியாக ஒன்று சேர்க்கும் வேலையில் தமிழரசுக் கட்சி இறங்கியது. பொன்னம்பலத்தின் சிலோன் தமிழ் காங்கிரஸ், மலையகத் தமிழர்களின் பிரதிநிதியாக விளங்கிய தொண்டமான் தலைமையிலான சிலோன் தொழிலாளர் காங்கிரஸ், சுந்தர லிங்கத்தின் ஈழத் தமிழர் ஒற்றுமை முன்னணி மற்றும் பல இளைஞர் குழுக்களுக்கும் அழைப்பு விடுக்கப்பட்டது.

1972 மே மாதம் 14ஆம் தேதி திருகோணமலை டவுன்ஹாலில் கூடிய கூட்டத்தில் இக்கட்சிகள் சுதந்தர இலங்கையின் முதல் தமிழர் கூட்டணியை உருவாக்கின. அதற்கு Tamil United Front (TUF) என்று பெயர் சூட்டினார்கள். அக்கூட்டணியின் தலைவராக தந்தை செல்வநாயகம் தேர்ந்தெடுக்கப்பட்டார். கணேசமூர்த்தி யும், கவிஞர் காசி ஆனந்தனும் அதன் துணைச் செயலாளர் ஆயினர். புதிய அரசியல் அமைப்பை ஏகமனதாக நிராகரிப்பது, நாடாளுமன்றத்தைப் புறக்கணிப்பது, புதிய அரசியல் அமைப்பு அமலுக்கு வரும் மே 22ஆம் தேதியைத் துக்க தினமாகக் கடைபிடிப்பது என்று TUF தீர்மானித்தது. தமிழர்கள் ஒரே அணியில் இணைவதைப் பொறுக்காத சிறீமாவோ தமிழகத்தில் இருந்து இலங்கைக்கு வரும் தமிழ்ப் படங்கள், புத்தகங்கள், பத்திரிகைகள் ஆகியவற்றுக்குத் தடை விதித்தார்.

அந்த தினத்தன்று மொத்தம் 20 நாடாளுமன்ற உறுப்பினர்களில் 15 பேர் நிகழ்ச்சியைப் புறக்கணித்தனர். ஐந்து பேர் மட்டும் கலந்துகொண்டு அதற்கு ஆதரவாக வாக்களித்தனர். அருளம் பலம், தியாகராஜா (தமிழ் காங்கிரஸ்), மார்ட்டின், M.C. சுப்பிர மணியம், குமரசூரியர் ஆகிய அந்த ஐவரில் குமரசூரியர் மக்களால் தேர்ந்தெடுக்கப்படாமல் சிறீமாவோவினால் பரிந் துரைக்கப்பட்டு எம்.பி.யானவர். தமிழ் மக்களின் நலனுக்குச் செயல்படுவதற்காக அவருக்கு தபால் மற்றும் தொலைத் தொடர்புத் துறை அமைச்சர் பதவி வழங்கப்பட்டிருந்தது.

புதிய அரசியல் சட்டத்தை எதிர்த்து மே 22ஆம் தேதி TUF மாபெரும் போராட்டத்தை நடத்தியது. இளைஞர்கள் பெரும்

எண்ணிக்கையில் இதில் பங்கு பெற்றனர். தேசியக் கொடி எரிக்கப்பட்டது. புதிய அரசியல் சட்டத்துக்கு இறுதிச் சடங்கு நடந்து முடிந்தது. தமிழ் பேசும் மக்களால் இலங்கை சுதந்தர தினம் ஏற்கனவே துக்க நாளாக அனுசரிக்கப்படுவது போல, அந்தத் தீவின் முதல் குடியரசு தினமும் துக்க நாளாக அனுசரிக்கப் பட்டது. பொதுக் கூட்டம் நடத்துவதற்கு இலங்கை அரசு தடை விதித்திருந்தது. அதை மீற விரும்பாத அல்லது துணியாத TUF தலைவர்கள் யாழ்ப்பாண வண்ணார்பொண்ணை நாவலர் ஆசிரமத்தில் அமைதியாக உட்கார்ந்து தங்கள் எதிர்ப்பைப் பதிவு செய்தனர். அந்த நேரத்தில் தந்தை செல்வா கீழ்வருமாறு அறிவித்தார்.

'நாம் ஒற்றுமையாக வாழ விரும்பினோம். கௌரவமான பங்காளிகளாக நடத்தப்பட்டு வாழ விரும்பினோம். அது நமக்கு மறுக்கப்பட்டது. நாம் அடிமைகளாக வாழ வேண்டுமென்று அவர்கள் விரும்பினார்கள். தன்மானமுள்ள எந்த மனிதனும் அதை ஏற்க மாட்டான். நாம் தன்மானத்துடன் வாழ்வதற்கே விரும்புகிறோம். பிரிவினையில்தான் அது கிடைக்குமென்றால் அந்தப் பாதையில் பயணிக்க வேண்டியிருக்கிறது. நம் மக்களுக் கும், உலகத்துக்கும் ஒன்று சொல்லிக்கொள்கிறேன். நாம் அந்தப் பாதையில் பயணிக்குமாறு தள்ளப்பட்டிருக்கிறோம்.'

இதற்கிடையில், தமிழர்களுக்கு எதிரான அரசியல் சட்டத்தை ஆதரித்துத் துரோகம் செய்த ஐந்து பேரையும் பழி தீர்ப்பதென்று இளைஞர்கள் முடிவுகட்டினர். தமிழ் காங்கிரஸ் கட்சியில் இருந்து தாவி சிறீலங்கா சுதந்தரக் கட்சியில் சேர்ந்த அருளம் பலத்தை முதல் இலக்காகத் தீர்மானித்தது தங்கதுரை-குட்டிமணி குழு. ஆனால் அவர் கொழும்பில் வசித்தார். எனவே குமரசூரியர் உதவியுடன் அவரை சிறீமாவோ பக்கம் இழுக்க உதவிய அவரது நண்பர் குமரகுலசிங்கத்தைத் தேர்ந்தெடுத்துக் கொலை செய் தனர். தீவிர சிறீலங்கா சுதந்தரக் கட்சி ஆதரவாளரான அவர் நல்லூர் கிராம சபையின் சேர்மனாக இருந்தார். தங்கதுரை-குட்டிமணி குழுவின் இந்த முயற்சி TUF மிதவாதத் தலைமையை அதிர வைத்தது. இளைஞர்களைக் கட்டுப்பாட்டுக்குள் வைக்கும் பொறுப்பை தந்தை செல்வா அமிர்தலிங்கத்திடம் வழங்கினார். அவரும், 'பசங்களை நான் பார்த்துக்கொள்கிறேன்' என்று கூறினார். தலையெடுக்கும் தமிழ்த் தீவிரவாதத்தை அடக்கு வதற்காக இன்னொரு பக்கத்தில் அரசாங்கம் போலீஸை முடுக்கி

விட்டது. தமிழ் மாணவர் பேரவையைச் சேர்ந்த பல இளைஞர்கள் கைதாயினர். சிவக்குமரன், கவிஞர் காசி ஆனந்தன், தனபாலசிங்கம் (செட்டி) போன்றவர்கள் இதில் குறிப்பிடத் தகுந்தவர்கள். இந்தக் கைதுகள் இளைஞர்களை முடக்குவதற்குப் பதிலாகக் கோபமூட்டித் தூண்டியது.

புதிய அரசியல் சட்டத்தை நிராகரிக்குமாறும், அதன் அடிப்படையில் உறுதிப் பிரமாணம் எடுக்க வேண்டாம் என்றும் TUF தலைவர்களை இளைஞர்கள் கேட்டுக்கொண்டனர். ஆனால், மிதவாதத் தலைமை அந்த வேண்டுகோளைப் புறக்கணித்துவிட்டு ஜூலை 4ஆம் தேதி நாடாளுமன்ற உறுப்பினர் பதவியை புதிய அரசியல் சட்டத்தை மதித்து ஏற்றுக்கொள்வதாகப் பிரமாணம் எடுத்துக்கொண்டனர். இந்த நிகழ்ச்சி சிங்கள அரசாங்கத்துக்கு வசதியாக அமைந்தது. அரசியல் சட்டத் திருத்தத்தைத் தமிழர்கள் ஏற்றுக்கொண்டதாக சர்வதேச அரங்கில் பிரச்சாரம் செய்ய அது உதவியது. தமிழ் அரசியல் மிதவாதத் தலைவர்களுக்கும், இளைஞர்களுக்கு இடையேயான இடைவெளி அதிகரிக்கவும் அது உதவியது.

அரசியல் சட்டத் திருத்தத்தை ஏற்கவேண்டுமானால் ஆறு அம்சக் கோரிக்கையைப் பரிசீலனை செய்ய வேண்டும். செப்டம்பர் இறுதிக்குள் அதற்குப் பதில் கூறாவிட்டால் சுதந்தரப் போராட்டத்தில் ஈடுபடுவோம் என்று தந்தை செல்வா சிறீமாவோவுக்கு இரு கடிதங்கள் எழுதியிருந்தார். அதற்கு எவ்விதப் பதிலும் இல்லை. அப்படியானால், இனிமேல் சுதந்தரப் போராட்டத்தில் இறங்க வேண்டியதுதான் என்று இளைஞர்கள் குரல் எழுப்பினர். TUFஅமைதி காத்தது. ஆனால் இளைஞர்கள் பொறுமை இழந்தனர்.

•

ஆங்காங்கே சில ஆயுதக் குழுக்கள் முளைத்தன. அவற்றில் ஒன்றுதான் பிரபாகரன் தொடங்கிய புதிய தமிழ்ப் புலிகள் அமைப்பு. 'புலிகள்' என்ற பெயருக்கு பிரபாகரன் முக்கியத்துவம் கொடுத்தார். பண்டைய சோழ மன்னர்களின் சின்னம் புலிக்கொடி. அது வேகத்தின் சின்னம். அடித்தால் வாங்கிக் கொண்டு அழுகிற சமுதாயத்தில் மக்களிடையே விழிப்புணர்வும் எழுச்சியும் ஊட்டும் சின்னம். சிங்களரின் சின்னம் சிங்கம் என்றால் நமது சின்னம் புலி. எல்லா காட்டிலும் சிங்கம்தான்

ராஜா, ஆனால் நம் காட்டில் புலிதான் ராஜா. இப்படித்தான் பிரபாகரன் நினைத்துக்கொண்டார்.

புதிய தமிழ்ப் புலிகள். ஆங்கிலத்தில் Tamil New Tigers (TNT). தன்னை விட வயது மூத்த புரட்சிகர இளைஞர்களை ஒன்றிணைத்து குழுவாக வழிநடத்திக்கொண்டிருந்த பிரபாகரன் அந்தக் குழுவுக்கு முறையான பெயர் ஒன்றைத் தேர்ந்தெடுத்தார். மற்றபடி 1969ஆம் வருடமே அவர் தங்கதுரை-குட்டிமணி குழுவின் ரகசியக் கூட்டங்களில் கலந்துகொண்டதுண்டு, தாக்குதலிலும் ஈடுபட்டதுண்டு. சிங்களர்கள் எழுதிய சுதந்தர இலங்கையில் அரசியல் அமைப்புச் சட்டம் அமலுக்கு வந்தது, தமிழ் அரசியல் கட்சிகள் ஒன்றிணைந்து TUF என்ற கூட்டணியை உருவாக்கியது என்ற இரு முக்கிய நிகழ்வுகள் நடந்த அந்த 1972ஆம் வருடம்தான் TNTயும் உதயமானது. TNT என்பது டிரை நைட்ரோ டொலுவின் என்ற வெடிபொருளின் பெயரும்கூட.

செப்டம்பர் 17ஆம் தேதி யாழ்ப்பாண துரையப்பா மைதானத்தில் நடந்த விழாவின் போது பிரபாகரன் குண்டு வீசினார். தமிழ் இளைஞர்களைக் கைது செய்து சித்திரவதை செய்வதற்கு எதிராகவும், சிங்கள ஆட்சியாளர்களுக்கு எச்சரிக்கையாகவும் இந்த நிகழ்ச்சியை அவர் கருதினார். போலீசாரும், ராணுவமும் ஏற்பாடு செய்திருந்த அந்த விழாவில் பிரபாகரன் மேற்கொண்ட இந்தக் குண்டு வீச்சில் யாருக்கும் காயம் ஏற்படவில்லை.

இளைஞர்களின் கருத்துக்குச் செவி சாய்க்காமல் 'அடிமை சாசனம்' என்று தாம் வர்ணித்த அதே புதிய அரசியல் அமைப்பை ஏற்றுக்கொண்டது தமிழ் அரசியல் தலைமையை தர்ம சங்கடத்தில் ஆழ்த்தியது. எம்.பி. பதவியைத் தூக்கி எறிந்து விட்டு வாருங்கள், விடுதலைக்காகப் போராடலாம் என்று தமிழ் மாணவர் பேரவையும், பிற இளைஞர் குழுக்களும் அழைத்தனர். தந்தை செல்வநாயகம், காந்தி பிறந்த நாளான அக்டோபர் 2ஆம் தேதியைத் தேர்ந்தெடுத்தார். தன்னுடைய காங்கேசன்துறை நாடாளுமன்ற உறுப்பினர் பதவியை ராஜிமானா செய்தார்.

•

துரையப்பா மைதானத்தில் குண்டு வீசியது யார் என்பதைப் பற்றி போலீஸுக்கு எவ்விதமான யூகமும் இருக்கவில்லை. ஆரம்பத்தில் தமிழ் மாணவர் பேரவை உறுப்பினர்களையும்,

தங்கதுரை-குட்டிமணி குழுவையும் சந்தேகப்பட்டது. பிரபாகரனை தனிப்பட்ட முறையில் அறிந்திருந்த பல மாணவர் பேரவை உறுப்பினர்களுக்கே கூட புதிய தமிழ்ப் புலிகள் பற்றித் தெரிந்திருக்கவில்லை. அந்த அளவுக்கு பிரபாகரன் தனது நடவடிக்கைகளை ரகசியமாக வைத்திருந்தார்.

தமிழ் மாணவர் பேரவை தான் சொல்வதைக் கேட்காமல் முடிவெடுத்து உரிமைப் போராட்டத்தை தன்னிச்சையாக முன்னெடுத்துச் செல்வதில் தமிழர் கூட்டணிக்கு சில சங்கடங்கள் இருந்தன. அதற்குப் போட்டியாக தமிழ் இளைஞர் பேரவை என்ற அமைப்பை கூட்டணி 1973 ஜனவரியில் தோற்றுவித்தது. இந்த அமைப்பு அமிர்தலிங்கத்தின் கைப்பாவையாக இருந்தது.

தமிழ் மாணவர் பேரவையின் தலைவர் பொன்னுதுரை சத்தியசீலன் பிப்ரவரி 20ஆம் தேதி கைது செய்யப்பட்டார். போலீஸ் கஸ்டடியில் இருந்த போது தமிழ் இளைஞர் பேரவை உறுப்பினர்கள் யார் யார் என்பதை அவர் போலீஸுக்குச் சொல்லிவிட்டதாகவும், அதனால் தமிழ் இளைஞர் பேரவை அங்கத்தினர் பலர் கைதுக்கு ஆளாயினர் என்றும் பரவலாகப் பேசப்பட்டது. அதை ஊர்ஜிதப்படுத்துவது போல சத்தியசீலனின் கைதைத் தொடர்ந்து பல இளைஞர் பேரவை உறுப்பினர்கள் கைதாயினர். அதில் பெரும்பாலானோர் 1977 வரை சிறையில் முடங்க வேண்டிய அவல நிலைக்கு ஆளானார்கள்.

தங்கதுரை, குட்டிமணி, பெரியசோதி போன்றவர்கள் தலைமறைவானார்கள். 1973 மார்ச் சமயத்தில் பிரபாகரன் பற்றி போலீஸுக்கு நன்கு தெரிந்து விட்டது. மார்ச் மாத மத்தியில் ஒரு நாள் அதிகாலை மூன்று மணிக்கு இன்ஸ்பெக்டர் பாஸ்தியம்பிள்ளை வேலுப்பிள்ளை வீட்டுக் கதவைத் தட்டினார். பிரபாகரனுக்குப் புரிந்து விட்டது. முன் கதவு வழியாக பாஸ்தியம் பிள்ளை வீட்டுக்குள் நுழைவதற்குள் பின் பக்கக் கதவு வழியாக பிரபாகரன் காணாமல் போயிருந்தார். ஆனால் பிரபாகரனின் தாயார் பார்வதி அம்மா கதவைத் திறந்த போது போலீஸ் நின்றதைக் கண்டு அதிர்ந்துதான் போனார். உங்கள் மகனைக் கைது செய்ய வந்திருக்கிறேன் என்று சொன்னால் அதிராமல் என்ன செய்வார். பார்வதியின் இரண்டு மகள்களும் அம்மாவுக்குப் பக்கத்தில் அசையாமல் நின்றிருந்தனர். போலீஸ் கான்ஸ்டபிள்கள் வீட்டுக்குள் புகுந்து தேடி விட்டு வெறும் கையோடு திரும்பினார்கள். உங்கள் போக்கிரித் தம்பியை உள்ளே

தள்ளாமல் விட மாட்டேன் என்று அந்த இரு பெண்களிடமும் மிடுக்கோடு சொல்லி விட்டு பாஸ்தியம் பிள்ளை திரும்பிச் சென்றார்.

பின் கதவு வழியாக வெளியேறிய பிரபாகரனின் சட்டை மதில் சுவரில் கிழிந்து விட்டது. அருகில் இருந்த தன் மாமா வீட்டுக்குச் சென்று மாற்றுச் சட்டை ஒன்றைப் பெற்றுக்கொண்டு பிரபாகரன் நடக்கலானார். அதன் பிறகு அவர் வீட்டுக்குத் திரும்பவே இல்லை. அன்றும். என்றும்.

•

மீண்டும் தங்கதுரை, குட்டிமணியோடு அவர் இணைந்தார். அவர்கள் அத்தனை பேரையும் போலீஸ் தேடியது. ஒரு ரகசிய இடத்தில் அவர்கள் மறைந்திருந்தனர். அப்போது திடீரென்று நிமிர்ந்து பார்த்தால் எதிரே திருவேங்கிடம் வேலுப்பிள்ளை நின்றுகொண்டிருந்தார். என்ன தவறு செய்தாய், எதற்காக போலீஸ் தேடுகிறது என அவர் எதுவுமே கேட்கவில்லை. தயவு செய்து என்னோடு திரும்ப வீட்டுக்கு வந்துவிடு என்று மட்டும்தான் கேட்டார்.

முதன்முறையாக அப்பாவிடம் மனம் விட்டுப் பேசினார் பிரபாகரன்.

'உங்களுக்கும் சரி குடும்பத்துக்கும் சரி நான் ஒருபோதும் உபயோகமாக இருக்க மாட்டேன். நான் திரும்ப வந்தால் உங்களுக்கும், குடும்பத்துக்கும் பிரச்னை வரும். என்னால் யாருக்கும் இடைஞ்சல் வேண்டாம். தயவு செய்து என்னை என் பாதையில் போக அனுமதியுங்கள். எதிர்காலத்தில் என்னிடம் இருந்து எதையும் எதிர்பார்க்காதீர்கள்.'

அரசு ஊழியர் வேலுப்பிள்ளை கண்டுபிடித்த இடத்தை போலீஸ் நெருங்க முடியாதா என்ன? போலீஸ் வலை அவர்களை நெருக்கியது. அடிக்கடி இடத்தை மாற்ற வேண்டிய அவசியம் உருவானது. அதுவும் தலைமறைவு வாழ்க்கை. மிகவும் சிரமப் பட்டனர். 1984ஆம் ஆண்டு பத்திரிகையாளர் என்.ராமுக்கு அளித்த பேட்டியில் பிரபாகரனே இதை ஒப்புக்கொண்டிருக்கிறார்.

'தலைமறைவு வாழ்க்கையை மேற்கொள்வது மிகவும் சிரமமான காரியம். நீண்ட நாள்களுக்கு நான் தலைமறைவு வாழ்க்கையை

நடத்தினேன். எங்களுக்கு அது மிகவும் சிரமமான கால கட்டம். ராணுவம் தேடுதல் வேட்டையில் ஈடுபட்டிருந்தது. அந்த வலையில் இருந்து தப்புவது கடினமாக இருந்தது'

அதற்கு மேல் அங்கே இருக்க முடியாது என்பதை உணர்ந்த இந்த இளம் போராளிகள் இந்தியாவுக்குத் தப்பி ஓடுவதென்ற முடிவுக்கு வந்தார்கள். குட்டிமணிக்குச் சொந்தமான படகில் தங்கதுரை, குட்டிமணி, பெரியசோதி ஆகியோர் வேதாரணியத்தில் வந்து இறங்கினார்கள். அதே படகில் பிரபாகரனும் வந்தார். அங்கிருந்து தங்கதுரையும் குட்டிமணியும் சேலத்துக்குச் சென்றனர். பிரபாகரன் அவர்களோடு செல்லாமல் தனது உறவுக்காரரான பெரியசோதியோடு வேதாரணியத்திலேயே தங்கினார். அவருக்கு சென்னைக்குப் போக விருப்பம். ஆனால் அதற்கு முன்பு உணவுக்கே வழியில்லாமல் அலைந்தார்கள். வெறும் தயிர் சாதத்தோடும், கோயில் பிரசாதத்தோடும் அவர்கள் வயிற்றை நிரப்பினார்கள். வெறும் வயிற்றோடு உறங்கிய நாள்களும் உண்டு. பசிக் கொடுமை தெரியாமல் இருப்பதற்காக தூக்க மாத்திரையைத் தின்றுவிட்டுத் தூங்கிய நாள்களும் உண்டு.

குட்டிமணியை வேதாரணியத்தில் இறக்கி விட்ட பிறகு யாழ்ப்பாணம் திரும்பிக்கொண்டிருந்த படகை இலங்கைக் கடற்படை மடக்கியது. அந்தப் படகில் வெடிபொருட்கள் இருந்ததாகக் குற்றம் சாட்டியது. தகவல் இந்தியாவுக்குத் தெரிவிக்கப்பட்டது. கருணாநிதி தலைமையிலான தி.மு.க. அரசு குட்டிமணியைக் கைது செய்து இலங்கைக்கு அனுப்பியது. 1973 நவம்பர் 18ஆம் தேதி தஞ்சாவூரில் குட்டிமணி கைது செய்யப்பட்டார். தமிழக அதிகாரிகள் இலங்கை போலீஸ் அதிகாரிகள் W.D. சில்வா மற்றும் பாஸ்தியம் பிள்ளை ஆகியோரிடம் குட்டிமணியை ஒப்படைத்தது. இலங்கைக்குக் கொண்டு செல்லப்பட்ட குட்டிமணி அங்கே சில காலம் சிறைவாசம் அனுபவித்தார்.

•

தமிழரசுக் கட்சியின் மெத்தனப் போக்கிற்கு எதிராகத் தொடங்கப்பட்ட தமிழ் மாணவர் பேரவைக்குப் போட்டியாக 'தமிழ் இளைஞர் பேரவை' என்ற அமைப்பை அமிர்தலிங்கம் துவக்கி வைத்திருந்தார். அவ்வமைப்பு தன் பேச்சைக் கேட்டுத் தலையாட்டிக்கொண்டே இருக்கும் என்று நம்பிய அமிர்தலிங்கத்தின் கணக்கு பொய்த்துப் போனது. கிட்டத்தட்ட பிரபாகரன் வீட்டுக்

கதவைப் போலீஸ் தட்டிய அதே சமயத்தின் போது (மார்ச் 23) மக்கள் கிளர்ச்சியைத் தணிக்கும் நோக்கத்தில் வடகிழக்கு மாகாணங்களில் நீதிமன்றம் தமிழில் இயங்கும் என்று அறிவித்தது. நல்லது. அதை அரசியல் சட்டத்தில் சேர்த்துவிடுங்கள் என்று தமிழர்கள் கேட்டது சிங்கள ஆட்சியாளர் காதுக்குக் கேட்கவில்லை.

மே 17ஆம் தேதி யாழ்ப்பாணத்தில் தமிழர் கூட்டணிக் கூட்டம் நடந்த தமிழரசுக் கட்சி அலுவலக வாசலுக்கு முன்னர் தமிழ் இளைஞர் பேரவையினர் ஆர்ப்பாட்டம் நடத்தினர். தனிநாடு அமைப்பதற்கான போராட்டத்தைத் தீவிரப்படுத்துமாறு அவர்கள் கோஷம் எழுப்பினார்கள். வெளியே ஆர்ப்பாட்டம் நடப்பது போதாதென்று உள்ளே சுந்தரலிங்கமும் கொதித்தார். உடனடியாக சுதந்தர தேசத்தை அமைப்பதற்கான வரைவுத் திட்டத்தைத் தயாரிக்குமாறு வாதிட்டார். ஆனால் கூட்டணியின் பிரதான கட்சிகளான தமிழரசுக் கட்சியும், தமிழ் காங்கிரஸும் இதற்குத் தயாராக இல்லை.

தமிழ் இளைஞர் பேரவையைச் சேர்ந்த ஈழவேந்தனும், உமாமகேஸ்வரனும் கூட்டணியின் மெத்தனத்தைக் கண்டித்தனர். அவர்களைச் சந்தித்த அமிர்தலிங்கம், 'மறுபடியும் ஃபெடரல் அமைப்பை நோக்கிச் செல்லும் நோக்கம் எங்களுக்குக் கிடையாது. தமிழர் கூட்டணித் தீர்மானத்தில் குறிப்பிட்ட சுயாட்சி என்பதற்கு ஃபெடரல் என்று பொருளல்ல. தனிநாடு கோரிக்கையில் இருந்து பின் வாங்குவதும் இல்லை' என்று உறுதிகூறினார்.

சொன்ன மாதிரியே 1973 ஜூலை 25ஆம் தேதி நடந்த தமிழரசுக் கட்சி மாநாடு தனி நாடு அமைப்பது என்று தீர்மானம் நிறைவேற்றியது. அதில் உணர்ச்சிவயப்பட்டுப் பேசிய அமிர்தலிங்கம் இளைஞர்களை நோக்கி, 'சுதந்தரப் போராட்டத்தில் ரத்தம், வியர்வை, கண்ணீர் எல்லாவற்றையும் நீங்கள் சிந்த வேண்டி வரும். போலீஸ் குற்றச்சாட்டுகள், ராணுவத் தாக்குதல்கள், விசாரணையற்ற சிறைவாசம் அனைத்தையும் சந்திக்க நேரிடும். தயாராக இருங்கள்' என்று அறைகூவல் விடுத்தார். இளைஞர்கள் ஆர்ப்பரித்தனர். 'எங்கள் உயிரையும் கொடுப்போம்' என்று கத்தினார்கள்.

எதோ பயங்கரமான போராட்டத்தில் நம் தலைவர்கள் ஈடுபடப் போகிறார்கள் என்று நினைத்த இளைஞர்கள் ஏமாந்து போகும்

அளவுக்கு நூதனமான போராட்டம் ஒன்றை தமிழர் கூட்டணி நடத்தியது. ஏற்கனவே பயன்படுத்திய அஞ்சல்தலைகளை ஒட்டி தபால் அனுப்பியது. மேலும் கோயில்களில் உண்ணாவிரதம் என்று அறிவித்தது. போராளி இளைஞர்கள் இதை ஏளனம் செய்தனர். அமிர்தலிங்கத்தின் பேச்சுக்கு மறுப்புச் சொல்லாத தமிழ் இளைஞர் பேரவை 50 நாள் தொடர் உண்ணாவிரதத்தை அறிவித்தது. அதாவது ஒவ்வொரு நாளும் ஒவ்வொரு நபர் ஐம்பது நாள்களுக்கு உண்ணாவிரதம் இருப்பது.

ஈழ மக்களின் பகத்சிங் என்று அறியப்பட்ட சிவக்குமரன் இதைக் கண்டித்தார். உன்னதமான சத்தியாகிரகம் அரசியல் ஆக்கப்பட்டு அசிங்கப்படுத்தப்பட்டதாகச் சொன்னார். பதுங்கி வாழும் போராளிகள் பல நாள் சோறு கிடைக்காமல் பட்டினி கிடக்கி றார்கள். அப்படிப் பார்த்தால் அவர்கள் தினந்தோறும் உண்ணா விரதம் மேற்கொள்கின்றனர் என்று சாடினார். தமிழர் கூட்டணி தொடங்கிய இந்தப் போராட்டத்தை சிங்கள நிர்வாகம் கண்டு கொள்ளவே இல்லை. போராட்டம் தானாகவே நின்று போனது.

6. ஆட்டம் ஆரம்பம்

வேதாரணியத்தில் இருந்த பெரியசோதியும் பிரபாகரனும் சென்னைக்கு இடம் பெயர்ந்தனர். அங்கே பிரபலமில்லாத அரசியல்வாதியான ரா. ஜனார்த்தனன் என்பவரின் உதவியோடு கோடம் பாக்கத்தில் ஒரு சிறிய வீட்டை மாதம் 175 ரூபாய் வாடகைக்குப் பிடித்தனர். தமிழக அரசியலைப் பற்றி இளம் பிரபாகரனுக்கு நன்கு தெரிந்திருந்தது என்று ஜனார்த்தனன் பின்னாளில் அளித்த பேட்டியில் குறிப்பிட்டார். சென்னையில் அவர் களே சமைத்தனர். பெரியசோதி சைவ உணவுகள் தயாரிப்பார். வாரக் கடைசியில் பிரபாகரன் அசைவம் சமைப்பார்.

எப்போதும் துடிப்பாக எதையாவது செய்ய வேண்டும் என்று நினைக்கும் பிரபாகரனுக்கு சென்னையில் ஒரு வீட்டுக்குள் அடைந்து கிடப்பது சோம்பேறித்தனமாக இருந்தது. சீக்கிரமாக அங்கிருந்து கிளம்பி யாழ்ப்பாணம் செல்ல விரும்பினார். அங்கே நான்காவது உலகத் தமிழ் ஆராய்ச்சி மாநாடு யாழ்ப்பாண நகரில் ஜனவரி 3 முதல் 10 வரை நடக்கவிருந்தது.

இந்தியாவில் இருந்து மாநாட்டுக்கு வரும் பிரதிநிதிகளுக்கு விசா வழங்குவதில் சிறீமாவோ நிர்வாகம் கெடுபிடியாக இருந்தது. இந்தக் கூட்டங்களில் தமிழ் அறிஞர்கள் மட்டும் பங்கெடுத்தனர். எனவே வீரசிங்கம் அரங்கம் போதுமானதாக இருந்தது. ஆனால் நிறைவு நாள் நிகழ்ச்சிக்கு பொதுமக்களும் அனுமதிக்கப்படுவர். எனவே அதை துரையப்பா விளையாட்டு மைதானத்தில் நடத்துவதென்று விழா ஏற்பாட்டாளர்கள் தீர்மானித்து முன் பதிவு செய்திருந்தனர். ஆனால் மேயர் துரையப்பாவின் உத்தர வின் பேரில் மைதானத்தைப் பூட்டியுள்ளதாகவும், அவர் சொன் னால் ஒழிய அதைத் திறக்க முடியாது என்ற காவலர்கள் ஆயிரக் கணக்கில் குவிந்த பொதுமக்களை உள்ளே நுழைய விடாமல் தடுத்தனர். இளைஞர்கள் மேயரைத் தேடி ஓடினர். ஆனால் அவர் கண் காணாமல் போய் விட்டார்.

ஆயிரம் நெருக்கடிகளைத் தாண்டி நிறைவு நாள் நிகழ்ச்சி நடக்கத்தான் செய்தது. வீரசிங்கம் மண்டபத்துக்கு முன்பாக பந்தல் போட்டு அங்கேயே விழாவை நடத்தினார்கள். திருச்சியைச் சேர்ந்த பேராசிரியர் நயினா முகமது ஆற்றிய சொக்க வைக்கும் உரையில் மெய் மறந்து உட்கார்ந்திருந்தது கூட்டம். ஒரு கலாசார விழாவுக்குரிய இலக்கணத்தோடு எல்லாம் அமைதியாகத்தான் போய்க்கொண்டிருந்தது, சிங்கள போலீஸ் அதிகாரி சந்திரசேகரா இரவு எட்டரை மணிக்கு அந்த இடத்துக்கு வரும் வரை.

போலீஸ் பட்டாளம் தடதடக்கும் பூட்ஸ் காலோடு வேனில் இருந்து இறங்கியது. கண்ணீர்ப்புகைக் குண்டுகளில் ஒன்று மேடைக்கு அருகில் விழுந்தது. மாநாட்டுத் தலைவர் பேராசிரியர் வைத்தியநாதன் அங்கேயே மயக்கமடைந்தார். போலீஸார் வானத்தை நோக்கிச் சுட்டதில் ஒரு குண்டு மின் கம்பி மீது பட்டு அது அறுந்து விழுந்தது. மின்சாரம் தாக்கி ஏழு பேர் அந்த இடத்திலேயே இறந்தனர். கூட்ட நெரிசலில் மிதிபட்டு இருவர் இறந்தனர். மொத்தம் ஒன்பது உயிர்கள் பலியான அந்தத் துயரச் சம்பவத்தில் நூற்றுக்கும் மேற்பட்டவர்கள் படுகாயம் அடைந்தனர். சீரும், சிறப்புமாக நடைபெற்ற மாநாடு துயரத்தில் முடிவடைந்தது. எங்கள் தலைவி சிறீமாவோ பண்டாரநாயகா வுக்கு முதல் மரியாதை தராமல் நடக்கும் மாநாடு இப்படித்தான் முடியும் என்பது நிரூபணம் ஆனதால் குமரசூரியரும், துரையப்பாவும் மகிழ்ந்தனர்.

பிரதமர் சிறீமாவோ இந்தத் துயரச் சம்பவத்தில் உயிர் இழந்தவர்களுக்கு இரங்கல் தெரிவிக்க மறுத்து விட்டார். மாநாட்டின் போது மக்கள்தான் போலீஸைத் தாக்கினார் என்று அவர் கூறினார். சந்திரசேகராவுக்கு பதவி உயர்வு வழங்கப்பட்டது. அதை விட முக்கியமாக அரசாங்கத்தில் உள்ள ஒரே தமிழ் அமைச்சர் குமரசூரியர் கூட இரங்கல் தெரிவிக்கும் அடிப்படை நாகரீகம் அற்றவராக இருந்தார். பரவலான வற்புறுத்தலுக்குப் பிறகு அமைக்கப்பட்ட விசாரணைக் கமிஷன் சமர்ப்பித்த அறிக்கையில் அசம்பாவிதச் சம்பவத்துக்கு போலீஸ்தான் காரணம் என்று அதிகாரப்பூர்வமாக ஊர்ஜிதமானது. அரசாங்கம் அதை வாங்கி வைத்துக்கொண்டதே தவிர எந்த நடவடிக்கையும் எடுக்கவில்லை. இது தமிழ் இளைஞர்களைக் கோபமூட்டியது.

துரையப்பா, குமரசூரியர், சந்திரசேகரா ஆகிய மூவரையும் பழி வாங்க போராளி இளைஞர்கள் துடித்தனர். சிவக்குமாரன் பைத்தியம் பிடித்தவர் போலக் காணப்பட்டார். தமிழ் ஆராய்ச்சி மாநாட்டின் வெற்றிக்காக ஓடியோடி உழைத்தவர் அவர். தோரணம் கட்டி அலங்கரித்தவர். ஒன்பது பேர் செத்துக் கிடப்பதைப் பார்க்கும் சக்தி அவருக்கு இல்லை. முதலில் சந்திரசேகராவைக் கொல்வேன் என்று சபதம் எடுத்தார். அதன் பிறகு துரையப்பா.

சந்திரசேகரா, யாழ்ப்பாணம் கைலாசப் பிள்ளையார் கோயிலுக்கு அருகில் குடியிருந்தார். அந்தக் கோயிலைக் கடந்துதான் அவர் ஒவ்வொரு நாளும் போலீஸ் ஸ்டேஷனுக்குப் போவார். இதைக் கவனித்த சிவக்குமரன் குழு சந்திரசேகராவைக் கொல்வதற்கு கைலாசப்பிள்ளையார் கோவிலடியைத் தேர்ந்தெடுத்தது. அவர்கள் கோயிலுக்குப் பக்கத்தில் சந்திரசேகராவின் ஜீப்பை வழி மறித்து நிறுத்தினர். ஜீப் கதவை சிவக்குமரனே திறந்து விட்டு சந்திரசேகராவை நோக்கிச் சுட்டார். துப்பாக்கி ஒத்துழைக்க மறுத்தது. என்ன இருந்தாலும் உள்ளூரில் தயாரித்தது அல்லவா?

தமிழ் இளைஞர்களின் ஆயுதப் போராட்டத்தின் தொடக்க காலம் அது. எனவே அவர்கள் சர்வதேச சந்தையில் ஆயுதம் வாங்கும் வசதி அற்றவர்களாக இருந்தனர். ஒரு முறை, இரண்டு முறை, மூன்று முறை... ம்ஹூம்..துப்பாக்கி வெடிக்கவில்லை. அது வீண் போனதால் சந்திரசேகராவை ஜீப்பிலிருந்து வெளியே இழுத்து கத்தியால் குத்த சிவக்குமரன் முயன்றார். ஆனால் உடன்

வந்தவர்கள் ஓடி விட்டதால் சிவக்குமரனும் அங்கிருந்து ஓட நேர்ந்தது. ஓடிய போது ஒரு பாலத்தின் இறக்கத்தில் ஆல்ஃபிரட் துரையப்பாவின் காரை நிறுத்தினார். ஆஹா.. இன்னொரு இனத் துரோகி. சிவக்குமரன் அவரை நோக்கியும் சுட்டார். ஆனால் மறுபடியும் துப்பாக்கி ஒத்துழைக்கவில்லை. மீண்டும் ஓட்டம் பிடித்தார்.

இலங்கை அரசு சிவக்குமரன் தலைக்கு ஒரு லட்ச ரூபாய் என்று அறிவித்தது. ஈழப் போராளி ஒருவரைப் பிடித்துத் தந்தால் சன்மானம் என்று அறிவிக்கப்படுவது அதுவே முதல் முறை யாகும். அதுவும் 1974இல் ஒரு லட்சம் என்பது மிகப் பெரிய தொகை. அவரைப் பிடிக்க போலீஸ் வலை வீசித் தேடியது. அது வரை மீசை வளர்க்கும் பழக்கம் இல்லாத சிவக்குமரன் பெரிய மீசை வளர்த்தார். இந்தியாவுக்குச் சென்று சில காலம் பாது காப்பாக இருக்குமாறு சில நண்பர்கள் ஆலோசனை கூறினர். அதற்கு பணம் தேவைப்பட்டது. பணம் கொடுத்து உதவுவதாக வாக்குறுதி அளித்த தமிழர் கூட்டணியின் தலைவர்களில் ஒருவரான கதிரவேற்பிள்ளை உட்பட பல அரசியல்வாதிகள் கடைசி நிமிடத்தில் கையை விரித்தனர்.

1974 ஜூன் 5ஆம் தேதி அன்று கோப்பே வங்கியைக் (Kopay) கொள்ளையடிப்பதற்கு சிவக்குமரன் திட்டமிட்டிருந்தார். ஒரே ஒரு காவலர் மட்டுமே துப்பாக்கி ஏந்தியபடி வங்கி வாசலில் நின்றிருந்தார். அவரை மட்டும் தீர்த்துவிட்டால் போதும், பணத்தைச் சுருட்டலாம் என்பது பிளான். அந்தக் காவலரை இரண்டு முறை சுட்டார். குறி தப்பியது. அதற்குள் யாரோ போலீஸுக்கும் தகவல் சொல்லிவிட்டனர்.

வெளியே காரை நிறுத்தி விட்டு வங்கியை நோக்கி வந்திருந்த சிவக்குமரன் மறுபடியும் காருக்கே ஓடினார். அதற்குள் கார் டிரைவர் தப்பிச் சென்றிருந்தார். சாவியையும் காணோம். அதற்குள் போலீஸ் படை வந்துவிட்டது. அவர்களை நோக்கி துப்பாக்கியால் சுட்டு விட்டு ஓடினார். போலீஸ் துரத்தியது. சிவக்குமரன் செம்மண் நிலத்தில் புகையிலைக் காட்டில் ஓடினார். புகையிலைச் செடி வெட்டிய பிறகு நிலத்தில் மிஞ்சிய கட்டைகள் அவருடைய வெற்றுக் காலைக் குத்தின. காயம் ஏற்பட்டது. பூட்ஸ் அணிந்த போலீஸ் வேகமாக நெருங்கியது. ஓட முடியாத சிவக்குமரன் அங்கிருந்த பனைமரம் ஒன்றுக்குப் பின்னால் நின்று துரத்தி வரும் காவலர்களை நோக்கிச் சுட்டார்.

துப்பாக்கிக் குண்டுகள் எல்லாம் தீர்ந்த பின் வேறு வழியே இல்லாமல் கழுத்தில் தொங்கிய சயனைட் குப்பியைக் கடித்தார்.

ஈழ மக்களின் விடுதலைப் போராட்டத்தில் சயனைட் அருந்தி தற்கொலை செய்துகொண்ட முதல் போராளி சிவகுமரனே ஆவார். யாழ்ப்பாணமே அழுதது. யாழ் தீபகற்பம் அழுதது. மீசை வளர்த்து தன் தோற்றத்தை மாற்றியிருந்த அந்த 17 வயதான இளைஞனின் மரணம் சக வயதுள்ள இளைஞர்கள் மத்தியில் பெரும் எழுச்சியை உண்டாக்கியது. சிவக்குமரனின் இறுதி ஊர்வலம் ஜூன் 7ஆம் தேதி நடந்தது. வரலாறு காணாத மக்கள் கூட்டம் அந்த நிகழ்ச்சியில் கலந்துகொண்டு தன் மரியாதையைச் செலுத்தியது. பதினைந்தாயிரத்துக்கும் மேற்பட்டோர் மறைந்த போராளிக்குப் பிரியாவிடை அளித்தனர்.

சிவக்குமரனின் இறுதி அஞ்சலியில் அமிர்தலிங்கம், 'தம்பி சிவக்குமரன் தமிழ் மக்களுக்காக அளப்பரிய தியாகத்தைச் செய்துள்ளார். அவருடைய செயல் வீரச் செயல். பிறப் புரிமையை மீட்டெடுப்பதற்காக அவர் கையாண்ட வன்முறைப் போராட்டத்தில் நான் வேறுபடுகிறேன் என்றாலும், அவருடைய அர்ப்பணிப்பு உணர்வுக்கும் விடாமுயற்சிக்கும் தலை வணங்கு கிறேன்' என்று உணர்வொழுகப் பேசினார்.

இலங்கை வாழ் தமிழ் மக்களின் ஆயுதம் தாங்கிய போராட்டத் தின் முன்னோடி சிவக்குமரன். அவரது சொந்த ஊரான உரும்பிராயில் சிவக்குமரனின் வெண்கலச் சிலை 1975ஆம் வருடம் நிறுவப்பட்டது. ராணுவம் 1977ஆம் வருடம் அதைத் தகர்த்தது. தமிழர்கள் மீண்டும் அந்தச் சிலையை நிறுவினார்கள். ஆர்மி மீண்டும் 1981இல் அதை அழித்தது. அவருக்குப் பின் தோன்றிய பல ஆயுதக் குழுக்களும் அவரைப் போற்றின. விடுதலைப் புலிகள் இயக்கம் சிவக்குமரன் மரண நாளை மாணவர் எழுச்சி நாளாகக் கடைபிடிக்கிறது.

•

இந்தியாவில் இருந்த பிரபாகரன் மீண்டும் யாழ்ப்பாணம் திரும்பத் துடித்தார். அதற்கு சிவக்குமரனின் மரணம் ஒரு காரணம். அவரது மறைவுக்குப் பிறகு போராட்டத்தைத் துடிப்புடன் வேகமாக முன்னெடுத்துச் செல்வதற்கு யாரும் இருக்கவில்லை. இப்படிப்பட்ட சூழலில் அனுராதபுரம் சிறையில் இருந்து தப்பித்து வந்து மயிலாப்பூரில் வசித்த தனபால

சிங்கம் என்ற செட்டியை பிரபாகரன் சந்தித்தார். பிரபாகரனைப் போலவே செட்டியும் யாழ்ப்பாணம் செல்வதற்குத் துடித்தான். அனுராதபுரம் சிறையில் இருந்து செட்டியுடன் கண்ணாடி பத்மநாதனும் தப்பியிருந்தார். ரேடியோ மெக்கானிக்காக இருந்த கண்ணாடி தொடக்கத்தில் தங்கமணி குழுவில் பிரபாகரனுடன் சேர்ந்து துப்பாக்கியைப் பிரித்து மேய்ந்தவர் ஆவார்.

இவர்கள் எல்லோரும் விடுதலைக்காகப் போராடுவதால் போலீஸ் தேடியது. ஆனால் செட்டி ஒரு கிரிமினல். அதனால் போலீஸ் துரத்தியது. அவனுக்கு கொள்கையோ, சித்தாந்தங் களோ கிடையாது. திருட்டுத்தனத்தை மட்டுமே எந்நேரமும் சிந்திக்கும் செட்டி, பூநகரி என்னும் இடத்திலுள்ள காட்டில் வைத்து பயங்கரமான முறையில் பத்மநாதனைக் கொன்ற பிறகு அளவெட்டி கூட்டுறவுச் சங்கத்தில் கொள்ளையடித்த பணத் தோடுதான் இந்தியாவுக்குத் தப்பி வந்திருந்தான். ஆனால் இந்தப் பின்னணி பிரபாகரனுக்குத் தெரியாது. செட்டியோடு பிரபாகரன் சேர்வதில் பெரியசோதிக்கு விருப்பமில்லை. திரும்பவும் யாழ்ப்பாணம் செல்வதற்குத் துடித்த பிரபாகரன் பெரியசோதி சொல்வதைக் கேட்பதாக இல்லை.

'இங்கேயே சமைத்துக்கொண்டும், சாப்பிட்டுக்கொண்டும், தூங்கிக்கொண்டும் வாழ்க்கையைக் கழித்து விடலாம் என்று நினைக்காதீர்கள். என் வாழ்க்கையை இப்படியே வீணாக்க எனக்கு சம்மதமில்லை. எனக்கு 'செயலில் ஈடுபடுவது முக்கியம். இளமையில் செய்ய வேண்டிய காரியங்களை இளமையிலேயே செய்து விடவேண்டும். செட்டியும் 'செயல் வீரன்.' மேலும் அவன் கிரிமினல் என்று எனக்குத் தெரியும். அது என்னை எந்த வகையிலும் பாதிக்காது. என் தனித்தன்மையை எக்காரணத்தைக் கொண்டும் இழக்க மாட்டேன்.'

தன்னால் முடிந்த அளவு எடுத்துச் சொல்லிய பெரியசோதி தங்கதுரையை அழைத்துப் பிரபாகரனுடன் பேச வைத்தார். சென்னையில் அவர்களுக்கு உதவிய ஜனார்த்தனனும் பேசிப் பார்த்தார். பிரபாகரன் கேட்பதாக இல்லை. சிவக்குமரன் இறந்து ஒன்றரை மாதம் கழித்து 1974 ஜூலையில் பிரபாகரன் கடல் கடந்தார்.

பழைய பதுங்கும் இடங்கள் எல்லாம் போலீஸுக்குத் தெரிந் திருந்தது. புதிய மறைவிடங்களைத் தேடிக் கண்டுபிடிக்க

வேண்டியிருந்தது. இன்ஸ்பெக்டர் பாஸ்தியம் பிள்ளை தலைமையிலான போலீஸ் படை போராளிகளையும், அவர்களது கிளர்ச்சியையும் முளையிலேயே கிள்ளி எறியத் துடித்துக்கொண்டிருந்தது. பாஸ்தியம் பிள்ளை என்றாலே பல பேருக்கு உதறல் எடுக்கும். அந்த அளவுக்கு அவரது லாக்கப் சித்திரவதைகள் பிரபலம். மேலும் துப்புக் கொடுப்பவர்களை வைத்து வலுவான 'உளவு நெட்வொர்க்' ஒன்றை அவர் உருவாக்கியிருந்தார்.

கிழக்குப் பிராந்தியத்தில் உள்ள திருகோணமலையில் தமிழ் பல்கலைக் கழகம் ஒன்று திறக்க வேண்டுமென்று தமிழ் மக்கள் பல காலமாகப் போராடி வந்தனர். மேலும் பிரிவினைக் கோரிக்கையை முன்னிறுத்திய தமிழ் மக்களின் உரிமைப் போராட்டம் கொதிநிலையை எட்டிவிடும் போலத் தோன்றியது. அதைத் தணிக்கும் நோக்கத்தில் யாழ்ப்பாணத்தில் பல்கலைக் கழகம் திறப்பதென்று சிறீமாவோ அறிவித்தார்.

சிறீமாவோவின் நடவடிக்கை திட்டமிட்ட அரசியல் சூதாட்டம் ஆகும். திருகோணமலையில் பல்கலைக் கழகம் அமைக்கும் கோரிக்கையைப் புறக்கணித்து வடக்கு மற்றும் கிழக்குப் பகுதி மக்களிடையே பிளவைத் தோற்றுவிக்கும் வஞ்சகத் திட்டம் சிறீமாவோவின் அறிக்கையில் அடங்கியிருந்தது. அக்டோபர் 6 ஆம் தேதி யாழ் பல்கலைக் கழகத்தைத் திறந்து வைத்து உரையாற்றுவதற்காக அவர் யாழ்ப்பாணம் வந்தார். 1959 ஆம் வருடம் தன் கணவர் இறந்த பிறகு பொது வாழ்க்கையில் இறங்கியவரும், 1960 இல் பிரதமர் ஆனவருமான சிறீமாவோவுக்கு யாழ்ப்பாணம் வர வேண்டும் என்ற எண்ணம் 1974 வரை உதிக்கவில்லை. அந்த அளவுக்கு அவர் தமிழ் பேசும் மக்களுக்கு முக்கியத்துவம் அளித்தார்.

சிறீமாவோ பங்குபெறும் நிகழ்ச்சியைப் புறக்கணிக்குமாறு போராளிகள் வேண்டுகோள் விடுத்தனர். தமிழர் கூட்டணித் தலைவர்கள் அதை மீறவில்லை. அந்தத் தருணத்தில் முனைப்போடு இயங்கிய ஒரே போராளிக் குழு பிரபாகரனுடையது மட்டுமே. ஏனென்றால் சிவக்குமரனின் மரணத்துக்குப் பிறகு அந்தக் குழுவும் சிதைந்து போனது. தங்கதுரை சேலத்தில் இருந்ததால் அவரது டெலோ (TELO) இயக்கமும் முடங்கிப் போயிருந்தது. ஆக இருபது வயது பிரபாகரன் விடுத்த அழைப்பை தமிழர் கூட்டணியின் தலைவர்கள் ஏற்றனர் என்பதுதான் இங்கே முக்கியமானது.

உலகின் முதல் பெண் பிரதமருக்கு வித்தியாசமான வரவேற்பு ஒன்றை அளிக்கத் தயார் ஆனார். அரை டஜன் குண்டுகள் யாழ்ப் பாணத்தில் வெடித்தன. அதனால் உயிர் இழப்பு ஏற்படவில்லை என்றாலும் பீதியைத் தோற்றுவித்தது. ரயில் நிலையம், காங்கேசன் துறை காவல் நிலையம், பிரதமர் சிறீமாவோ பண்டாரநாயகாவின் பேச்சைத் தமிழில் மொழி பெயர்த்துச் சொல்லும் நபர் வீடு என இடங்களைத் தேர்வு செய்திருந்தார் பிரபாகரன். செட்டியும் இதில் உதவினான். பிரதமர் பங்குபெறும் நிகழ்ச்சியில் பெருந்திரளான கூட்டத்தைச் சேர்த்து நல்ல பெயர் வாங்க நினைத்த குமரசூரியரும், துரையப்பாவும் ஏமாந்தனர்.

இப்படிப்பட்ட பின்னணியில் 1975ஆம் ஆண்டு விடிந்தது. இத்தனை காலமும் ஃபெடரல் நிர்வாகம் என்று பேசிக் கொண்டிருந்த தமிழரசுக் கட்சியும், தமிழர் கூட்டணியும் 'சுயாட்சி' என்ற தெளிவான முடிவுக்கு வந்திருந்தன. அதை நிரூபிக்கும் விதமாக காங்கேசன் துறைத் தொகுதிக்கான இடைத்தேர்தல் 1975 பிப்ரவரியில் நடப்பதாக இருந்தது. தந்தை செல்வநாயகம் 1972ஆம் வருடமே ராஜினாமா செய்திருந்த நாடாளுமன்ற இடத்துக்கு உடனடியாகத் தேர்தல் நடத்தாமல் அரசாங்கம் வேண்டுமென்றே தள்ளிப் போட்டிருந்தது.

செல்வநாயகம் எப்படியும் ஜெயித்து விடுவார் என்று பிரதமருக்குத் தெரியும். தன் கட்சி வேட்பாளர் தோற்பதைப் பற்றி அவர் பயப்படவில்லை. அதே நேரம் தோல்வி கௌரவமாக இருக்க வேண்டும் என்று மட்டுமே விரும்பினார். அது சாத்திய மில்லை என்பதை உணர்ந்து கம்யூனிஸ்ட் கட்சி உறுப்பினருக்கு ஆதரவளிப்போம் என்று ஒதுங்கினார்.

பிரபாகரனும், மற்ற போராளி இயக்கத்தைச் சேர்ந்தவர்களும் செல்வநாயகத்தின் வெற்றிக்காக உழைத்தனர். அதே போல தமிழ் இளைஞர் பேரவையின் கொழும்பு கிளையைச் சேர்ந்த உமா மகேஸ்வரனும் உழைத்தார். வீடு வீடாகச் சென்று தமிழ் ஈழத்துக்கு வாக்களிக்குமாறு அவர்கள் ஓட்டுச் சேகரித்தனர். இந்தப் பிரச்சாரத்தின் போதுதான் இவர்கள் இருவரும் முதன் முறையாக நேருக்கு நேர் சந்தித்துக்கொண்டனர்.

காங்கேசன் துறைத் தேர்தலில் தந்தை செல்வா அமோக வெற்றி யடைந்தார். இனிமேல் தனித் தமிழ் ஈழம் அமைப்பதற்குப் போராடுவதே தனது லட்சியம் என்று உறுதி எடுத்துக்

கொண்டார். பல இளைஞர்கள் தங்கள் விரலைக் கிழித்து செல்வநாயகத்துக்கு ரத்தத் திலகம் இட்டனர்.

•

அதே ஆண்டு மூன்றாவது ஆயுதப் போராட்டக் குழுவும் உதய மானது. ஏற்கனவே தங்கதுரை தலைமையிலான டெலோ இயக்கமும் (குட்டிமணி சிறையில் இருந்தாலும் தங்கதுரை சேலத்திலிருந்து மறுபடியும் இலங்கைக்கு வந்திருந்தார்), பிரபாகரன் தலைமையிலான புதிய தமிழ்ப் புலிகள் அமைப்பும் யாழ்ப்பாணத்தில் இயங்கின. மூன்றாவதாக ஒரு குழு இலண்ட னில் உதயமானது. இளையதம்பி ரத்தினசபாபதியும் அருட் பிரகாசம் என்ற அருளரும் இலண்டனில் இந்த அமைப்பைத் துவக்கினர். அதற்கு EROS என்று பெயர். 1975ஆம் வருடம் இங்கிலாந்தில் கிரிக்கெட் உலகக் கோப்பை விளையாட்டு நடந்த போது மான்சஸ்டர் நகரில் நடந்த போட்டியில் இலங்கை சிங்கள அரசின் தமிழ் விரோத நடவடிக்கைக்கு எதிரான வாசகங்களை எழுதிப் பிடித்தும், பேனரை எடுத்துக்கொண்டு மைதானத்துக்குள் ஓடிச் சென்றும் கவன ஈர்ப்பை ஏற்படுத்தினர். இனப் பிரச் னையை சர்வதேச அரங்கிற்குத் தெரியவைக்கும் விதமாக மேற்கொண்ட இந்த நடவடிக்கை EROS குழுவின் மிக முக்கிய மான பங்களிப்பாகும்.

பிரபாகரன் குழுவில் சுமார் 30 துடிப்புள்ள இளைஞர்கள் இருந்தனர். ஆனால் சிறீமாவோ வருகையின் போது ஏற்பட்ட குண்டு வீச்சைத் தொடர்ந்து 1974 இறுதி வாக்கில் செட்டி கைது செய்யப்பட்டான். அதற்கு முன்னதாக வங்கியில் கொள்ளையடித்த 69,000 ஆயிரம் பணத்தை இயக்கத்தில் சேர்க்காமல் சொந்தமாக கார் வாங்கினான் செட்டி. இது பிரபாகரனின் கொள்கைக்கு எதிரானது.

மேலும் செட்டியின் கைது பிரபாகரனுக்குப் பெரும் சங்கடமாக அமைந்தது. போலீஸ்காரர்களின் செம்மையான கவனிப்பில் தன்னைப் பற்றியும், தன் இயக்கத்தைப் பற்றியும் அத்தனை ரகசியங்களையும் அவன் உளறியிருப்பான் என்று பிரபாகர னுக்குத் தெரியும். அதனால் பிரபாகரன் தன்னுடைய இருப் பிடத்தை அடிக்கடி மாற்றிக்கொண்டே இருக்க வேண்டிய நிலைக்குத் தள்ளப்பட்டார். மறைவிடங்களை அடிக்கடி மாற்றினார். காவலில் இருந்த கொஞ்ச நாளிலேயே செட்டி போலீஸ் உளவாளியாக அவதாரம் எடுத்தான்.

மறுபடியும் தலைமறைவு வாழ்க்கை. செட்டியின் பிரிவுக்குப் பிறகு பிரபாகரனுக்கு பணத் தட்டுப்பாடும் ஏற்பட்டது. காட்டுப் பழங்களைப் பறித்துத் தின்று விட்டு வேறு உணவே கிடைக் காமல் வாழ்க்கையைக் கடத்தினார். புலிகள் குழுவைச் சேர்ந்த பிறர் அவ்வப்போது சோறு கொண்டு வந்து தருவார்கள். களைத்த முகமும், சோர்ந்த நடையுமாக தெரிந்தவர்கள் யார் வீட்டுக்காவது செல்வார். அவர்கள் இருப்பதைப் போடுவார்கள்.

வல்வெட்டித்துறையில் புத்தகங்களை வாடகைக்கு விடும் நபர் ஒருவர் ஓரிரு முறை பத்து, இருபது ரூபாய் கொடுத்து உதவினார். அதற்குப் பிறகு போலீஸ் கெடுபிடி இருக்கும் என்பதற்காக அவர் வல்வெட்டித்துறைக்கு வருவதைத் தவிர்த்துக்கொண்டார். மரித்துப் போன சிவக்குமரன் விட்டுச் சென்ற பணியைத் தொடர்வது என்ற லட்சியத்தை விடாப்பிடியாகப் பற்றிய புதிய தமிழ்ப் புலிகள் அமைப்பிடம் இரண்டு துப்பாக்கிகள் இருந்தன. அவற்றில் ஒன்று உள்ளூரிலேயே தயாரித்தது.

யாழ் மேயர் துரையப்பா அழியவேண்டும் எனப் பெரும் பான்மையான யாழ்குடா நாட்டு மக்கள் விரும்பினார்கள். சிவக் குமரன் கூட அவரை வேட்டையாட முயன்றார். வேறு சிலரும் முயன்றனர். பிரபாகரன் குழுவும் முயன்றது. துரையப்பாவைத் தீர்த்துக்கட்டுவதற்கான காரணங்களை பிரபாகரன் அடுக்கினார். நண்பர்களுக்கு மாற்றுக் கருத்து இருக்கவில்லை.

இந்தத் திட்டத்தில் தனக்குத் துணையாக மூன்று பேரை பிரபா கரன் தேர்ந்தெடுத்தார். அவர்கள் கிருபாகரன், கலாபதி, பற்குணராஜா ஆவர். துரையப்பாவை உலகத்தை விட்டு அனுப்பு வதற்கு அவர்கள் தேர்ந்தெடுத்திருந்த இடம் பொன்னாலை வரதராஜப் பெருமாள் கோயில் வாசல் ஆகும். அந்தக் கோயில் ஊருக்கு ஒதுக்குப்புறமாக, மிகவும் அமைதியான இடத்தில் அமைந்திருப்பதால் அது தனக்கு மனநிறைவைத் தருகிறது என்று நண்பர்களிடம் அடிக்கடி சொல்லும் துரையப்பா வெள்ளிக் கிழமை தோறும் அங்கு வந்து கடவுளைத் தரிசிப்பதை வழக்க மாகக் கொண்டிருந்தார். அதை இவர்கள் பல நாள் கண்காணித்து அறிந்துகொண்டனர்.

1975ஆம் ஆண்டு ஜூலை 26ஆம் தேதி இரவு பொன்னாலையில் உள்ள ஒரு நண்பரின் வீட்டுக்கு பிரபாகரன் சென்றார். நண்பனின் தாயார் பரிமாறிய உணவை இருவரும் உண்ட பிறகு

படுக்கைக்குச் சென்றனர். அப்போதுதான் பிரபாகரன் தலையணைக்கு அடியில் துப்பாக்கியை வைப்பதை நண்பர் பார்த்த நண்பர், 'இதை வைத்து காக்காய், குருவி கூடச் சுட முடியாது' என்று வேடிக்கையாகச் சொன்னார். பிரபாகரன் சிரித்துக் கொண்டே, 'நாளை என்ன நடக்கிறது என்று பார்' என்று கூறிவிட்டுத் தூங்கினார். ஆழ்ந்த உறக்கம். நண்பர் காலையில் எழுந்து பார்த்த போது விடிவதற்குள்ளாகவே பிரபாகரன் சென்றிருந்தார்.

நேராக கோயிலுக்கு எதிர்ப்புறம் உள்ள சிற்றுண்டிக் கடைக்குத் தான் பிரபாகரன் போனார். மற்ற மூவரும் அங்கே வந்து சேர்ந்தனர். அந்தக் கடையில் காலைச் சிற்றுண்டி சாப்பிட்டனர். பிறகு காத்திருந்தனர்.

கார் கோயிலுக்கு முன் இருந்த மரத்தின் நிழலில் கார் வந்து நின்றது. துரையப்பா காரின் கதவைத் திறந்துகொண்டு கீழே இறங்கினார். துரையப்பாவை அடையாளம் காட்டியது கிருபாகரன்; அடையாளம் இல்லாமல் செய்யப்போவது பிரபாகரனும், கலாபதியும்.

'வணக்கம் ஐயா.'

'வணக்கம் தம்பிகள்.'

அவர் சொல்லி முடித்ததுதான் தாமதம். பிரபாகரன் துப்பாக்கியை உருவினார். நேராக மார்பை நோக்கிச் சுட்டார். மொத்தம் ஐந்தாறு குண்டுகள் இருக்கும். துரையப்பா அந்த இடத்திலேயே இறந்தார். கொலை செய்யப்பட்ட இடத்தில் TNT என்று ஏற்கனவே எழுதி வைத்திருந்த அஞ்சல் அட்டையைப் போட்டனர்.

தமிழ் ஈழ விடுதலை வரலாற்றில் முதல் அரசியல் கொலையை நடத்திய அந்த நால்வரும் கார் டிரைவரைக் கீழே இழுத்துத் தள்ளி விட்டு அதே காரைக் கிளப்பிக்கொண்டு கிளம்பினார்கள். வெகு தூரம் போயிருப்பார்கள். காரை ஓட்டியது பற்குணம். நீர்வேலி என்ற இடத்தில் காரை நிறுத்திவிட்டு ஆளுக்கொரு திசையில் நடந்தனர். பிரபாகரன் தவிர மற்ற மூவரும் தத்தம் வீடுகளுக்கு பஸ்ஸிலேயே பாதுகாப்பாகப் போனார்கள்.

பிரபாகரன் வீட்டை விட்டு வெளியேறிப் பல காலம் ஆகிறது. அவரால் அங்கே போக முடியாது. அதுவும் ஒரு கொலையைச்

செய்துவிட்டு. ஆகவே, நண்பர் ஒருவரின் வீட்டுக்குப் போனார். அவரைப் பார்த்தால் எதுவுமே நடக்காதது போலத் தோன்றியது. முகத்தை அவ்வளவு இயல்பாக வைத்திருந்தார். அன்று இரவு அங்கேயே தங்கினார். துரையப்பா கொலை பற்றி ஒரு வார்த்தை கூடப் பேசவில்லை. மறுநாள் காலையில் பிரபாகரனின் நண்பர் தூங்கி எழுந்து பார்த்த போது பிரபாகரனைக் காணவில்லை. மாயமாக மறைந்திருந்தார். அதன் பிறகுதான் துரையப்பா கொலையுண்ட விஷயமே நண்பருக்குத் தெரியவந்தது.

துரையப்பாவின் கொலை அனைவரையும் அதிர்ச்சியில் ஆழ்த்தி யது. தமிழ் இளைஞர் பேரவையைச் சேர்ந்த சிலர் பட்டாசு வெடித்துக் கொண்டாடினர். சிறீமாவோ பண்டாரநாயகா அதிர்ந்து போனார். குமரசூரியரையும், துரையப்பாவையும் வைத்து தமிழர்களுக்கு மாற்றுத் தலைமை ஒன்றை உற்பத்தி செய்துவிடலாம் என்ற அவரது நினைப்பில் மண் விழுந்ததை அவரால் தாங்க முடியவில்லை. மரணமடைந்த மேயரின் இறுதிச் சடங்கு முடிவதற்குள் கொலையாளியைப் பிடிக்குமாறு போலீஸுக்கு உத்தரவிட்டார். சி.ஐ.டி. உளவுப் பிரிவு, தமிழர் கூட்டணியின் தூண்டுதலின் பேரிலேயே இளைஞர்கள் துரை யப்பாவைக் கொன்றனர் என்று சிறீமாவோவிடம் போட்டுக் கொடுத்தது. குறிப்பாக அமிர்தலிங்கத்தின் பெயர் அடிபட்டது. வன்முறையைத் தேர்ந்தெடுக்கும் இளைஞர்களை ஆசுவாசப் படுத்தி கட்டுக்குள் வைத்திருக்கும் பொறுப்பை தந்தை செல்வா அமிர்தலிங்கத்திடம் ஒப்படைத்திருந்த காரணத்தினால் அவர் போராளிகளை அடிக்கடி சந்திப்பது உண்மைதான். அவர்களும் அமிர்தலிங்கத்தை 'தளபதி' என்று அழைப்பது வழக்கமாக இருந்தது.

ஆகஸ்ட் 4ஆம் தேதிக்குள் தமிழர் இளைஞர் பேரவை உறுப் பினர்கள் உள்ளே தள்ளப்பட்டனர். கொலைகாரர்களைப் பிடித்து விட்டதாக சிங்களப் பத்திரிகைகள் எழுதின. ஆனால் சிறையில் இருப்பவர்களுக்கே கூட பிரபாகரனின் ஆயுதக் குழு பற்றி எதுவும் தெரியவில்லை என்பதுதான் வேடிக்கை. ஆனால் அதற்காக பிரபாகரன் அசட்டையாக இருக்கவில்லை. கொலை யில் ஈடுபட்ட நாலு பேரும் தமது சொந்த வீட்டில் தங்க வேண் டாம் என்ற அவரது எச்சரிக்கையை அவர்கள் பொருட்படுத்த வில்லை. அப்படியே தங்க நேரிட்டாலும் ஏதாவது ஆயுதம் வைத்துக்கொள்ளுங்கள் என்று கூறியதையும் காதில்

போட்டுக்கொள்ளவில்லை. இயக்கத்திடம் இருந்த இரண்டு துப்பாக்கிகளில் ஒன்றை பிரபாகரன் வைத்திருந்தார். மற்றது பற்குணராஜாவிடம் இருந்தது. எனவே மற்றவர்களைக் குறைந்த பட்சம் ஒரு கத்தியாவது வைத்திருக்குமாறு எச்சரித்திருந்தார்.

கிருபாகரன் ஆகஸ்ட் 21ஆம் தேதியும், கலாபதி செப்டம்பர் 19ஆம் தேதியும் அவர்களது வீடுகளில் கைது செய்யப்பட்டனர். அவர்களை போலீஸ் விசாரித்த விசாரிப்பில் உண்மைகளை எல்லாம் கக்கி விட்டனர். தன் பாதுகாப்புக்கு எப்போதுமே பிரத்யேகக் கவனம் எடுத்துக்கொள்ளும் பிரபாகரன் இம்முறை வெகு ஜாக்கிரதையாக இருந்தார். கூட்டாளிகள் கைதாவதற்கு முன் பாகவே அவர்களுக்குத் தெரிந்த இடங்களில் தங்குவதைக் குறைத்துக்கொண்டார்.

பிரபாகரன் பெயரும், புதிய தமிழ்ப் புலிகள் பெயரும் மெல்ல மெல்ல வெளிச்சத்துக்கு வந்தது. ஆனால் பிரபாகரன் எப்படி இருப்பார் என்று போலீஸுக்குத் தெரியாது. வீட்டை விட்டுக் கிளம்புவதற்கு முன்பாக தான் எடுத்திருந்த புகைப்படம் எல்லாவற்றையும் அவர் கிழித்துப் போட்டிருந்தார். தனது சகோதரி கல்யாணத்தின் போது எடுக்கப்பட்ட படம் மட்டும் இருந்தது. ஆனால் அது பொடிப்பயலாக இருந்த சமயத்தில் எடுத்தது. அதை வைத்துக்கொண்டு போலீஸ் தனது வேட்டையைத் தொடங்கியது.

இளைஞர்கள் மத்தியில் பிரபாகரன் என்ற பெயர் பெரும் தாக்கத்தை ஏற்படுத்தியது. அவரோடு இணைந்து ஆயுதப் போராட்டத்தில் ஈடுபடுவதற்குப் பல பேர் முன் வந்தனர். துரையப்பா கொலைக்குப் பிறகு அப்படி வந்து சேர்ந்தவர்களில் இளங்குமரன் என்பவர் முக்கியமானவர். 'பேபி' சுப்பிரமணியம் என்று அழைக்கப்பட்ட இவர் பிற்காலத்தில் பிரபாகரனின் வளர்ச்சியில் ஒவ்வொரு கட்டத்திலும் துணை நின்றார்.

7. விடுதலைப் புலிகள்

துரையப்பாவின் கொலை எதிர்பார்த்த தாக்கத்தை உண்டாக்கியதில் பிரபாகரனுக்குத் திருப்தி. இளைஞர்கள் பலர் ஆர்வத்துடன் வந்து பிரபாகரனோடு இணைந்தனர். அவர்களுக்குப் பயிற்சி கொடுத்து போராட்டத்துக்குத் தயார்படுத்துவதற்காக வவுனியாப் பகுதியில் உள்ள அடர்ந்த காட்டைத் தேர்ந்தெடுத்தார். தன் தந்தை காணி அதிகாரியாக இருந்த காலத்தில் அவரது கையைப் பிடித்துக்கொண்டு இந்தக் காடுகளில் எல்லாம் பிரபாகரன் திரிந்திருக்கிறார். அதன் ஒவ்வொரு அங்குலமும் அவருக்கு அத்துப்படி.

வவுனியா நகரில் இருந்து மூன்று கிலோ மீட்டர் தொலைவில் அமைந்திருந்த அந்தப் பகுதி பயிற்சிக்குத் தோதாக இருந்தது. அதற்கு பூந்தோட்டம் என்று பிரபாகரன் பெயரிட்டார். பெயருக்கு ஏற்றது போல பரவலான பூச்செடிகள் தென்பட்டன. காய்கறிச் செடிகளும், நெல் வயலும் அங்கே இருந்தது. மொத்தம் நாற்பது ஏக்கர். அதற்குப் பின்புறம் கண்ணுக்கு எட்டிய தூரம் வரை

வனப்பகுதி. அவர்கள் இந்தப் பூந்தோட்டம் பகுதியில் குடிசை அமைத்தனர்.

காய்கறித் தோட்டத்திலும், நெல் வயலிலும் வேலை செய்து தேவையான உணவுப் பொருளைத் தாமே உற்பத்தி செய்யும் வகையில் புதிய உறுப்பினர்கள் செயல்பட்டனர். அதை விட முக்கியமாக அவர்களுக்கு அங்கே போராட்டப் பயிற்சி அளிக்கப்பட்டது. பயிற்சிகளில் முக்கியமானது துப்பாக்கிச் சுடும் பயிற்சி. துல்லியமாகக் குறி பார்த்துச் சுட வேண்டும் என்பதில் அவர் சிரத்தையாக இருப்பார். மனித உருவம் பொறித்த கட்-அவுட்களும், மரமும் சுடும் பயிற்சியில் இலக்கு களாகப் பயன்பட்டன.

குறி தவறினால் பிரபாகரனுக்குப் பிடிக்காது. வங்கியில் கொள்ளை அடிக்கச் சென்ற போது குறி தவறிச் சுட்டதால்தானே சிவக்குமரன் மரணத்தைத் தழுவிக்கொண்டார்? தோழர்களே, இது வாழ்வா சாவா போராட்டம். நாம் துப்பாக்கியில் இருந்து பாயும் குண்டு குறி தப்பினால் எதிரியின் குண்டு நம் மீது பாய்ந்து விடும். எனவே, கவனம் என்று எச்சரிப்பார். உற்சாகப்படுத்தவும் செய்வார். பயிற்சியைக் கண்காணித்தபடி நடந்துகொண்டிருப் பார். திடீரென்று பின்னால் திரும்புவார். அது மட்டுந்தான் தெரியும், மரத்தில் குறித்து வைத்துள்ள புள்ளியில் ஒரு அங்குலம் கூடப் பிசகாமல் துப்பாக்கிக் குண்டு பதிந்திருக்கும். அனைவரும் ஆச்சரியத்தில் வாயடைத்துப் போவார்கள்.

ஊருக்குள் போலீஸ் தேடியபோதும் காட்டுக்குள் கன ஜோராக பயிற்சி போய்க்கொண்டிருந்தாலும், பயிற்சியை சிறப்பாக நடத்துவதற்குப் போதுமான நிதி வளம் குறைந்து வந்தது. என்ன செய்வது என்று யோசித்தனர். வெளிப்படையாகச் சென்று மக்களிடம் பணம் திரட்ட முடியாது. தேடுகிற போலீஸ் கையில் சிக்கினால் வினையாகப் போய் விடும். வேறு என்ன செய்வது? அரசாங்கம் எல்லா மக்களிடமும் வரி வசூல் செய்து தெற்கே சிங்களப் பிரதேசத்தில் மட்டும் மேம்பாட்டுத் திட்டங்களை மேற்கொள்கிறது. எனவே அரசு வங்கியைக் கொள்ளை யடிப்பது என்று ஏகமனதாக முடிவானது.

புத்தூர் வங்கிக் கிளையை பல நாள் நோட்டம் விட்டனர். வங்கியின் செயல்பாடுகள் தொடர்பான விவரம் எல்லாவற்றை

யும் சேகரித்துக்கொண்டனர். வங்கி எப்போது திறக்கிறது, எப்போது மூடுகிறார்கள், எந்தெந்த நேரத்தில் மக்கள் கூட்டம் வருகிறது போன்ற எல்லாத் தகவலும் பிரபாகரன் கைக்கு வந்து சேர்ந்தது. அதைத் தீவிரமாக ஆராய்ந்து, கூடி விவாதித்த பிறகு தெளிவானதொரு திட்டத்தை அவர் தீட்டினார்.

1976 மார்ச் 5ஆம் தேதி காலை வங்கி திறந்தவுடன் பிரபாகரன் தன் ஆட்களுடன் உள்ளே நுழைந்தார். துப்பாக்கியைக் காட்டியது தான் தாமதம், எல்லோரும் கையை மேலே தூக்கினார்கள். அவர்களை அப்படியே மேனேஜர் அறைக்குள் அனுப்பி விட்டு கருவூலத்தில் உள்ள பணத்தையும், நகைகளையும் மூட்டை கட்டினார்கள். ஐந்து லட்ச ரூபாய் பணமும், இரண்டு லட்சம் மதிப்புள்ள நகையும் தேறியது. ஐந்தே நிமிடத்தில் நடந்து முடிந்த வங்கிக் கொள்ளை அது. பிரபாகரன் இந்தப் பணத்தின் ஒரு பகுதியை வல்வெட்டித்துறையில் உள்ள கோயிலுக்கு அளித்து ஏழை மக்களுக்கு அன்னதானம் செய்யுமாறு வேண்டிக் கொண்டார்.

ஈரோஸ் இயக்கம் இலண்டனில் தோன்றிய அதே 1975ஆம் வருடம் இன்னொரு சிறு குழுவும் உதயமானது. தமிழர் கூட்டணி யின் கட்டுப்பாட்டில் இருக்கும் தமிழ் இளைஞர் பேரவை வெறும் வாய்ச் சவடால் மட்டும் விடுகிறது, உருப்படியாக ஏதும் செய்வதில்லை என்று குற்றம் சாட்டிய சிலர் பேரவையில் இருந்து விலகி முத்துக்குமாரசாமி, வரதராஜப் பெருமாள் தலைமையில் Eelam Liberation Organization (ELO) என்ற அமைப்பைத் தோற்றுவித்தனர்.

பிரபாகரனின் புதிய தமிழ்ப் புலிகள் அமைப்பு நடத்திய வங்கிக் கொள்ளை இந்தக் குழுவின் ஆவலைத் தூண்டியது. இடதுசாரி சித்தாந்தம் பேசும் இவர்கள் புலாலி மக்கள் கூட்டுறவுச் சங்க வங்கியைக் குறி வைத்தனர். ஆனால் வெகு விரைவில் வரத ராஜப் பெருமாள் கைது செய்யப்பட்டார். கொள்ளையடிக்கப் பட்ட பணமும், நகையும் மீட்கப்பட்டது. அதற்குப் பிறகு ELO என்ன ஆனதென்று யாருக்கும் தெரியவில்லை.

இந்தச் சூழலில் வரலாற்று முக்கியத்துவம் வாய்ந்த இன்னொரு காரியத்தையும் பிரபாகரன் செய்தார். ஒரு சராசரி ஆயுதப் போராட்டக் குழுவாக இயங்கியது போதும். சொல்லிலும், செயலிலும் இருக்கும் சுதந்தரத் தமிழ் ஈழ உணர்வு பெயரிலும்

இருக்கவேண்டும் என்று பிரபாகரன் விரும்பினார். ஈழம் என்ற சொல்லை மட்டும் தன் குழுவுக்குச் சூட்டினால் அது பொருத்த மாக இருக்காது எனக் கருதினார்.

ஏனென்றால் பண்டைய இலக்கியங்களில் ஈழம் என்பது ஒட்டு மொத்த இலங்கைத் தீவையும் குறிப்பதாகும். நமக்கு ஒட்டு மொத்த தீவெல்லாம் வேண்டாம். தமிழ் மக்களில் பாரம்பரிய ஈழம் மட்டும் போதும், தமிழ் ஈழம் மட்டும் போதும், அதன் விடுதலை மட்டும் போதும். தமிழ், ஈழம், விடுதலை. அதோடு புலிகளையும் சேர்த்துக்கொண்டார். தமிழீழ விடுதலைப் புலிகள் அமைப்பு பிறந்தது. ஆம், 1976 மே மாதம் 5ஆம் தேதி புதிய தமிழ்ப் புலிகள் அமைப்பு தமிழீழ விடுதலைப் புலிகள் என்று உருமாறியது. அதாவது, Liberation Tigers of Tamil Eelam (LTTE).

விடுதலைப் புலிகள் இயக்கத்துக்கான சின்னம், கொடி அனைத்தையும் அவர் ஏற்கனவே மனதில் இறுத்தி வைத்திருந் தார். அவர் இந்தியாவில் தஞ்சம் புகுந்திருந்த போது மதுரையில் ஒரு ஓவியர் பிரபாகரன் சொல்லச் சொல்ல அதற்கு ஏற்றாற் போல அந்தச் சின்னத்தை வரைந்து கொடுத்திருந்தார். கர்ஜிக்கும் புலியின் தலை, சீறிப் பாயும் அதன் முன்னங்கால்கள், பின்னணியில் இரு துப்பாக்கிகள், புலியின் தலையைச் சுற்றி ஒரு ஒளி வட்டம், அந்த வட்டத்தின் ஒளிக் கதிருக்குப் பதிலாக துப்பாக்கித் தோட்டாக்கள். அதுதான் விடுதலைப் புலிகள் அமைப்பின் சின்னம். பார்த்தாலே வீரமும், எழுச்சியும் ஊட்ட வல்ல சின்னமாக அது அமைந்தது.

ஐந்து பேர் அடங்கிய மத்தியக் குழு ஒன்று இயக்கத்தில் நிறுவப் பட்டது. பிரபாகரன் ராணுவத் தளபதியாகவும், அரசியல் தலைவராகவும் இருப்பார். மத்தியக் குழுவில் பிரபாகரன் தவிர செல்லக்கிளி, நாகராஜா, ஐயர் மற்றும் விஸ்வேஸ்வரன் ஆகிய நால்வரும் அங்கம் வகித்தனர். இயக்கத்திற்கென்று சில விதிமுறைகளும் உருவாக்கப்பட்டன. விடுதலைப் புலிகள் அமைப்பின் உறுப்பினர்கள் புகை பிடித்தல், மது அருந்துதல், உடலுறவு வைத்துக்கொள்ளுதல் ஆகியவற்றை அறவே தவிர்க்க வேண்டும். குடும்பத்துடனான உறவை முறித்துக் கொள்ள வேண்டும். அதை விட முக்கியமாக, இயக்கத்தை விட்டு வெளியேறுகிறவர்கள் வேறு இயக்கங்களில் சேர்வதோ, புதிய இயக்கம் தொடங்குவதோ கூடாது.

1971ஆம் வருடம் ஆயுதக் கிளர்ச்சியில் ஈடுபட்டுத் தோற்ற ஜே.வீ.பி. இயக்கத்தினர் எண்ணிக்கையில் அதிகமாக இருந் தனரே ஒழிய அவர்களிடத்தில் கட்டுப்பாடு தவறிய சம்பவங் களைப் பற்றிய செய்திகள் வெளியாயின. கம்யூனிச சித்தாந்தம் பேசிக்கொண்டு 'தோழர்' என்று தோளில் கையைப் போட்ட அவர்கள், சக தோழர்களின் சகோதரிகளோடு படுத்துறங்கிய சம்பவங்கள், அதன் தொடர்ச்சியாகக் கருக்கலைப்புகள் பற்றிய செய்திகள் அவ்வப்போது வெளியாயின. இதெல்லாம் பிரபாகரனை சிந்திக்க வைத்தன.

இந்தக் கட்டுப்பாடுகள் வெறும் காகிதத்தில் மட்டும் நின்று விடாமல் செயலிலும் கடைபிடிக்கப்பட்டது. ஒழுக்கம், கட்டுப் பாடு, விதிமுறைகளைப் பின்பற்றுதல் போன்ற பண்புகள் விடுதலைப் புலிகள் அமைப்பை ஏனைய போராட்டக் குழுக் களில் இருந்து வேறுபடுத்திக் காட்டியது. உறுப்பினர்களுக்கு மட்டும் கட்டுப்பாடு விதித்து விட்டு மனம் போன போக்கில் நடக்கும் தலைவனாக பிரபாகரன் இருக்கவில்லை. மற்றவர் களுக்கு நமது பேச்சை விட நமது செயல் முன்மாதிரியாகத் திகழ வேண்டும் என்று நினைப்பவர் அவர். மேலும் ஆயுதம் தாங்கிய போராட்டத்தின் போது தன் கையில் ஆயுதம் இருக்கிறது என்பதற்காக என்ன வேண்டுமானாலும் செய்தால் மக்கள் மத்தியில், அதாவது எந்த மக்களுக்காக ஆயுதம் ஏந்துகிறார் களோ அந்த மக்கள் மத்தியில், பெயர் கெட்டுவிடும். எனவே ஒழுக்கமும், கட்டுப்பாடும் அவசியம். இயக்கத்தின் அனைத்து உறுப்பினர்களுக்கும் இந்தச் சிந்தனையை ஊட்டினார்.

அதற்குச் சான்றாக ஒரு சம்பவத்தைக் குறிப்பிடலாம். இந்திய அமைதிப் படைக்கும், விடுதலைப் புலிகளுக்கும் இடையே போர் நடந்துகொண்டிருந்த போது பிரபாகரனைப் பேட்டி எடுப்பதற்காக பத்திரிகையாளர் அனிதா பிரதாப் இலங்கைக்குச் சென்றார். போரின் காரணமாக உடனடியாக பிரபாகரனைச் சந்திக்க முடியாத சூழல் ஏற்பட்டது. அதனால் புலிப் போராளி களுடன் அவர் இரவுப் பொழுதைக் கழித்தார். அதைப் பற்றி தன்னுடைய புத்தகத்தில் கீழ்க்கண்டவாறு அவர் குறிப் பிடுகிறார்.

'இருபது இளைஞர்களுடன் ஒரே அறையில் இருந்தேன். ஆனால் ஒரு நொடிப் பொழுது கூட 'பெண்' என்ற ரீதியில் பாதுகாப்பின் மையை உணரவில்லை. எனது மதிப்பில் பிரபாகரன் உயர்ந்தார்.

இத்தகைய ஒழுக்க நெறியைத் தன்னுடைய பையன்களுக்குள் அவரால் விதைக்க முடிந்திருக்கிறது என்றால் அது உண்மை யிலேயே போற்றத்தக்கது. டெல்லி மேல்தட்டு வட்டாரங்களில் இதை விடப் பாதுகாப்பின்றி உணர்ந்திருக்கிறேன். நகரத் தெருக்களில் கண்ணாலேயே ஆடை அவிழ்ப்பு நடந்திருக்கிறது. ஆனால், இங்கே புலிகளின் பார்வையிலும் சரி பாவனையிலும் சரி அம்மாதிரியான வெளிப்பாடு இம்மியளவும் இல்லை. இன்னும் சொல்லப் போனால் என்னை ஒரு பெண் என்ற கண்ணோட்டத்திலேயே அவர்கள் பார்க்கவில்லை. அந்த அறை யில் இருக்கும் அழுக்குத் துணியைப் போல, கார் பேட்டரியைப் போல என்னையும் உயிரற்ற ஜடப்பொருளாகவே கருதினர்'

ஒழுக்கத்தைக் கடைபிடிக்கும் பண்பு பிரபாகரனுக்கு அவரது தந்தையிடம் இருந்து வந்தது. திருவேங்கிடம் வேலுப்பிள்ளை வெற்றிலை கூடப் போடாதவர். அந்த அளவுக்கு நன்னடத்தை மிகுந்தவர். பிற்காலத்தில் பேட்டிகளின் போது நல்லொழுக் கத்தை தன் தந்தையாரிடம் இருந்து கற்றதாக பிரபாகரன் கூறுவார்.

ராணுவப் பிரிவின் நடவடிக்கைகளை பிரபாகரன் மூன்று வித மாகப் பிரித்தார். முதலாவதாக, காட்டிக் கொடுக்கும் கூட்டத்தை அழித்து போலீஸ் உளவு நெட்வொர்க்கை இல்லாமல் செய்வது. இரண்டாவதாக இலங்கை அரசின் நிர்வாகத்துக்கு ஆயுதப் புரட்சி மூலம் முடக்குவது. மூன்றாவதாக, வடக்கு மற்றும் கிழக்குப் பகுதியில் உள்ள ராணுவ முகாம்களை அழித்து, ராணுவக் கட்டுப்பாட்டில் உள்ள பகுதிகளை விடுவித்து, அந்தப் பகுதிகளில் சுய நிர்வாகக் கட்டமைப்பை உருவாக்குவது. சுருக்கமாகச் சொன்னால் தமிழ் ஈழத்தை விடுவித்து சுதந்தர தேசமாக மாற்றுவது.

தனது இயக்கத்தின் முக்கிய நோக்கங்களாக பிரபாகரன் நிர்ணயித்தவை இவை.

★ கொரில்லாப் போர் முறையில் ஆரம்பித்து படிப்படியாக மக்கள் விடுதலை ராணுவமாகப் பரிமாணம் பெறுதல்

★ தமிழ் ஈழத்துக்கு முழுச் சுதந்தரம்

★ இறையாண்மையுள்ள சோசலிச ஜனநாயகக் குடியரசை நிறுவுதல்

★ சமுதாயத்தில் நிலவும் அனைத்து அடக்குமுறைகளையும், குறிப்பாக ஜாதி அமைப்பை முற்றிலும் அழித்தல்.

இந்த நிகழ்ச்சி நடந்து சரியாக 21 நாள் கழித்து கிட்டத்தட்ட இதே லட்சியத்தை வலியுறுத்துவதற்காக தமிழர் கூட்டணியினர் கூடினார்கள். வட்டுக்கோட்டைத் தொகுதியில் உள்ள பன்னாகம் என்ற இடத்தில் அந்த மாநாடு கூடியது. தனித் தமிழ் ஈழம் அமைப்பது என்ற தீர்மானம் அந்த மாநாட்டில் நிறைவேற்றப் பட்டது. வரலாற்றுச் சிறப்பு மிக்க இந்தத் தீர்மானம் 'வட்டுக் கோட்டைத் தீர்மானம்' என்று அழைக்கப்படுகிறது. தவிர இதுவரை தமிழர் கூட்டணி என்று அறியப்பட்ட பெயர் தமிழர் விடுதலைக் கூட்டணி (Tamil United Liberation Front - TULF) என்று பெயர் மாற்றம் கொண்டது.

இந்த நிகழ்ச்சி நடந்து சரியாக 21 நாள் கழித்து கிட்டத்தட்ட இதே லட்சியத்தை வலியுறுத்துவதற்காக வட்டுக்கோட்டைத் தொகுதி யில் உள்ள பன்னாகம் என்ற இடத்தில் தமிழர் கூட்டணியினர் கூடினார்கள். வரலாற்று முக்கியத்துவம் வாய்ந்த வட்டுக் கோட்டைத் தீர்மானத்தை தந்தை செல்வா முன்மொழிந்தார். தான் இதுநாள் வரை சரியென நினைத்த தீர்வு தோற்றுப் போனதற்காக மன்னிப்புக் கோரினார். சிங்கள ஆட்சியாளர் களுடன் மாறிமாறி ஒத்துழைத்த கொள்கை தோற்றுப் போனதை ஒப்புக்கொண்டார். சாலமன் பண்டாரநாயகாவோடு போட்ட ஒப்பந்தம் கிழித்து எறியப்பட்டது. அந்த ஒப்பந்தத்தை நடை முறைப்படுத்துவார் என்ற வாக்குறுதியின் பேரில் 1960ஆம் வருடம் சிறீமாவோ ஆட்சிக்கு வர உதவினார். ஆட்சிக்கு வந்ததும் கொடுத்த வாக்குறுதி காற்றில் பறந்தது. 1965இல் மறுபடியும் டட்லி சேனநாயகாவோடு உடன்படிக்கை செய்தார். தமிழரசுக் கட்சி உதவியோடு ஆட்சி அமைத்த டட்லி உடன் படிக்கையை மறந்தார். எனவே, 1948 முதல் பெடரல் அமைப்பை முன்னிறுத்திச் செய்த தவறுக்குப் பரிகாரமாக இந்தத் தீர் மானத்தைத் தான் நிறைவேற்றுவது மிகப் பொருத்தம் என்றார் அவர்.

அவரை அடுத்துப் பேசிய அமிர்தலிங்கம் தமிழீழம் எப்படிப் பட்ட தேசமாக இருக்கும் என்று பலத்த கரவொலிக்கு நடுவே கூறினார். வடகிழக்குப் பகுதிகளை உள்ளடக்கியது தமிழ் ஈழ தேசமாகும். அதன் நிலப் பரப்பில் வசிக்கும் அனைவரும்

தமிழீழ தேசத்தின் குடியுரிமை பெற்றவர்கள் ஆவார்கள். இலங்கைத் தீவின் ஏனைய பகுதியில் வசிக்கும் தமிழர்களும் குடியுரிமை பெறலாம். உலகின் வேறு பகுதிகளில் குடியேறிய தமிழர்களும் இந்தத் தகுதி பெற்றவர்கள் ஆவர். சமயச் சார்பற்ற சமத்துவ ஜனநாயக நாடாக அது திகழும். தமிழ் மொழி தேசிய மொழியாக இருக்கும். சிங்களர்களின் உரிமையும் பாதுகாக்கப்படும். அதாவது சிலோன் அரசாங்கத் தின் துணையோடு தமிழீழத்தின் எல்லைக்குள் குடியேறிய சிங்களர் தமது தாய் மொழியிலேயே குழந்தைகளைப் பயிற்றுவிக்கலாம். அதே நேரம் சிங்கள தேசத்தில் தமிழர்கள் எவ்வாறு நடத்தப்படுகிறார்கள் என்பதைப் பொறுத்தே இது அமையும்.

இனி தமிழர் கூட்டணி தமிழர் விடுதலைக் கூட்டணி என்று அழைக்கப்படும் என்று கூறிய அமிர்தலிங்கம், 'இன்று முதல் நாம் விடுதலை இயக்கம்' என்றார். தனிநாடு அமைப்பதற்கான வரைவுத் திட்டத்தை உருவாக்குவதுதான் நம் பணி எனவும் அவர் முழங்கினார். கூட்டத்தில் கலந்துகொண்ட இளைஞர்கள் புல்லரித்துப் போனார்கள். தளபதி வாழ்க', 'உத்தரவிடுங்கள் செய்து முடிக்கிறோம்' என்று பொங்கினார்கள்.

அந்தக் கூட்டத்தில் கலந்துகொண்ட பல இளைஞர்களில் பிரபாகரனும் ஒருவர்.

விடுதலைப் போராட்டம் அறிவிக்கப் போகிறார்கள் என்று எதிர்பார்த்த இளைஞர்களுக்கு தமிழர் விடுதலைக் கூட்டணி யினரின் மெத்தனம் ஏமாற்றம் தந்தது. அமிர்தலிங்கமும் வேறு சில தலைவர்களும் மே 21ஆம் தேதியன்று யாழ்ப்பாணப் பேருந்து நிலையத்தில் நின்று அடுத்து வரும் குடியரசி தினக் கொண்டாட்டத்தைப் புறக்கணிக்குமாறு துண்டுப் பிரசுரங்களை விநியோகம் செய்தனர். 'அடச் சே, இதைத்தானே இத்தனை நாளும் செய்துகொண்டிருந்தீர்கள்' என்று இளைஞர்கள் கேட்கத் தவறவில்லை.

•

தமிழரசுக் கட்சியினரில் நடவடிக்கைகளைக் கவனித்து ஆட்சி யாளர்களுக்குத் தகவல் தரும் பொறுப்பில் இருந்த இன்ஸ் பெக்டர்கள் பஸ்தியம் பிள்ளையும், பத்மநாதனும் வலுவான

நெட்வொர்க்கைக் கட்டமைத்து வைத்திருந்தனர். அதை உடைக்காமல் தமது போராட்டத்தைத் தொடர முடியாது என்று விடுதலைப் புலிகள் அமைப்பு முடிவெடுத்தது.

சிவக்குமரனைப் பற்றி போலீஸுக்குத் துப்புக் கொடுத்த நடராஜா உயிர்வாழத் தகுதி அற்றவர்தான். அவரை அகற்றுவது சரிதான். முடிவு செய்த பிரபாகரன் தனது சகாக்களை மட்டும் அனுப்பி வைத்தார். அவர்கள் நடராஜா வீட்டுக்கு வந்து அவர் பெயரைச் சொல்லி வெளியே அழைத்தனர். வெளியே வந்த நடராஜா துப்பாக்கிக் குண்டுகளை உடம்பில் வாங்கிக் கொண்டார். விடுதலைப் புலிகள் அமைப்பு நிகழ்த்திய முதல் கொலை இதுதான். ஏற்கனவே ஆல்பிரட் துரையப்பாவை பிரபாகரன் கொன்றிருந்தாலும் அப்போது புதிய தமிழ்ப் புலிகள் என்ற பெயரில் இயங்கினார்.

விடுதலைப் புலிகளின் பூந்தோட்டம் பயிற்சி மையத்தைப் போலவே ஈரோஸ் இயக்கம் வவுனியாவுக்குத் தெற்கே 32 கிலோ மீட்டர் தொலைவில் அமைந்திருந்த கண்ணடிதோட்டத்தில் ஆயுதப் பயிற்சி நடத்தியது. அதற்கு முன்பாக ஒரு விஷயத்தைக் குறிப்பிடவேண்டும்.

ஈரோஸ் இயக்கத்தை இலண்டனில் தோற்றுவித்த ரத்தினசபா பதிக்கு பாலஸ்தீன விடுதலை இயக்கத்தின் லண்டன் தூதுவர் சையத் ஹமீது என்பவரைத் தனிப்பட்ட முறையில் தெரியும். எனவே சில பேரை ஆயுதப் பயிற்சி எடுப்பதற்கு சில பேரை லெபனான் அனுப்ப ஏற்பாடு செய்தார். அதன்படி சங்கர் ராஜி, அருளர், கனகசுந்தரம் ஆகியோர் போர் முனையில் சென்று பயிற்சி எடுத்து வந்தனர். இலங்கையில் அதிகபட்சம் கிரானெட் குண்டை மட்டுமே பார்த்திருந்த அவர்களுக்கு இது புதிய அனுபவமாக இருந்தது. இதில் அருளர் சோவியத் யூனியனில் ஒரு பல்கலைக் கழகத்தில் எஞ்சினியரிங் பயின்றவர் என்பது குறிப்பிடத் தக்கது.

லெபனானில் இருந்து திரும்பிய அருளர் கண்ணடி தோட்டத் துக்கு வந்து தான் கற்றுக்கொண்ட விஷயங்களை வைத்து மற்ற உறுப்பினர்களுக்கு ஆயுதப் பயிற்சி அளித்தார். சில நாள் களுக்குப் பிறகு பிரபாகரனின் பூந்தோட்டம் பகுதிக்கு அவர் வருகை புரிந்தார். அப்போது பாலஸ்தீன விடுதலை இயக்கத்தின் போராட்ட முறைகளைப் பற்றி பிரபாகரனிடம் விவரித்தார்.

முக்கியமாக நிலக் கண்ணிவெடியை வைத்து இஸ்ரேல் பீரங்கி களை அவர்கள் தகர்த்ததைப் பற்றிச் சொன்ன போது பிரபாகரன் ஆர்வமானார். அருளருக்குப் பிறகு லெபனானில் ஆயுதப் பயிற்சி பெற்றுத் திரும்பிய சங்கர் ராஜியும் பூந்தோட்டம் பண்ணைக்கு வருகை புரிந்தார். அவர்கள் இருவரின் தூண்டுதலின் பேரில் விடுதலைப் புலிகள் இயக்கத்தில் இருந்தும் சில பேரை பாலஸ் தீன விடுதலை இயக்கத்துக்கு அனுப்பி வைக்கும் முடிவுக்கு பிரபாகரன் வந்தார்.

இதற்கிடையில் தங்கதுரை, பிரபாகரன் உள்ளிட்ட போராளி கள் அடிக்கடி அமிர்தலிங்கத்தைச் சந்திப்பது வழக்கம். 1977 தொடக்கத்தில் நடந்த ஒரு சந்திப்பின் போது விடுதலைப் புலிகள் அமைப்பில் உமா மகேஸ்வரனைச் சேர்த்துக் கொள்ளுமாறு கேட்டுக்கொண்டார். கதிர்காமப்பிள்ளை நல்லைநாதன் என்ற இயற்பெயர் கொண்ட உமா மகேஸ்வர னுக்கு பிரபாகரனைக் காட்டிலும் பத்து வயது கூடுதல். கொழும்பு தமிழ் இளைஞர் பேரவையில் கொழும்பு கிளைத் தலைவராக இருந்த உமாவுக்கு நன்றாக ஆங்கிலம் தெரியும். சரளமாகவும் பேசக் கூடியவர். அது இயக்கத்துக்கு பலம் சேர்க்கும் என்று கருதிய பிரபாகரன் அமிர்தலிங்கத்தின் யோசனையை ஏற்றுக்கொண்டார்.

அது வரைக்கும் ஐந்து பேர் அடங்கிய மத்தியக் குழுவின் தலைவராகவும் (சேர்மன்), ராணுவத் தளபதியாகவும் பிரபா கரனே விளங்கினார். உமா உள்ளே வந்ததும் சேர்மன் பொறுப்பை அவருக்கு வழங்கி விட்டு ராணுவப் பொறுப்பை மட்டும் தானே வைத்துக்கொண்டார். சில பழைய உறுப்பினர் களுக்கு இது பிடிக்கவில்லை. இருந்தாலும் பிரபாகரன் சொல்கிறார் என்பதற்காக ஒத்துக்கொண்டனர். ஆனால், முதலில் செட்டியோடு சேர்ந்தது எவ்வளவு பெரிய தவறோ அதற்கு நிகரான தவறாக இது இருக்கும் என்று பிரபாகரனே கூடக் கருதவில்லை.

1977ஆம் வருடத்தின் முற்பகுதியில் ஆல்பிரட் துரையப்பா கொலையை விசாரித்து வந்த மூன்று போலீஸ்காரர்களை விடுதலைப் புலிகள் சுட்டுக் கொன்றனர். முதலாவதாக கருணாநிதி (பிப்ரவரி 14), அதன் பிறகு சண்முகநாதன் என்ற பெயரில் இரு போலீஸ்காரர்கள் (மே 18).

தமிழ் ஈழ மக்களின் உரிமைப் போராட்டத்தில் 1977ஆம் வருடம் நடந்த இலங்கையின் எட்டாவது பொதுத் தேர்தல் ஒரு மாபெரும் திருப்புமுனையாக அமைந்தது. அந்த ஆண்டுத் தொடக்கத்தில் தந்தை செல்வா இயற்கை எய்தியதால் அமிர்தலிங்கத்தின் தலைமையில் 'வட்டுக்கோட்டைத் தீர்மானத்தை' முன்னிறுத்திய தமிழர் விடுதலைக் கூட்டணிக்கு தமிழ் மக்கள் ஏகமனதாகத் தமது ஒப்பதலைக் கொடுத்தனர். சிறீமாவோ பண்டாரநாயகாவின் சிறீலங்கா சுதந்தரக் கட்சி படுதோல்வி அடைந்தது. ஜே.ஆர்.ஜெயவர்த்தனே மாபெரும் வெற்றி கண்டார். லலித் அதுலத்முதலி, சிறில் மேத்யூ, காமினி திசநாயகே ஆகியோர் அமைச்சர் ஆயினர். இரண்டாவது மிகப் பெரிய கட்சியாக, அதாவது பிரதான எதிர்க்கட்சியாக தமிழர் விடுதலைக் கூட்டணி உருவெடுத்தது. தனி ஈழக் கோரிக்கையை சிறிது காலம் ஒத்தி வைத்தால் அமிர்தலிங்கத்துக்கு எதிர்க்கட்சித் தலைவர் பதவி கிடைக்கும் வாய்ப்பு இருந்தது. அமிர்தலிங்கம் இந்த வாய்ப்பைப் பயன்படுத்திக்கொண்டார்.

எதிர்பார்த்தது போலவே இளைஞர்கள் கொதித்தனர். 'தமிழீழ ஆட்சிமன்றம் அமைக்கிறோம், தனிநாடு நிறுவுகிறோம் என்று சொல்லித்தானே ஓட்டுக் கேட்டீர்கள்? பிறகு எதற்காக நாடாளுமன்றம் போகிறீர்கள்?' நமது ஈழப் போராட்டத்தை உலகுக்கு எடுத்துச் சொல்ல நாடாளுமன்றம் ஒரு தளமாக அமையும் என்று கதரவேற்பிள்ளை சமாதானம் கூறினார். இளைஞர்களால் அதை நம்ப முடியவில்லை. எந்த அரசியல் அமைப்புச் சட்டத்தை அடிமை சாசனம் என்று வர்ணித்தார்களோ அதை உளமாற ஏற்பதாக உறுதிகூறி எம்.பி. பதவியை ஏற்றுக்கொண்டனர்.

யாழ்ப்பாணத்தில் புற்றுநோய் மருத்துவமனை கட்டுவதற்கு நிதி திரட்டும் நோக்கத்துடன் யாழ்ப்பாணம் ரோட்டரி கிளப் ஆகஸ்ட் 12ஆம் தேதியன்று ஏற்பாடு செய்திருந்த கலை நிகழ்ச்சி புனித பாட்ரிக் கல்லூரியில் நடந்து கொண்டிருந்தது. அந்த வழியாக சீருடை இல்லாமல் வந்த போலீஸ்காரர்கள் வேடிக்கை பார்ப்பதற்கு உள்ளே போக முயற்சித்தனர். எல்லோரையும் போல நீங்களும் டிக்கெட் வாங்குங்கள் என்று விழா அமைப்பாளர்களில் ஒருவரான டாக்டர் கூறினார். சரியென்று தலையாட்டி விட்டுச் சென்ற போலீஸ்காரர்கள் அடுத்த நாள் வந்தனர், போதையை ஏற்றிக்கொண்டு.

அடுத்த நாளும் அவர்கள் யூனிஃபார்ம் அணிந்திருக்கவில்லை. குடிபோதையோடு விழாவுக்கு வந்த சிங்கள போலீஸார் மக்களோடு வம்புச் சண்டை போட்டனர். கலகம் செய்தனர். எனவே மக்கள் அவர்களை வெளியேற்றினார்கள். அதற்கு மறுநாள் ஆகஸ்ட் 14 அன்று போலீஸ் திருப்பித் தாக்கியது. ஸ்டேஷனில் இருந்து வெளியே வந்து கண்ணில் கண்ட பொது மக்களை எல்லாம் அடித்து நொறுக்கியது.

அதற்கு அடுத்த நாள் ஆகஸ்ட் 15ஆம் தேதி துப்பாக்கியால் சுட்டது. நாலு சிவிலியன்கள் துப்பாக்கிக் குண்டுக்குப் பலி யானார்கள்; 20 பேர் படுகாயமடைந்தனர். 16ஆம் தேதியும் தாக்குதல் தொடர்ந்தது. போலீஸ் வாகனத்தை எடுத்துக் கொண்டு போய் கடைகளுக்குத் தீ வைக்கும் அவலம் நடந்தது. ஆகஸ்ட் 17ஆம் தேதி யாழ்ப்பாண மார்க்கெட்டையே கொளுத்தினார்கள். கொழும்பு நகரின் எதிர்க் கட்சித் தலைவர் பதவியேற்று 'ஜனநாயகக் கடமை' ஆற்றிக்கொண்டிருந்த அமிர்தலிங்கம் யாழ்ப்பாணம் விரைந்து 18ஆம் தேதி மார்க்கெட் பகுதியைப் பார்வையிட்டார்.

'ஏன அப்பாவி மக்களைச் சுடுகிறீர்கள்?' என்று காவல் துறை உயர் அதிகாரியிடம் பேசிக்கொண்டிருக்கும் போது அவரது மண்டையின் பின்புறத்தில் இன்னொரு போலீஸ்காரர் துப்பாக்கி யால் தாக்கினார்.

ஆனால் அதற்கு முந்தைய நாளே சிங்களப் பகுதிகளில் தமிழர் மீது தாக்குதல் பரவியிருந்தது. அதற்கு முக்கியப் பொறுப்பு யாழ்ப்பாணத்தில் படித்த சிங்கள மாணவர்கள். யாழ் பல்கலைக் கழகத்தில் சிங்கள மாணவர்களுக்கு இட ஒதுக்கீடு இருந்தது. ஆனால் அவர்களுக்குப் புரியாத மொழி, பிடிக்காத கலாசாரம், வெறுக்கிற மதம் முதலிய காரணங்களால் எப்படியாவது சிங்களப் பகுதியில் எதாவது கல்லூரிக்கு மாற்றலாகிப் போய் விட விரும்பினார்கள். எனவே போலீஸ் கலவரத்தைப் பயன் படுத்தி சொந்த ஊருக்குத் திரும்பிடத் திட்டமிட்டனர். யாழ்ப் பாணத்தில் இருந்து சிங்கள மாணவர்களை ஏற்றிக்கொண்டு சென்ற பேருந்து அனுராதபுரத்தை அடைந்ததுதான் தாமதம், ஒரு மாணவன் பஸ் மீதேறி யாழ்ப்பாணத்தில் தமிழர்கள் சிங்களர் களை அடிக்கிறார்கள் என்று கூவினான். அந்த வார்த்தை போதாதா?

அனுராதபுரத்தில் கலவரம் உடனடியாக வெடித்தது. தமிழ்க் கடைகள் கொளுத்தப்பட்டன. கோயில்களையும் விட்டு வைக்க வில்லை. அடைக்கலம் இல்லாத தமிழர்கள் உயிருக்குப் பயந்து ஓடினார்கள். அனுராதபுரத்தில் பற்றிக்கொண்ட கலவரம் மலை நாடு உட்பட இலங்கையில் ஏனைய பகுதிகளுக்கும் பரவியது. தமிழர்களுக்கு பாதுகாப்பில்லாத நிலை, சபிக்கப்பட்ட அந்தத் தீவில் மீண்டும் ஒரு முறை, உருவானது.

கொழும்பு திரும்பிய அமிர்தலிங்கம் நாடாளுமன்றத்தில் கொதித் தார். 'போலீஸ் என்னை நோக்கித் துப்பாக்கியை நீட்டினர். இன்று உயிரோடு இருப்பது என் அதிர்ஷ்டம். யூனிஃபார்மில் இருந்த அவர்கள் போலீஸ் நம்பர் அணிந்திருக்கவில்லை. எதற் காக அப்பாவி மக்களைச் சுட்டீர்கள் என்று கேட்ட போது என்னை அசிங்கமாகத் திட்டினார்கள், துப்பாக்கியால் அடித்தார்கள்.'

இதற்கு ஜெயவர்த்தனா சொன்ன பதிலில் கோபம் கொப்பளித் தது. 'திருகோணமலையைத் தலைநகராகக் கொண்டு நீங்கள் தனி நாடு நிறுவப் போவதாகப் பேசுவதைக் கேள்விப்படும் போது மக்கள் பதற்றமடைகிறார்கள். இது மாதிரி அறிக்கை களை செய்தித்தாளில் படிக்கும் போது மக்கள் என்னதான் செய்வார்கள் என்று நினைக்கிறீர்கள்? சண்டை போட வேண்டுமென்றால் வாருங்கள் சண்டை போடலாம். அமைதி என்றால் அமைதி. இதைத்தான் அவர்கள் சொல்கிறார்கள்.' சிங்கள உறுப்பினர்களின் பலத்த கரவொலிக்கு நடுவே கூறினார் அவர்.

ஜெயவர்த்தனாவின் அனல் கொப்பளிக்கும் பேச்சுக்குப் பிறகு வன்முறை மேலும் பரவியது. கொழும்பு முதலிய பகுதிகளில் தமிழர் வேட்டை நடந்தது. 112 தமிழர்கள் கொல்லப்பட்டனர்; 25,000 பேர் வீடு இழந்தனர்; 100 கோடி ரூபாய் மதிப்புள்ள உடமை அழிக்கப்பட்டது. சுமார் 60,000 மலையகத் தொழிலாளர்கள் இடம் பெயர்ந்தனர்.

பல வகையில் 1977 கலவரம் முக்கியத்துவம் பெறுகிறது. அமிர்த லிங்கம் அரசியல் ரீதியாக பலவீனம் அடைகிறார் என்பது வெளிப்படத் தொடங்கியது. தெற்கில் இருந்து விரட்டி யடிக்கப்பட்ட பல தமிழ் இளைஞர்கள் பொறுமை இழந் திருந்தனர். ஆயுதம் ஏந்திய போராட்டக் குழுவில் இணைவதற்கு

ஆர்வம் காட்டினர். பிரபாகரனும், மற்ற ஆயுதக் குழுக்களும் இரு கைகளையும் விரித்து அவர்களை ஏற்றுக்கொண்டன.

•

ஆன்டன் பாலசிங்கத்தின் நட்பு விடுதலைப் புலிகளுக்குக் கிடைத்தது இந்தத் தருணத்தில்தான். 1938ஆம் ஆண்டு பிறந்த பாலசிங்கம் தன்னுடைய வாழ்க்கையை ஒரு பத்திரிகையாளராகத் தொடங்கினார். வீரகேசரி தமிழ்ப் பத்திரிகையில் பணியாற்றிய பிறகு இலங்கையில் உள்ள பிரிட்டிஷ் ஹைகமிஷனில் அவருக்கு வேலை கிடைத்தது. ஹைகமிஷனுக்குப் பக்கத்தில் அமைந்திருந்த பிரிட்டிஷ் கவுன்சிலில் வேலை பார்த்த ஒரு யாழ்ப்பாணத் தமிழ்ப் பெண்ணைக் காதலித்து மணந்து கொண்டார். ஆனால் அவருடைய மனைவி கடுமையாக நோய் வாய்ப்பட்டார். சர்க்கரை நோய். மேற்சிகிச்சைக்காக லண்டன் அழைத்துச் செல்வதற்கு பிரிட்டிஷ் அதிகாரிகள் அவருக்கு உதவினார்கள். ஆனால் இலண்டனில் சில வருடங்களுக்குப் பிறகு அவருடைய மனைவி மரணமடைந்தார்.

அதன் பிறகு அடேல் என்ற ஆஸ்திரேலிய நர்ஸோடு அவருக்குப் பரிச்சயம் உருவானது. அது, காதலானது. பாலசிங்கத்திற்கு நீரிழிவு நோய் இருப்பது தெரிந்தாலும் அதைப் பொருட்படுத்தாத அடேலின் காதல் 1978 கல்யாணத்தில் முடிந்தது. அவர்கள் இரண்டு பேருமே ஒடுக்கப்பட்ட மூன்றாம் உலக நாடுகளின் மக்களுக்காகக் குரல் கொடுத்தனர்.

இந்தப் பின்னணியில் 1977 தேர்தலுக்குப் பிறகு தமிழர்களுக்கு எதிராகக் கட்டவித்துவிடப்பட்ட வன்முறையின் போது, வட்டுக் கோட்டைத் தீர்மானத்தை மனதில் ஏற்றி வைத்திருக்கும் நாட்டுப் பற்றுள்ள தமிழ் இளைஞர்கள் பாலாவை நாடி வந்தனர். அவரது பத்திரிகை அனுபவத்தையும், வாசிப்பு அனுபவத்தையும் வைத்து ஆவணம் ஒன்றைத் தயாரிக்குமாறு அவரை வற்புறுத்தினார்கள். அவரும் அதற்கு இணங்கினார். அந்த ஆவணம் இலண்டனில் உள்ள விடுதலைப் புலிகளின் பிரதிநிதி கிருஷ்ணனையும் சென்றடைந்தது. அவருக்கும் பாலாவுக்கும் இடையே தொடர்பு ஏற்பட்டது.

இதற்கிடையில் இலங்கை அரசியல் அமைப்புச் சட்டத்தைத் திருத்துவதற்கு ஜெயவர்த்தனா முயற்சித்தார். இந்தியாவில்

உள்ளது போல குடியரசுத் தலைவர் தேசத்தின் தலைவராகவும், பிரதமர் அரசாங்கத்தின் தலைவராகவும், பிரதமரைக் கேள்வி கேட்கும் அதிகாரம் கொண்டதாக நாடாளுமன்றமும் உள்ளடக்கிய அரசியலமைப்புதான் அது வரைக்கும் அமலில் இருந்தது. அதை மாற்றிவிட்டு சர்வ அதிகாரமும் படைத்தவராக அதிபர் இருக்கும் வகையில் திருத்தம் கொண்டுவர விரும்பினார்.

அப்போதுதானே நினைத்ததை எல்லாம் தங்குதடையின்றி செய்துமுடிக்கமுடியும்?

8. கட்டமைக்கும் பணி

தமிழர் விடுதலைக் கூட்டணியின் தலைமைக்கும், விடுதலைப் புலிகளுக்கும் இடையே ஒரு சந்திப்பு 1977 நவம்பர் மாதம் அமிர்தலிங்கம் இல்லத்தில் நடந்தது. பிரபாகரன், உமா மகேஸ்வரன், நாக ராஜா, பற்குணராஜா, பேபி சுப்பிரமணியம் ஆகி யோர் இதில் கலந்துகொண்டனர். ஜெயவர்த்தனா வின் நேர்மையைப் பரிசோதிப்பதற்கு வசதியாக தமிழர் விடுதலைக் கூட்டணிக்கு ஒரு சந்தர்ப்பம் தாருங்கள் என்று அமிர்தலிங்கம் கூறினார். புலிகள் அவர் பேசுவதையே அமைதியாகக் கேட்டபடி அமர்ந்திருந்தனர். 'வன்முறையைக் கைவிடுமாறு நான் சொல்லவில்லை. இப்போதைக்கு தணித்துக் கொள்ளுங்கள்' என்றார்.

மற்றவர்கள் யாரும் பேசவில்லை. உமா மகேஸ் வரன் மட்டும் பேசினார். தமிழர் விடுதலைக் கூட்டணியின் ஆயுதப் பிரிவாக விடுதலைப் புலிகள் இயக்கம் செயல்படும் என்றார் அவர். அதை ரகசியமாக வைத்துக்கொண்டால் தனக்குச் சம்மதம் என்று அமிர்தலிங்கம் கூறினார். இந்தச் சந்திப்பின்

போது பிரபாகரன் ஒன்றுமே பேசவில்லை. அமைதியாக இருந்தார். அவருக்கு வேறு திட்டங்கள் இருந்தன.

ஜெயவர்த்தனாவுக்கும் வேறு திட்டம் இருந்தது. கிழக்குப் பிராந்தியத்தில் உள்ள தமிழ் மக்கள் தனி ஈழம் அமைவதை விரும்பவில்லை என்பது போன்ற தோற்றத்தை ஏற்படுத்த முயன்றார்.

ஒவ்வொருவருக்கும் ஒரு பலவீனம் இருக்கும். பொட்டுவில் தொகுதியில் தமிழர் விடுதலைக் கூட்டணி சார்பாக ஜெயித்த கனகரத்தினத்துக்கும் இருந்தது. திடீரென்று டிசம்பர் 19ஆம் தேதி ஐக்கிய தேசியக் கட்சியில் போய்ச் சேர்ந்துகொண்டார். அது போதாதென்று ஜெயவர்த்தனா தமிழர்களுக்கு நல்லது செய்வார் என்றும், கிழக்குப் பிராந்திய மக்கள் தமிழர் விடுதலைக் கூட்டணிக்கு வாக்களித்தாலும் தமிழீழத்துக்கான வாக்காக அதைக் கருதக் கூடாது என்றும் கூறினார். கனகரத்தினத்துக்கு 'துரோகி' முத்திரை குத்தினார் அமிர்தலிங்கம். பிரபாகரனும்.

உமா மகேஸ்வரன் கனகரத்தினத்தின் நடவடிக்கைகளை இரண்டு வாரம் உன்னிப்பாகக் கவனித்தார். அதன் பிறகு பிரபாகரனுக்குத் தகவல் அனுப்பினார். இந்திய குடியரசுத் தினமாகிய ஜனவரி *26* அன்று *(1978)* இரவு ரயிலில் பிரபாகரன் யாழ்ப்பாணத்திலிருந்து புறப்பட்டார். மறுநாள் காலை கொழும்பு கோட்டை (Fort) ரயில் நிலையத்தில் உமா அவரை வரவேற்றார். அதன் பிறகு ரயில்வே ஸ்டேஷனுக்கு எதிரேயுள்ள ஆனந்த பவனில் இருவரும் காலைச் சிற்றுண்டி முடித்துவிட்டு கொலுபிட்டியாவுக்கு பஸ் ஏறினார்கள். அங்குதான் கனகரத்தினத்தின் வீடு இருந்தது.

கட்சி தாவிய எம்.பி. தினமும் காலை ஒன்பது மணிக்கு வீட்டில் இருந்து கிளம்புவது வழக்கம். அன்றைக்கும் அப்படியே. அவரது வெளிக்கிடலுக்காகக் காத்திருந்த பிரபாகரனும், உமாவும் அவர் காரை நோக்கி நடந்த போது சுட்டனர். மார்பிலும், தோளிலும், விலாவிலும் சுடப்பட்ட கனகரத்தினம் மயங்கிச் சரிந்தார். மருத்துவமனைக்குக் கொண்டு சென்றபோது உயிருக்கு ஆபத்தில்லை என்று தெரிந்தது. மயக்கம் தெளிந்த கனகரத்தினம் 'ஒரு நெட்டைப் பையனும் ஒரு குட்டைப் பையனும்' தன்னைச் சுட்டதாக வாக்குமூலம் அளித்தார்.

அவர் சொன்ன நெட்டைப் பையன் உமா மகேஸ்வரன், கொழும்பிலேயே தங்கினார். குட்டைப் பையன் பிரபாகரன், கோட்டை ரயில் நிலையம் சென்று அங்கிருந்து யாழ்ப் பாணத்துக்கு வண்டி ஏறினார்.

மருத்துவமனையில் இருந்து மீண்டு வந்த கனகரத்தினம் துப்பாக்கிச் சூடு தந்த அதிர்ச்சியில் மூன்று மாதத்துக்குப் பிறகு மரணமடைந்தார். இரண்டு தமிழ்த் தீவிரவாதிகள் கொழும்புக்கு வந்து நாடாளுமன்ற உறுப்பினரைச் சுட்டிருக்கிறார்கள் என்பதை ஜெயவர்த்தனாவால் ஜீரணிக்க முடியவில்லை. பிரபாகரனைப் பிடிக்க வேண்டுமானால் அவர் எப்படித் தோற்றமளிப்பார் என்று தெரிய வேண்டுமே? அதற்குத்தான் அவருடைய புகைப்படமே இல்லையே?

கனகரத்தினம் கொலையை விசாரிக்கும் பொறுப்பு போலீஸ் இன்ஸ்பெக்டர் பாஸ்தியம்பிள்ளை தலைமையிலான சி.ஐ.டி. அணியிடம் ஒப்படைக்கப்பட்டிருந்தது. நெட்டைப் பையனையும், குட்டைப் பையனையும் தேடிக்கொண்டிருந்தார் அவர். இப்படிப்பட்ட நேரத்தில் பிரபாகரன் குழு மன்னார் மாவட்டத்தில் ஒரு தேவாலயத்துக்குப் பக்கத்தில் உள்ள அடர் கானகத்தில் ரகசியப் பயிற்சி முகாம் நடத்துவதாக போலீஸ் உள்வாளிகள் மூலம் அவருக்குத் தெரிய வந்தது. எங்கே போகிறோம், எதற்குப் போகிறோம் என்று சொல்லாமல் பேரம்பலம், பாலசிங்கம் ஆகிய போலீஸ் சகாக்களையும், டிரைவர் சிறீவர்த்தனேவையும் கூட்டிக்கொண்டு கிளம்பினார். கூடவே சப்-மெஷின் கன் உள்ளிட்ட ஆயுதங்களையும் வாகனத்தில் போட்டுக்கொண்டார்.

போராளிகளின் மறைவிடம் கண்டி நெடுஞ்சாலையில் ஒட்டியிருந்த காட்டுக்குள் பல நூறு மீட்டர் உள்ளே தள்ளியிருந்தது. அங்கே உயரமான மரத்தின் மீது அமைந்திருந்த கண்காணிப்புத் தலத்தில் இருந்த உமாவும், நாகராஜாவும் ஏப்ரல் 7, 1978 காலை ஆறு மணிக்கு மெதுவாக ஊர்ந்து வந்த Peugeot 404 காரின் வெளிச்சத்தைக் கண்டனர். இவர்கள் இருக்கும் இடத்தை நோக்கி வரும் ஒற்றையடிப் பாதைக்கு அருகில் அது நின்றது. அதிலிருந்து பாஸ்தியம்பிள்ளை கீழே இறங்கினார். இதைப் பார்த்ததும் உமாவும், நாகராஜாவும் ஒரு கணம் உறைந்து போனார்கள். உடனடியாக கீழே உள்ளவர்களிடம் தகவலைச்

சொன்னார். அங்கே பிரபாகரனைத் தவிர விடுதலைப் புலிகளின் மத்தியக் கமிட்டி உறுப்பினர்கள் எல்லோரும் இருந்தனர். குறிப்பாக செல்லக்கிளி இருந்தார்.

போலீஸுக்கு அடையாளம் தெரியாத இரண்டு பேரை ஒற்றையடிப் பாதை வழியாக நடந்து போகுமாறு செல்லக்கிளி அனுப்பி வைத்தார். மறுதிசையில் நடந்து வந்த பாஸ்தியம்பிள்ளை அவர்களை நிறுத்தினார்.

'நீங்கதான் மரம் வெட்டுறதா?' பாஸ்தியம்பிள்ளை கேட்டார்.

'இல்லை' என்றார்கள்.

மரம் வெட்டுவதைப் பற்றி வந்த புகார் தொடர்பாக விசாரிக்க வந்திருப்பதாகச் சொன்ன பாஸ்தியம்பிள்ளை அங்கே போட்டிருக்கும் குடிசையைச் சோதனை போட வேண்டும் என்றார். அந்த இருவரும் அவரை குடிசையை நோக்கி அழைத்து வந்தனர். அங்கே செல்லக்கிளி நின்றுகொண்டிருந்தார். பாஸ்தியம்பிள்ளை அடையாளம் கண்டுகொண்டார். ஆனால் தெரிந்ததுபோலக் காட்டிக்கொள்ளவில்லை.

பாஸ்தியம்பிள்ளை கூடாரத்துக்குள் சென்று சோதனை போட்டார். அவர் கையில் சப்-மெஷின்கன் இருந்தது. அவர் கூடவே பாலசிங்கம் நின்றார். கைத்துப்பாக்கியோடு இருந்த பேரம்பலம் கூடாரத்தைச் சுற்றி வலம் வந்தார். டிரைவர் சிறீவர்த்தனே ஒற்றையடிப் பாதையை மறித்துக்கொண்டு நின்றார். சோதனை போட்டு முடித்த பாஸ்தியம்பிள்ளை, 'சரி ஒரு நடை ஸ்டேஷனுக்கு வந்து ஸ்டேட்மென்ட் எழுதிக் கொடுத்திருங்க. அது சும்மா ஒரு சம்பிரதாயம். பிறகு நாங்களே திரும்பக் கொண்டு வந்து விடுகிறோம்' என்றார்.

அதற்குத் தலையாட்டிய செல்லக்கிளி தேநீர் குடித்துவிட்டுப் போகலாம் என்றார். சகா ஒருவர் தேநீர் நீட்டிய தேநீர் டம்ளரை வாங்கும் போது பாஸ்தியம்பிள்ளை சப்-மெஷின் கன்னை கீழே வைத்தார். அந்த ஒரு நொடிப்பொழுது விடுதலைப் புலிகள் இயக்கத்தின் வரலாற்று முக்கியத்துவம் வாய்ந்த தருணம். செல்லக்கிளிக்கு அந்த ஒரு நொடி போதுமாயிருந்தது. மின்னல் வேகத்தில் பாய்ந்து சப்-மெஷின்கன்னைக் கைப்பற்றினார். அதைக் கொண்டே பாஸ்தியம்பிள்ளை தலையில் ஓங்கி ஒரு

போடு போட்டார். என்ன நடக்கிறது என்று மற்றவர்கள் யோசிப்பதற்குள் அவரை சுட்டும் தள்ளினார்.

அதே வேகத்தில் துப்பாக்கியை பாலசிங்கம் பக்கமும் திருப்பி னார். அவரும் காலியானார். இதற்குள்ளாக கூடாரத்துக்கு வெளியே உலாவிய பேரம்பலத்தை மற்றவர்கள் கவனித்துக் கொண்டனர். தப்பியோட முயன்ற நிராயுதபாணி டிரைவரையும் பிடித்தனர். எல்லாமே மின்னல் வேகத்தில் நடந்து முடிந்தது. உமாவும், நாகராஜாவும் கீழே இறங்கி வருவதற்குள் போலீஸ் காரர்கள் செத்திருந்தனர்.

கூடாரத்துக்குத் தீவைத்து விட்டு, பேரம்பலத்தின் உடலை கிணற்றுக்குள் போட்டு விட்டு, மற்றவர்களின் பிரேதத்தைக் காட்டுக்குள் வீசி விட்டு பாஸ்தியம்பிள்ளை வந்த அதே காரில் பறந்தார்கள். கிளிநொச்சிக்கு அருகில் ஒரு காட்டுப் பகுதியில் அதை எரித்து விட்டு ஆளுக்கு ஒரு திசையில் பிரிந்து சென்றனர். இறுதியாக வவுனியாவில் உள்ள பூந்தோட்டம் முகாமில் ஒன்று சேர்ந்தார்கள். அங்கே பிரபாகரன் இருந்தார்.

நடந்த கதையைக் கேள்விப்பட்ட பிரபாகரன் செல்லக்கிளியை ஆரத் தழுவி, 'தமிழருக்குப் பெருமை சேர்த்து விட்டாய் நண்பா' என்று உச்சி குளிர்ந்தார். அது வரை நாட்டுத் துப்பாக்கியை வைத்திருந்தவர்களுக்கு சப்மெஷன் கன்னைக் கொடுத்துவிட்டுத் தான் பாஸ்தியம்பிள்ளை செத்தார். அதனால் நவீன ஆயுதங்கள் மீது ஆர்வமுடைய பிரபாகரனுக்கு அந்தச் சம்பவம் கூடுதல் மகிழ்ச்சியை அளித்தது.

'இதுதான் சரியான தருணம். நம்மை உலகத்துக்கு அடையாளம் காட்டும் நேரம் வந்து விட்டது. பாலஸ்தீன விடுதலை இயக்கம் போல, அயர்லாந்தின் IRA போல நாமும் பகிரங்கமாக அறிவிக்க வேண்டும். கொன்றது நாங்கள்தான் என்று பொறுப்பேற்க வேண்டும்.'

இப்படியெல்லாம் மத்தியக் கமிட்டியில் பேசினார்கள். தமிழ் பேசும் மக்களால் பெரிதாகச் சிலாகிக்கப்படும் துரையப்பா கொலையும், கனகரத்தினம் கொலையும் நாம்தான் செய்தோம் என்று நம்மை அடையாளப்படுத்த வேண்டும் என்று தீர் மானித்தார்கள்.

ஒருவர் பேனாவை எடுத்து வரிசையாக எழுத ஆரம்பித்தார். ஆம், இதுவரை விடுதலைப் புலிகள் யாரையெல்லாம் கொன்றார்கள் என்பதன் பட்டியல்.

உமா மகேஸ்வரன் அதை எடுத்துக்கொண்டு கொழும்புக்குப் பயணமானார்.

ஏற்கனவே எழுதிவைத்த காகிதத்தையும், விடுதலைப் புலிகளின் அதிகாரப்பூர்வ லெட்டர்பேடையும் எடுத்துக்கொண்டு கொழும்புவுக்கு வந்த உமா மகேஸ்வரன் தனது தூரத்து உறவுக்காரப் பெண்ணான ஊர்மிளா தேவியைச் சந்தித்தார். ஊர்மிளா விவாகரத்து ஆனவர். தமிழ் இளைஞர் பேரவையிலும், மறைந்த மாவீரன் சிவக்குமரனின் தாயார் அன்னலஷ்மி தலைமையிலான தமிழர் விடுதலைக் கூட்டணியின் மகளிர் பேரவையிலும் துடிப்பாகச் செயலாற்றி வருபவர். கொழும்பில் ஒரு கண்ணாடிக் கடைசியில் வேலை செய்த ஊர்மிளாவின் உதவியோடு கடிதத்தை டைப் செய்வது என்ற நோக்கத்தில் உமா வந்திருந்தார். 1978 ஏப்ரல் 25ஆம் தேதி. தனக்கு எட்டு பிரதிகள் வேண்டும் என்றும், அதை ரகசியமாக வைக்குமாறும் உமா கூறியிருந்தார். ஊர்மிளா அதே மாதிரி டைப் செய்து தந்தார். அந்தக் கடிதத்தில் கீழ்க்கண்டவாறு இருந்தது.

‘பாஸ்தியம்பிள்ளை குழுவினர் 1978 ஏப்ரல் 7ஆம் தேதி காலை 6 மணிக்கு ஒரு சப்மெஷின் கன் மற்றும் துப்பாக்கி சகிதம் விடுதலைப் புலிகளைத் தேடி வந்தனர். புலிகள் அவர்களை அழித்தனர். புலிகள் தரப்பில் மரணமோ, காயமோ ஏற்பட வில்லை. போலீஸார் கொண்டு வந்த காரும் அழிக்கப்பட்டது. வேறு எந்தக் குழுவோ, அமைப்போ, தனி நபரோ இந்தக் கொலைக்குப் பொறுப்பேற்க முடியாது. அப்படி உரிமை கோருவோர் மீது கடுமையான நடவடிக்கை எடுக்கப்படும்.’

ஆல்பிரட் துரையப்பா தொடங்கி மொத்தம் 11 பேரை தாங்கள் தான் கொன்றோம் என்றும் அந்த அறிக்கை கூறியது. அதில் ஏழு போலீஸ்காரர்கள், இரு போலீஸ் உளவாளிகள், அரசியல்வாதி களாக துரையப்பாவும் கனகரத்தினமும் அடக்கம். ஓரிரு இலக்கணப் பிழைகளுடன் ஆங்கிலத்தில் டைப் செய்யப் பட்டிருந்த அந்த அறிக்கையின் பிரதிகள் அதிபருக்கு, பிரதம ருக்கு, எதிர்க்கட்சித் தலைவருக்கு, பத்திரிகைகளுக்கு என பல தரப்பினருக்கும் சென்று சேர்ந்தது. அது வரைக்கும் தமிழ்ப்

போராளிகளைப் பற்றிய செய்தி பத்திரிகையில் ஓரமாக மட்டுமே வரும். ஆனால் இந்த அறிவிப்பு தினசரிப் பேப்பரின் முதல் பக்கத்தில் இடம் பிடித்து, தலைப்புச் செய்தி ஆனது. வீரகேசரி செய்தித்தாள் அந்த அறிக்கையை முழுமையாக வெளியிட்டது.

இதில் ஒரு வேடிக்கை, இலங்கை அரசாங்கம் அமிர்தலிங்கத் துக்கு பழைய நாடாளுமன்றக் கட்டிடத்தில் கொடுத்திருந்த அதிகாரப்பூர்வ எதிர்க்கட்சித் தலைவர் அலுவலகத்தில் உள்ள டைப்ரைட்டரை ஊர்மிளா பயன்படுத்தியதுதான். இன்னொரு முக்கியமான விஷயம் தமிழீழ விடுதலைப் போராட்டத்தின் போக்கில் இந்த ஊர்மிளா உண்டாக்கப்போகும் மாறுதல்.

விடுதலைப் புலிகளின் பகிரங்க அறிவிப்பு இலங்கையில் அதிர் வலைகளை உண்டாக்கியது. அது போதாதென்று பாஸ்தியம் பிள்ளைக்கு அடுத்த நிலையில் இருந்த இன்ஸ்பெக்டர் பத்ம நாதனை தங்கதுரை குழு அகற்றியது. போலீஸ் நெட்வொர்க், உளவாளிகள் வட்டாரம் வெகுவாகச் சுருங்கியது. 38 நபர்களின் பெயர் கொண்ட 'தேடப்படுவோர்' பட்டியலை அரசாங்கம் வெளியிட்டது. அதில் முதல் பெயர் பிரபாகரனுடையது. அதில் பெரும்பாலானோர் தமிழர் விடுதலைக் கூட்டணியின் இளைஞர் பிரிவைச் சேர்ந்தவர்கள். கவிஞர் காசி ஆனந்தன், மாவை சேனாதிராஜா, புஸ்பராஜா, சிறீசபாரத்தினம் ஆகியோர் இதில் அடக்கம். இவர்கள் தாமாகவே முன் வந்து போலீஸில் சரணடைந்தனர். இவ்வாறு சரணடைந்தவர்கள் யாருக்கும் பாஸ்தியம்பிள்ளை கொலையில் தொடர்பு இல்லை. கொலை யில் தொடர்புடையவர்கள் யாரும் சரணடையவில்லை.

விடுதலைப் புலிகள் இயக்கத்தை ஜெயவர்த்தனா தடை செய்தார்.

●

பிரபாகரனும் பேபி சுப்பிரமணியமும் டைம்பாம் தயார் செய் தார்கள். உமாவும் ராகவனும் விமானப் பயண ஏற்பாடுகளைக் கவனித்தனர்.

1978 வருடம் செப்டம்பர் 7ஆம் தேதி பலாலியில் இருந்து கொழும்பு ரத்னமாலா விமான நிலையத்துக்கு 35 பிரயாணி களை ஏற்றிச் செல்லும் ஆவ்ரோ 748 (AVRO 748) விமானத்தில்

இரண்டு இருக்கைகள் முன் பதிவு செய்யப்பட்டன. ரத்னமாலா வில் மற்ற பயணிகள் இறங்கியதும் வெடிகுண்டை ஆன் செய்து விட்டு பேபி சுப்பிரமணியமும், ராகவனும் கடைசியாக இறங்கினார்கள். மாலே செல்வதற்குத் தயாராக இருந்த பயணிகள் ஏறுவதற்கு முன்பு அந்தக் குண்டு சொல்லி வைத்தாற்போல வெடித்தது. விடுதலைப் புலிகள் தயாரித்த முதல் டைம்பாம்.

சர்வதேச ரீதியில் பெரும் பரபரப்பை உண்டாக்கிய விமானத் தகர்ப்புக்குப் பிறகு பெரியதொரு வங்கிக் கொள்ளைக்கும் பிரபாகரன் திட்டமிட்டார். ஒரு மாதத்துக்கும் மேலாகக் கண்காணித்துத் திட்டம் தீட்டினார்கள். திருநெல்வேலி கிளை யில் காசாளராகப் பணியாற்றிய சபாரத்தினம் என்பவரை செல்லக்கிளி நண்பராக்கிக் கொண்டார். அவர் மூலம் பல தகவல்களைத் தெரிந்துகொள்ள முடிந்தது. வாரம் முழுவதும் சேரும் வசூலை வெள்ளிக்கிழமையன்று யாழ்ப்பாணம் கிளைக்குக் கொண்டு சென்று டெபாசிட் செய்வது அங்கே வாடிக்கையாக இருந்தது. வெள்ளிக் கிழமை நண்பகல் சமயத் தில் பணம் பெட்டியில் அழகாக அடுக்கப்பட்டு யாழ்ப்பாணம் செல்வதற்குத் தயாராக இருக்கும் என்பதை சபாரத்தினம் வாயிலாக செல்லக்கிளி அறிந்துகொண்டார். ஓரிரு தடவை வங்கிக்குச் சென்று நோட்டம் விட்டு வந்தார்.

பிறகு 1978 டிசம்பர் 5ஆம் தேதியைத் தேர்ந்தெடுத்தார்கள். வங்கி வாசலில் அமர்ந்திருந்த போலீஸ் கான்ஸ்டபிள் கிங்ஸ்லி பரேரா வைத்திருந்த சப் மெஷின் கன்னைப் பறிப்பது செல்லக்கிளிக்குச் சிரமமாக இருக்கவில்லை. அதே துப்பாக்கியால் கான்ஸ் டபிளைச் சுட்டுத் தள்ளினார். கேட்டின் இன்னொரு முனையில் இருந்த போலீஸ்காரரையும் சுட்டுத் தள்ளிய செல்லக்கிளி வாசலில் காவலுக்கு நின்றார்.

பிரபாகரனும் மற்ற நால்வரும் உள்ளே நுழைந்தனர். ஏற்கனவே பெட்டியில் அடுக்கி வைக்கப்பட்டிருந்த பணத்தை சாக்குப் பையில் போட்டுச் சுருட்டிக்கொண்டு வாசலுக்கு வந்த போது போலீஸ் ஜீப் வந்து நின்றது. கோப்பே ஸ்டேஷன் இன்ஸ் பெக்டர் தனது காசோலையைப் பணமாக்குவதற்காக கான்ஸ் டபிளை அனுப்பியிருந்தார். ஜீப்பில் இருந்து கீழே இறங்கிய ஜெயரத்தினம் என்ற அந்த கான்ஸ்டபிளையும் செல்லக்கிளியின் துப்பாக்கிக் குண்டு துளைத்தது. கொள்ளையடித்த 12 லட்ச

ரூபாயோடும், சப்மெஷின் கன்னோடும் போலீஸ் ஜீப்பில் அவர்கள் பறந்தனர். அந்தக் காலத்தில் 12 லட்சம் என்பது மாபெரும் தொகையாகும்.

விமானத் தகர்ப்புக்குப் பிறகு கிட்டு என்கிற கிருஷ்ணகுமார், மாத்தையா என்ற மகேந்திரராஜா, ரகு முதலியோர் விடுதலைப் புலிகள் இயக்கத்தில் இணைந்தனர். இந்தப் பெயர்கள் எல்லாம் பிற்காலத்தில் முக்கியத்துவம் பெறப் போகும் பெயர்கள். கிட்டுவும், மாத்தையாவும் பிரபாகரன் படித்த அதே சிதம்பரம் கல்லூரியில் படித்தவர்கள். கிட்டு வல்வெட்டித்துறையைச் சேர்ந்தவர், பிரபாகரனுக்கு உறவும் கூட.

மாத்தையா பருத்தித்துறைக்காரர். ரகு போலீஸ் சர்வீஸில் சேர முயற்சித்த போது தமிழர் என்ற ஒரே காரணத்துக்காக நிராகரிக்கப்பட்டதால் புலிகள் அமைப்பில் சேர்ந்தார். அவரும் வல்வெட்டித்துறைதான். அதே போல வங்கிக் கொள்ளையில் உதவிய காசாளர் சபாரத்தினமும் புலிகள் அமைப்பில் சேர்ந்தார். பின்னர் இவரை தமிழேந்தி என்று அழைக்க ஆரம்பித்தார்கள்.

•

புதிதாகச் சேர்ந்த நபர்களை பூந்தோட்டம் பயிற்சி முகாமுக்கு அழைத்துச் சென்று மும்முரமாக ஆயுதப் பயிற்சி அளிக்கத் தொடங்கியிருந்தார் பிரபாகரன்.

ஏற்கனவே பாலஸ்தீன விடுதலை இயக்கத்திடம் பயிற்சி எடுத்து விட்டு வந்திருந்த ஈரோஸ் அமைப்பைச் சேர்ந்த அருளரும், சங்கர் ராஜியும் பூந்தோட்டத்துக்கு அடிக்கடி வந்து போனார்கள். அவர்களது தூண்டுதலின் பேரில் நாமும் இரண்டு பேரை அனுப் பலாம் என்று புலிகள் முடிவெடுத்தனர்.

உமா மகேஸ்வரனையும், விஜயேந்திராவையும் ஆளுக்கு ஒரு லட்ச ரூபாய் செலவில் பிரபாகரன் அனுப்பினார். மூன்று மாதம் கழித்துத் திரும்பி வந்த இருவரும் பயிற்சியில் தங்களுக்குத் திருப்தி ஏற்படவில்லை என்று பிரபாகரனிரன் முறையிட்டனர். சண்டை நடக்கும் பகுதிக்கு தங்களை அனுமதிக்கவில்லை என்றும், ஆயுதங்களைக் கையாள விடவில்லை என்றும், பெரும்பாலான நேரம் முகாமில் தூங்கியதாகவும் கூறினார்கள்.

ஈரோஸ் தன்னை ஏமாற்றி விட்டதாகக் கருதிய பிரபாகரன் தான் கொடுத்த பணத்தை உடனடியாகத் திருப்பித் தருமாறு அழுத்தம் கொடுத்தார். அந்தப் பணத்தை அவர்கள் ஏற்கனவே செலவழித் திருந்தனர். அதனால் பூந்தோட்டத்துக்கு வருவதையே நிறுத்திக் கொண்டனர். பிரபாகரன் அமிர்தலிங்கத்திடம் பிரச்னையை எடுத்துச் சென்று முறையிட்டார். இரு தரப்பினரும் சொல்வதைப் பொறுமையாகக் கேட்ட அமிர்தலிங்கம் ஒரு சமரசத்தை ஏற்பத்தினார். அதன் படி சங்கர் ராஜி இங்கிலாந்தில் இருந்து 285 ஸ்டெர்லிங் பவுண்ட் தொகையை அமிர்தலிங்கத்தின் சகாவான சிவசிதம்பரத்தின் வங்கிக் கணக்கில் சேர்ப்பதற்கு ஆவன செய்தார். பிறகு அந்தப் பணம் சிவசிதம்பரத்திடம் இருந்து பிரபாகரனுக்குச் சென்றது.

இதற்கிடையில், காவல்துறையினரின் தேடுதல் வேட்டை விடு தலைப் புலிகளின் நடமாட்டத்தை முடக்கிவிட்டது. அவர்களால் சுதந்தரமாகச் செயல்பட முடியவில்லை. பயங்கரவாதத் தடுப்புச் சட்டத்தைத் தொடர்ந்து வடக்குப் பகுதியில் பல இளைஞர்கள் இரவோடு இரவாக இன்ஸ்பெக்டர் கருணரத்ன, இன்ஸ்பெக்டர் பதிரன ஆகியோரால் கொல்லப்பட்டனர்.

தமிழ்ப் பிரதேசம் அச்ச பூமியானது. பயங்கரவாதியாகக் கணிக்கப்பட்ட தமிழ் இளைஞர்கள் அரச பயங்கரவாதிகளால் அள்ளிக்கொண்டு செல்லப்பட்டனர். பாதுகாப்பாக வாழ முடி யாத சூழல் உருவானது. எனவே ஆயுதம் தாங்கிய போராளிகள் இந்தியாவுக்குச் செல்வதென்று தீர்மானித்துக் கடல் கடந்தனர்.

1979ம் வருடம் புலிகள் அமைப்பில் பிரபாகரன், ஊர்மிளா, ராகவன், ஐயர், சுந்தரம் போன்றோர் தமிழகக் கரையை அடைவதற்கு முன்பாகவே தப்பிச் சென்றிருந்த உமா மகேஸ் வரனும், நாகராஜாவும் சென்னை தண்டையார்பேட்டையில் வீடு பிடித்திருந்தனர். அங்கே அனைவரும் ஒன்று கூடித் தங்கினார்கள்.

பிரபாகரனுக்கு ஒரு சர்ச்சைக்குரிய செய்தி வந்து சேர்ந்தது. சென்னையில் தங்கியிருந்த சமயம், உமாவுக்கும் ஊர்மிளா வுக்கும் காதல். காதல் மட்டுமல்ல அதற்கும் மேலே. சொன்ன வர்கள் சகாக்கள் என்பதால் நம்பாமல் இருக்கமுடியவில்லை. ஆனால் உமாவும் சகா என்பதில்தான் குழப்பம்.

உமாவை உள்ளே கொண்டு வந்தவர் பிரபாகரன். அவரை மத்தியக் கமிட்டியில் சேர்த்ததும், சேர்மன் ஆக்கியதும் பழைய உறுப்பினர்கள் சிலருக்குப் பிடிக்கவில்லை. இருந்தாலும் பிரபாகரன் பேச்சுக்கு மறுப்புச் சொல்லாமல் ஏற்றுக்கொண்டனர். ஊர்மிளாவை உள்ளே கொண்டு வந்தவர் உமா. இயக்கத்தில் சேர்வதற்கு முன்பாகவே இருவருக்கும் நெருக்கம் இருந்திருக்கிறது. காதல், உடலுறவு கூடாது என்னும் இயக்கத்தின் கொள்கையை உமா மீறிவிட்டார் என்று பிரபாகரன் கத்தினார். தலைவனே தவறு செய்தால் மற்றவர்கள் எப்படி சரியாக இருப்பார்கள்?

பிரபாகரன், உமாவை இயக்கத்தை விட்டு நீக்கி உத்தரவிட்டார். முதன்முதலாக 1984ஆம் ஆண்டு அளித்த பேட்டியில், 'ஒரு புரட்சிக் குழுவின் தலைவன் அதன் ஒழுக்க நெறிகளில் முழுமையான நம்பிக்கையும், அர்ப்பணிப்பும் உள்ளவனாக இருக்க வேண்டும். தலைவனே விதிகளை மீறினால் இயக்கத்துக்குள் குழப்பம் ஏற்பட்டு இயக்கமே அழிந்து விடும்' என்று தெரிவித்தார்.

உமா ராஜினாமா செய்ய மறுத்தார். தவிர கொஞ்ச காலம் முன்புதான் மூன்றாம் உலக நாடுகளில் போராளிப் பிரதிநிதிகளிடம் உமாவை புலிகளின் தலைவராக அறிமுகம் செய்து வைத்திருந்த லண்டன் பிரதிநிதிகள் இந்த முரண்பாட்டை எதிர்பார்க்கவில்லை. இப்போது போய் எங்கள் தலைவர் உடலுறவு கொண்டதால் இயக்கத்தை விட்டு நீக்கிவிட்டோம் என்று சொல்வது அவர்களுக்கு சங்கடமாகப் பட்டது. 'இதெல்லாம் ஒரு பெரிய விஷயமா?' என்று லண்டன் பிரதிநிதிகள் கிருஷ்ணனும், ராமச்சந்திரனும் சென்னை வந்து பிரபாகரனிடம் பேசினார்கள். 'ஆமாம்' என்றார் பிரபாகரன். விடுதலைப் புலிகள் அமைப்பின் முதல் பெண் உறுப்பினர் ஊர்மிளா தேவி. அவரோடு இயக்கத்தின் தலைவர் படுக்கையைப் பகிர்ந்தார் என்று தெரிந்தால், யார்தான் தமது சகோதரியையும், மகளையும் அனுப்புவார்கள் என்று அவர் திருப்பிக் கேட்ட போது பதில் சொல்ல முடியாமல் மறுபடியும் இலண்டனுக்கு விமானம் பிடித்தனர்.

மத்தியக் கமிட்டி சொல்வதைக் கேட்காமல், நான்தான் இயக்கத்தின் தலைவன் என்று உமா உரிமை கோரினார். இதற்கு இடையில் உமாவின் விசுவாசியான சுந்தரம் இயக்கத்தின் பிடியிலிருந்த ஆயுதங்களைத் தனியாக ஒதுக்க ஆரம்பித்தார்.

இதை அறிந்த பிரபாகரன் துரிதமாகச் செயல்பட்டு மீதமிருந்த ஆயுதங்களைக் கைப்பற்றினார்.

•

உமாவுக்கும் பிரபாகரனுக்கும் இடையில் மீண்டும் நட்பைப் புதிப்பிக்கும் முயற்சியில் சென்னை வந்து சேர்ந்தார் ஆன்டன் பாலசிங்கம்.

வேட்டி கட்டிய பேபி சுப்பிரமணியமும், பேண்ட் சட்டை போட்ட பிரபாகரனும் நன்கு இருட்டிய பிறகு பாலசிங்கம் தம்பதிகள் தங்கியிருந்த விடுதி அறைக்கு வந்தனர். மிகச் சாதாரணமாகக் காட்சியளிக்கும் அந்த இரு தீவிரவாதிகளையும் கண்டு அடேல் திகைத்துப் போனார். பிரபாகரன் 'இன்' செய்யாத தன்னுடைய சட்டைக்கு உள்ளே இடுப்பில் செருகி வைத்திருந்த துப்பாக்கியை அடேல் கவனிக்கத் தவறவில்லை.

தமது முதல் சந்திப்பு நள்ளிரவு முதல் விடியும் வரை நீண்டதாக அவர் தனது புத்தகத்தில் குறிப்பிட்டுள்ளார். ஆன்டன் பாலசிங்கத்தின் அரசியல் எழுத்துகளையும், சே குவேரா, மாவோ சே துங் ஆகியோரின் கெரில்லப் போர்முறை பற்றிய அவரது மொழி பெயர்ப்புகளையும் பிரபாகரன் ஏற்கனவே படித்திருந்தார். ஆனாலும் பாலாவின் போராட்ட உறுதிப்பாடு பற்றி பிரபாகரன் நம்பிக்கை வைப்பதற்கு இவை போதுமானதாக இருக்கவில்லை. பாலாவின் தனிப்பட்ட வரலாறு பற்றியும், தமிழ் ஆயுதப் போராட்டம் குறித்த அவரது பார்வை பற்றியும் பிரபாகரன் துருவித் துருவி விசாரித்தார். இரண்டு பேருமே ஒருவரை ஒருவர் எடைபோட்டு மதிப்பிட முயற்சித்தனர்.

எடுத்த எடுப்பிலேயே ஒருவரை ஒருவருக்குப் பிடித்திருந்தாலும் அவர்களிடையே ஓர் ஆழமான புரிந்துணர்வின் அடிப்படையில் தனித்துவமான நட்பை வளர்த்தெடுக்க பல ஆண்டுகள் பிடித்தன. பாலசிங்கம் தம்பதிகள் தங்கியிருந்த விடுதி அசௌகரியம் நிறைந்த ஒன்றாக, தண்ணீர் ஒழுகிக்கொண்டிருக்கும் குழாய் உடையதாக இருந்ததைக் கண்ட பிரபாகரன் அவர்களை வேறொரு விடுதியில் தங்குவதற்கு ஏற்பாடு செய்தார். அங்கே பாலசிங்கமும், பிரபாகரனும் அடிக்கடி சந்தித்துக்கொண்டனர்.

பாலசிங்கம் விடுதலைப் புலிகளின் உறுப்பினர்களுக்கு அரசியல் வகுப்பு எடுப்பதென்று தீர்மானிக்கப்பட்டது. இந்த அரசியல்

வகுப்புகளில் பிரபாகரனும் உமாவும் கலந்துகொண்டார்; மொத்தம் சுமார் 15 பேர். அந்த வகுப்பில் பாலசிங்கம் சொல்வதை பிரபாகரன் உன்னிப்பாகக் கவனிப்பார். உமா அதற்கு நேர்மாறானவர். தன்னை அறிவுஜீவியாகக் காட்டிக்கொள்வதற்காக பல கேள்விகளைத் தொடுப்பார். சில நேரங்களில் பாலசிங்கம் சொல்வது தவறு என்று கூட வாதிடுவார். இது பாலாவை எரிச்சலூட்டியது.

உமா விவகாரத்தில் பாலசிங்கத்துக்குத் தோல்வியே கிடைத்தது. பிரபாகரன் இறுதிவரை தன் முடிவை மாற்றிக்கொள்ளவே இல்லை.

9. பிரிதல், சேர்தல்

புலிகள் இயக்கம் பிரபாகரன் குழு என்றும், உமா குழு என்றும் குழப்பத்தில் மூழ்கியிருந்த 1980ஆம் வருடத்தில் தொடக்கத்தில் பிரபாகரன் யாழ்ப் பாணம் திரும்பினார். மத்தியக் கமிட்டி யாழ்ப் பாணத்தில் ஒரு முறையும், வவுனியாவின் ஒரு முறையும் கூடியது. இயக்கத்தின் கட்டமைப்பை யும், அதன் நடவடிக்கைகளையும் மறுபரிசீலனை செய்து பெரும் மாறுதல்களை உண்டாக்கவேண்டும் என்று உமா வாதிட்டார். பிரபாகரன் அமிர்த லிங்கத்தின் பேச்சைக் கேட்டு அதற்கு ஏற்ப ஆடு கிறார் என்று உமா குற்றம் சாட்டினார். பிரபாகரனை விட அதிகம் படித்தவர் உமா; நன்றாகப் பேசவும் வல்லவர். பிரபாகரன் நேர் எதிர். பேச்சை விட செயலில் தீவிரம் காட்டும் மனிதர். மக்கள் எழுச்சி மிக்க இயக்கமாக மாற்றவேண்டும் என்ற உமாவின் யோசனையை பிரபாகரன் ஏற்கவில்லை.

'மக்கள் இயக்கம்' என்ற யோசனை விடுதலைப் புலிகளைக் கட்டுக்கோப்பு மிக்க ராணுவமாக வடி வமைக்கும் தனது லட்சியத்துக்கு வேட்டு வைப் பதை பிரபாகரன் உணர்ந்தார். எந்த முடிவு

எடுத்தாலும் கருத்து ஒற்றுமை ஏற்பட்ட பிறகுதான் அதைச் செயல்படுத்த வேண்டும் என்ற யோசனையை அவர் திட்ட வட்டமாக மறுத்தார். இப்படியே போனால் ஒரு அரசியல் கட்சியைப் போல மாறிவிடுவோம், நமது நோக்கம் அதுவல்ல என்று பிரபாகரன் வாதிட்டார். ஆனால் அவரது குரல் எடுபட வில்லை.

ஆற்றாமையை மறைக்க முடியாமல் உடைந்த குரலில் 'நான் இந்த இயக்கத்துக்காக எவ்வளவோ செய்திருக்கிறேன். அதை யாரும் ஏற்றுக்கொள்வதாக இல்லை. நான் வெளியேறுகிறேன்' என்று சொல்லிவிட்டு திரும்பிப் பார்க்காமல் நடக்க ஆரம்பித்தார் பிரபாகரன். மற்றவர்கள் தடுத்தும் நிற்கவில்லை. யாரோ ஒருவர் ஞாபகார்த்தமாக துப்பாக்கியைப் பரிசாகக் கொடுத்தார். அதை யும் மறுத்து விட்டு, வெறும் கையோடு தனி மனிதனாக தான் கட்டி வளர்த்த இயக்கத்தை விட்டு வெளியேறினார் அந்த 'குட்டைப் பையன்.'

அப்போதும் அவர் தன் வீட்டுக்குச் செல்லவில்லை. தன் மாமாவை நாடிப் போனார். அங்கே சில நாள்கள் தங்கியிருந்து எதிர்காலம் குறித்துத் தீவிரமாக யோசித்தார். பிரபாகரனும், தங்கதுரையும் சந்திப்பதற்கு அவரது மாமா ஏற்பாடு செய்து கொடுத்தார். 'இவர்கள் தம்பியாக விலகிச் சென்றேன். இப் போது மறுபடியும் தம்பியாகத் திரும்பி வந்திருக்கிறேன்' என்று கூறிய பிரபாகரனைச் சேர்த்துக்கொள்வதில் தங்கதுரைக்குப் பிரச்னை இருக்கவில்லை. குட்டிமணி அதற்கு ஒரு படி மேலே சென்று பிரபாகரனுக்கு ஆயுதங்களைக் கொடுத்து தனி இயக்க மாகச் செயல்பட உதவலாம் என்றார். முடிவாக, டெலோவின் பயிற்சி முகாம்களுக்கு பிரபாகரனைப் பொறுப்பாளராக நியமிப்பது என்று தீர்மானிக்கப்பட்டது.

இதனை நடைமுறைப்படுத்தும் வகையில் 1980களின் முற்பகுதி யில் பிரபாகரன் தமிழகத்துக்கு வருகை புரிந்தார். திருச்சியிலும், மதுரையிலும் பயிற்சி முகாம்கள் ஆரம்பிக்கப்பட்டன. இருந் தாலும், இன்னொரு குழுவுக்குப் பயிற்சி அளித்து அதைப் பலப்படுத்துகிறோமே என்ற ஆதங்கமும், எப்போது தனியாக இயங்கப் போகிறோம் என்ற வேட்கையும் பிரபாகரனை அரித்துக்கொண்டே இருந்தது. அப்படி ஆரம்பித்தால் மத்தியக் கமிட்டி, உள் இயக்க ஜனநாயகம் என்றெல்லாம் நேரத்தை வீணடிக்கக் கூடாது. நாம் சொல்வதை அப்படியே கேட்டு

மறுப்புச் சொல்லாமல் செயல்படும் விசுவாசமான குழுவைக் கட்டியமைக்க வேண்டும் என்று நினைத்துக்கொண்டார்.

பிரபாகரன் தன்னுடைய நம்பிக்கைக்குப் பாத்திரமான சில பழைய சகாக்களுடனான தொடர்பைப் புதுப்பித்துக்கொண்டார். பேபி சுப்பிரமணியம், பண்டிதர், ராகவன், கிட்டு, செல்லக்கிளி, சீலன் என்ற சார்லஸ் ஆன்டனி ஆகியோர் அதில் முக்கியமானவர்கள். பண்டிதரின் தாயாருக்குச் சொந்தமான பசுமாட்டை விற்று அதில் கிடைத்த பணத்தில் ஓய்வு பெற்ற இந்திய ராணுவ அதிகாரி ஒருவரிடம் முதல் துப்பாக்கியை வாங்கினார். ஒரு புதிய வரலாறு மீண்டும் ஆரம்பமாகியது. ஆனால், ஒரு துப்பாக்கியை வாங்குவதற்கு இத்தனை சிரமம் இருப்பதை உணர்ந்த பிரபாகரன் தன்னுடைய தோழர்களிடம், 'இனி மேல் எதிரிகளின் துப்பாக்கியைக் கைப்பற்றுவதுதான் சரியான வழி' என்று கூறினார்.

தங்கதுரை-குட்டிமணியின் டெலோ இயக்கம் பயிற்சி முகாம்களின் ஈடுபட்டிருந்தது. பிரபாகரன் தன்னை மறுகட்டமைக்க முயன்றுகொண்டிருந்தார். எனவே, 1980ஆம் ஆண்டு ஓரளவு அமைதியாகக் கழிந்தது. நாளடைவில், பிரபாகரனும் அவருடைய சிறு குழுவும் டெலோவோடு இணைந்துகொண்டனர். கூட்டு நடவடிக்கையின் முதல் இலக்கு செட்டி. பிரபாகரனும், குட்டிமணியும் சைக்கிளில் கிளம்பிச் சென்று யாழ்ப்பாணத்தின் புறநகர்ப் பகுதியான கல்வியான்காடு (Kalviyankadu) என்னும் பகுதியில் போலீஸ் உளவாளியாக மாறியிருந்த செட்டிக்குக் கட்டம் கட்டினார்கள். பஸ் ஸ்டாண்டில் நின்றுகொண்டு யாருடனோ பேசிக்கொண்டிருந்த செட்டி இருவரையும் பார்த்து அதிர்ந்துவிட்டார். இடுப்பில் இருந்து துப்பாக்கியை அவர் எடுப்பதற்குள் குண்டுகள் அவரைத் துளைத்திருந்தன.

•

இந்த நிகழ்ச்சிக்குப் பிறகு ஏப்ரல் 5ஆம் தேதி படகு மூலம் இந்தியாவுக்குத் தப்பிச் செல்வதற்காக பருத்தித்துறைக்குப் பக்கத்தில் மணல்காடு என்ற இடத்தில் காத்திருந்த தங்கதுரையும், குட்டிமணியும், தேவன் என்கிற செல்லதுரை சிவசுப்பிரமணியமும் கைது செய்யப்பட்டனர். டெலோ இயக்கத்தைச் சேர்ந்த சிறீசபாரத்தினம் அவர்கள் மூவரையும் கடற்கரையில் இறக்கிவிட்ட பிறகு 11 மணிக்கு படகு வரும் என்று சொல்லிச்

சென்றிருந்தார். சொன்ன நேரத்துக்கு படகு வரவில்லை. போலீஸ்தான் வந்தது.

யாராவது தகவல் கொடுக்காமல் தங்கதுரையும், குட்டிமணியும் அங்கே இருப்பது போலீஸுக்குத் தெரிந்திருக்காது. துப்பாக்கி முனையில் அவர்களைச் சுற்றி வளைத்த போலீஸ், உத்தரவின் பேரில் கையைத் தூக்கியபோது குட்டிமணி தன்னைத் தானே நெற்றியில் சுட்டு உயிரை மாய்த்துக்கொள்ள முயன்றார். ஆனால் அவர் மீது பாய்ந்த போலீஸ் அதைத் தடுத்தது. அந்தத் திமிறலில் குட்டிமணியின் காது மடலை துப்பாக்கிக் குண்டு துளைத்துச் சென்றது. கையில் விலங்கு மாட்டி, காலில் சங்கிலி பூட்டி அவர்களை விமானம் மூலம் கொழும்பு கொண்டு சென்றனர். அங்கே பனகோடா முகாமில் அடைத்து வைக்கப்பட்டனர்.

மணல்காட்டில் அவர்களை இறக்கிவிட்டது சிறீசபாரத்தினம் என்றால், படகுக்கு ஏற்பாடு செய்திருந்தது பிரபாகரன். இருந்தாலும் ஈழத்தமிழர் ஆயுதப் புரட்சியின் முன்னோடியாகத் திகழ்ந்த தங்கதுரை மற்றும் குட்டிமணியின் நடமாட்டம் பற்றி போலீஸ் எப்படித் தெரிந்துகொண்டது என்பது இன்னமும் வெளிவராத மர்மம்.

•

பிரபாகரனின் ஒவ்வொரு மறைவிடத்துக்கும் போலீஸ் படை வந்தது. ஆனால் அதற்கு முன்பாகவே அவர் அங்கிருந்தெல்லாம் தப்பிச் சென்றிருந்தார். 1980ஆம் வருடம், ஓய்ந்திருந்த போலீஸும், ராணுவமும் மீண்டும் சுறுசுறுப்பானதால் பிரபாகரன் மறுபடியும் வன்னிக் காடுகளுக்குள் தஞ்சம் புகுந்தார். இரவு நேரத்தில் மட்டும் யாழ்ப்பாணம் வந்து போவார். முக்கியமான ஈழ ஆதரவாளர் ஒருவர் பிரபாகரனுக்கு உதவ முன்வந்தார். அந்த நபர் ஒரு வீட்டை வாடகைக்கு எடுத்து தனது தாயாரை அங்கே தங்க வைத்திருந்தார். அந்த வீட்டுக்கு பிரபாகரன் அடிக்கடி வந்து போவார்.

தங்கதுரை, குட்டிமணி கைதைத் தொடர்ந்து ஏப்ரல் மாதம் டெலோவின் இன்னொரு முக்கிய அங்கத்தினரான ஜெகனும் போலீஸில் சிக்கிக்கொண்டார். பிரபாகரன் காட்டில் ஓடி ஒளிந்திருந்த காரணத்தினாலும், டெலோ சீர்குலைந்து போயிருந்ததாலும் உமா குழு துடிப்பாகப் புகுந்து விளையாடியது.

புலிகள் அமைப்பின் பொறுப்பை மாத்தையாவிடம் ஒப் படைத்த பிரபாகரன், 1981 ஜூன் 6ஆம் தேதி இரவு தமிழகத்தின் வேதாரணியம் கரையில் தன் நம்பிக்கைக்குப் பாத்திரமான பத்துப் பேரோடு வந்திறங்கினார். பிரபாகரனின் இந்திய வாழ்க்கை பாதுகாப்பாக இருந்த போதிலும், மலர்ப் படுக்கை யாக இருக்கவில்லை. பொருளாதார ரீதியாகப் பல இன்னல் களைச் சந்திக்க நேரிட்டது. ஒரு நாளைக்கு ஒரு நபருக்கு 10 இலங்கை ரூபாய்க்கு மேல் செலவு செய்யக்கூடாது என்று சுய கட்டுப்பாடு செய்திருந்தனர். அப்போதும் கூட சில வேளை களில் உணவுக்குச் சிரமப்படவேண்டியிருந்தது. டெலோ இயக்கத்தினரும், பிரபாகரனின் புலிகளும் இணைந்தே இயங்கினர்.

வளசரவாக்கம் வீட்டில் இருந்த போது போராளிகள் அனைவரும் ஒன்றாகச் சேர்ந்து சமைப்பதும், உண்பதும் வாடிக்கையாக இருந்தது. 'பாலா (பாலசிங்கம்), பண்டிதர், சங்கர், ரகு, பேபி, நேசன், நான் எல்லோரும் கூட்டுச் சமையலில் ஈடுபடும்போது ஒரே சிரிப்பும், பகடியும், கும்மாளமுமாக இருக்கும்' என்று அடேல் பாலசிங்கம் தனது புத்தகத்தில் குறிப்பிடுகிறார். பிரபாகரனும் சமையலில் கெட்டிக்காரர். கோழிக் கறி அவரது ஸ்பெஷல். கெரில்லா வாழ்க்கையைத் தேர்ந்தெடுத்த பிறகு தமக்குத் தேவையானதைத் தாமே தயாரித்து உயிர் வாழ்வதன் முக்கியத்துவத்தை பிரபாகரன் தன் சகாக்களுக்கு உணர்த்தி யிருந்தார்.

இருக்கும் வசதியை வைத்து அதற்குள் வாழ வேண்டும் என்பதிலும் அவர் தெளிவாக இருந்தார். ஒரு ஆளுக்கு, ஒரு நாளுக்கு பத்து ரூபாய் என்று உச்ச வரம்பு நிர்ணயிக்கப்பட்டிருந் தது. பாலசிங்கம் தம்பதியினரும், பண்டிதரும் வளசரவாக்கத்தில் இருந்து பஸ் ஏறி போரூர் சந்தைக்கு வந்து தினசரி சமையலுக்குத் தேவையான காய்கறிகளையும், மீன் வகையறாக்களையும் வாங்கிச் செல்வார்கள். பேரம் பேசி குறைவான விலைக்கு வாங்க வேண்டியது பாலசிங்கத்தின் பொறுப்பு.

ஒரு நபருக்கு இரண்டு ஜோடி உடைகள் மட்டுமே. தமிழ்ப் புத்தாண்டுக்கும், தீபாவளிக்கு ஒரு செட் துணி வாங்கிக் கொள்ள லாம். அவரவர் துணிகளை அவரவரே துவைக்க வேண்டும். இதில் தலைவன், தொண்டன் என்ற வேறுபாடெல்லாம் கிடையாது. பிரபாகரன் தன் காரியங்களைத் தானே செய்து

கொள்வார். ஒரு முறை ஓய்வாக இருந்த போது மற்றவர்களின் அழுக்குத் துணியை எடுத்துத் துவைத்துக்கொண்டிருந்தாராம். கேட்டதற்கு, சும்மா இருந்தால் சோம்பேறித்தனம் மிகுந்து விடும். அதனால் எதையாவது செய்ய வேண்டும் என்பதற்காகத் துவைக்கிறேன் என்றாராம். வாரம் ஒரு முறை சினிமா பார்க்க அனுமதி.

•

உமா தன் குழுவுக்கு PLOTE (People's Liberation Organisation of Tamil Eelam) என்று பெயரிட்டிருந்தார். தங்கதுரை-குட்டிமணி கைதுக்குப் பிறகு டெலோ இயக்கம் சிறீசபாரத்தினம் தலைமையில் செயல்பட்டது. டெலோவுக்கும், விடுதலைப் புலிகளுக்கும் நெருக்கமான கூட்டுறவு இருந்தது. அருளர், சங்கர்ராஜி, ரத்தின சபாபதி ஆகியோரால் லண்டனில் தொடங்கப்பட்டு பாலஸ்தீன விடுதலை இயக்கத்திடம் சிறப்புப் பயிற்சி பெற்று தாக்குதல் நடவடிக்கை எதையும் மேற்கொள்ளாத ஈரோஸ் இயக்கமும் இருந்தது. இவை தவிர ஐந்தாவதாக ஒரு இயக்கமும் 1981ஆம் வருடம் அக்டோபரில் முளைத்தது. ஈரோஸ் அமைப்பில் இருந்து விலகிய பத்மநாபா, குணசேகரன், டக்ளஸ் தேவானந்தா ஆகியோர் தமிழகத்தின் கும்பகோணம் நகரில் EPRLF (Eelam People Revolutionary Left Front) என்ற பெயரில் இயக்கம் கண்டனர்.

1979இல் ஊர்மிளா விவகாரத்தில் ஏற்பட்ட சிக்கலைத் தீர்க்காமலேயே லண்டன் திரும்பிச் சென்ற பாலசிங்கம் 1981 கடையில் மறுபடியும் சென்னைக்கு வந்தார். அவரும், அவரது மனைவி அடேலும் சென்னை வளசரவாக்கத்தில் ஏனைய போராளிகளோடு தங்கினர். இந்தக் கால கட்டத்தில் டெலோவையும், புலிகள் அமைப்பையும் இணைக்கலாம் என்று சிறீசபாரத்தினம் யோசனை கூறினார். இந்த யோசனையை பிரபாகரன் ஏற்கவில்லை. உமா மகேஸ்வரன் இன்னமும் கூட தனது குழுவே உண்மையான புலிகள் அமைப்பென்று உரிமை கொண்டாடினார்.

இந்த நேரம் பார்த்து பிரபாகரன் டெலோவோடு இரண்டறக் கலந்துவிட்டதால் 'விடுதலைப் புலிகள்' என்ற பெயரை உமா இலகுவாகச் சேர்த்துக்கொள்வார் என்று பிரபாகரன் நினைத்தார். அதே நேரம் பாலசிங்கமும், பேபி சுப்பிரமணியமும் உமா மகேஸ்வரனுக்கு எதிரான பிரச்சாரத்தை சென்னையில்

தொடங்கினார்கள். மேலை நாடுகளில் உள்ள புலிகளின் ஆதர வாளர்களுக்கு விரிவான கடிதங்களை எழுதி, உமா இயக்கத்தை விட்டு நீக்கப்பட்டதற்கான காரணங்களை விளக்கினார்கள்.

1982 உமாவின் புளோட் (PLOTE) இயக்கத்துக்கு மரண அடி விடிந்தது. ஜனவரி 2ஆம் தேதி உமாவின் வலது கரமாகவும், 'புதிய பாதை' என்ற இதழை நடத்தியவருமான சுந்தரத்தை யாழ்ப்பாணத்தில் வைத்து சீலன் சுட்டுக்கொன்றார். சுந்தரம் 'புதிய பாதை' பத்திரிகையில் விடுதலைப் புலிகளையும், தமிழர் விடுதலைக் கூட்டணியையும் கடுமையாகத் திட்டி விமர்சித்து வந்தார். சீலனின் துப்பாக்கி புதிய பாதை அச்சகத்துக்குள் இருந்த சுந்தரத்தை ஜன்னல் வழியாகப் பாய்ந்து சென்று துளைத்தது. ஊர்மிளா விவகாரம் வெடித்தபோது விடுதலைப் புலிகளின் ஆயுதத்தைக் கடத்தி ஒளித்தது இந்த சுந்தரம்தான். இந்தக் கொலைக்கு விடுதலைப் புலிகள் பொறுப்பேற்றனர்.

உமா இந்தியாவுக்குத் தப்பத் தீர்மானித்தார். கண்ணன், காக்கா, ஆன்டன், தாசன் ஆகியோருடன் பிப்ரவரி 25ஆம் தேதி படகில் ஏறினார். மற்றவர்களை தமிழகக் கரையில் இறக்கி விட்ட பின் திரும்பிய ஆன்டனை இலங்கைக் கடற்படை பிடித்தது. கிளிநொச்சி வங்கியில் கொள்ளையடித்ததில் இருந்து 20 பாக்கெட் தங்கத்தை உமா கொண்டு சென்றதாக அவர் வாக்கு மூலம் கொடுத்தார். மூன்று நாள்களுக்குப் பிறகு வவுனியாவில் இருந்த புளோட் முகாமை ராணுவம் தாக்கியது. அதில் முக்கியமான ஆயுதங்கள் கைப்பற்றப்பட்டன.

இந்த நிலையில் சென்னையில் இருந்த புலி உறுப்பினர்கள் பெரும்பாலும் ஆயுதம் தரித்திருந்தனர். அடேல் பாலசிங்கத் துக்குக் கூட அவர்கள் ஆயுதப் பயிற்சி அளித்தனர். துப்பாகிக் குண்டு விலை உயர்ந்ததாகவும், எளிதில் கிடைக்காததாகவும் இருந்த காரணத்தினால் ஆள் ஒன்றுக்கு வாரம் ஒன்று அல்லது இரண்டு சுற்றுப் பயிற்சி மட்டும் அளிக்கப்பட்டது. ஒரு குண்டின் விலை ரூ.25. எனவே சிக்கனமாக இருந்தனர். சென்னைக்குத் தெற்கே உள்ள சவுக்குத் தோப்பு ஒன்றில் பிரபாகரனே தனிப் பட்ட முறையில் அடேலுக்குப் பயிற்சி அளித்தார். அனைவ ராலும் அவர் 'ஆன்ட்டி' என்று அழைக்கப்பட்டார்.

சென்னை வந்து சேர்ந்திருந்த உமா தனக்கிருந்த தொடர்புகள் மூலம் சென்னையில் பெருஞ் சித்திரனார் என்பவர் இல்லத்தில்

தங்குவதற்கு ஏற்பாடு செய்திருந்தார். சுந்தரத்தின் கொலைக்குப் பிறகு உமா, பிரபாகரனைத் தீர்த்துக்கட்டுவது என்பதில் உறுதியாக இருந்தார். பிரபாகரனும் அப்படியே. இந்தப் பின்னணியில் 1982 மே 19ஆம் தேதி பிரபாகரனும், ராகவனும் ஹாலிவுட் படம் பார்த்துவிட்டு பாண்டிபஜாரில் உள்ள உணவகம் ஒன்றை நோக்கிச் சென்ற போது அதே உணவகத்தில் தோசை சாப்பிட்டு விட்டு மோட்டார் சைக்கிளை ஸ்டார்ட் செய்துகொண்டிருந்த உமாவைப் பார்த்தனர். அதற்குள் இவர்கள் இருவரையும் கவனித்த உமாவின் சகா கண்ணன், 'பிரபாகரன்' என்று சொன்னதும் உமாவின் கை தன்னிச்சையாக துப்பாக்கியை எடுத்தது.

அதற்குள்ளாக பிரபாகரனின் துப்பாக்கி தோட்டாவைக் கக்கியிருந்தது. மோட்டார் சைக்கிளுக்குப் பின்னால் உமா குனிந்து கொண்டார். கண்ணனின் காலில் குண்டு தைத்து கீழே விழுந்தார். அதற்குள்ளாக உமா மோட்டார் சைக்கிளில் தப்பிவிட்டார். கூட்டம் சேர்ந்த காரணத்தினால் பிரபாகரனும், ராகவனும் கூட ஓடினார்கள். அவர்கள் ஓடியது பாண்டிபஜார் காவல் நிலையத்தை நோக்கி. துப்பாக்கிச் சத்தம் கேட்டு வெளியே வந்த இன்ஸ்பெக்டருக்கு அதிக வேலை இருக்கவில்லை. மே 19, 1982 அன்று பிரபாகரனும் ராகவனும் கைது செய்யப்பட்டார்கள்.

காயம் பட்ட கண்ணன் ராயப்பேட்டை மருத்துவமனையில் அனுமதிக்கப்பட்டார். மே 25ஆம் தேதி ரயிலுக்குக் காத்திருந்த போது உமா மகேஸ்வரனும் பிடிபட்டார்.

10. தீப்பந்தம் தயார்

பிரபாகரன், உமா, ராகவன் ஆகியோர் காவலில் வைக்கப்பட்டனர். கரிகாலன் என்ற பெயரில் பிரபாகரன் மீது வழக்குப் பதிவு செய்யப்பட்டது. உமா மகேஸ்வரன் முகுந்தன் என்று பெயர் கொடுத்தார். கொலை முயற்சியில் ஈடுபடும் சராசரி கிரிமினலுக்கே உரித்தான போலீஸ் மரியாதை அவர்களுக்கும் கிடைத்தது. பிரபாகரனும், ராகவனும் தாங்கள் ஈழத் தமிழர்கள் என்று ஒப்புக் கொண்டார்களே ஒழிய புலிகள் என்று கூறவில்லை.

ஆனால் காயம்பட்ட கண்ணன் எல்லா உண்மைகளையும் புட்டு வைத்த பிறகுதான் போலீஸுக்கு உண்மை புரிந்தது; தாங்கள் பிடித்திருப்பது 'புலி' என்பதே தெரிந்தது. அதன் பிறகு போலீஸ் நிஜமாகவே மரியாதையோடு நடந்துகொண்டது. பிரபாகரனின் வாழ்வில் அவரைக் கைது செய்த ஒரே போலிஸ் அதிகாரி என்ற பெயர் தனக்குக் கிடைக்கப் போவது பாண்டிபஜார் இன்ஸ்பெக்டர் நந்தகுமாருக்கு அப்போது தெரிந்திருக்காது.

இலங்கை அரசாங்கம் மகிழ்ச்சியில் துள்ளிக் குதித்தது. பிரபாகரனைப் பிடித்த தமிழக

போலீசாருக்கு பத்து லட்சம் இலங்கை ரூபாய் பரிசு என ஜெயவர்த்தனா நிர்வாகம் அறிவித்தது. இதோ குற்றப்பட்டியல். பிரபாகரன் 18 கொலை மற்றும் இரண்டு வங்கிக் கொள்ளை; உமா 9 கொலை மற்றும் ஒரு வங்கிக் கொள்ளை. அவர்கள் இருவரையும் கொண்டு செல்ல ருத்ர ராஜசிங்கம் என்ற காவல் அதிகாரி இந்தியாவுக்கு விரைந்தார்.

சென்னையில் கைது செய்யப்பட்ட பிரபாகரனையும், உமாவை யும் இலங்கைக்குக் கொண்டு செல்ல இலங்கை போலீஸ் விரைந்தாலும், அவர்களை நாடு கடத்தாமல் தடுப்பதற்காக தந்தை செல்வாவின் மகனும், வழக்கறிஞருமான சந்திரஹாசன் சென்னையை அடைந்தார். தன் மகன் சிங்கள அரசாங்கத்தின் கையில் அகப்படக்கூடாது என்று திருவேங்கிடம் வேலுப் பிள்ளை மன்றாடிக் கேட்டுக்கொண்டதற்கு இணங்க சந்திர ஹாசன் இந்தப் பயணத்தை மேற்கொண்டார். தி.மு.க. தலைவர் கருணாநிதியையும் சந்தித்தார். ஆனால் துரதிர்ஷ்டவசமாக கருணாநிதி அப்போது ஆட்சிப் பீடத்தில் இருக்கவில்லை. இருந்தாலும் இந்திரா காந்தியோடு வைத்திருந்த கூட்டணி தொடர்ந்த காரணத்தினால், டெல்லி மேலிடத்தில் பேசுவதாக அவர் உறுதி கூறினார்.

தமிழக முதலமைச்சர் எம்.ஜி.ராமச்சந்திரனுக்கு இரு 'தீவிரவாதி களின்' கைது பற்றிய விவரம் உடனடியாகத் தெரிவிக்கப்பட்டது. உடனே போலீஸ் டிஐஜி மோகன்தாஸை அழைத்த எம்.ஜி.ஆர், 'பசங்க விஷயத்தில் கொஞ்சம் பார்த்துப் போப்பா' என்று கூறி னார். அது போதாதா? இலங்கை அரசாங்கத்தின் பத்து லட்ச ரூபாய் வெகுமானத்தை மறுத்த தமிழக போலீஸ், இருவரையும் ஒப்படைப்பது சாத்தியமில்லை என்றும் நாசூக்காகச் சொல்லியது.

கைது செய்யப்பட்ட போது பிரபாகரனும், வேறு சில முக்கிய மான விடுதலைப் புலிகளின் அமைப்பாளர்களும் சென்னையில் இருந்த போதிலும் இயக்கத்தின் புதிய உறுப்பினர்களுக்கு மதுரையில் ஆய்தப் பயிற்சி முகாம் நடந்துகொண்டிருந்தது. செய்தி கேள்விப்பட்ட கிட்டு, பொன்னம்மான், புலேந்திரன் முதலியோர் உடனடியாக சென்னைக்கு விரைந்தனர். அப்படி வந்தவர்களும், பண்டிதரும் சேர்ந்து சென்னையின் மிக உயரமான எல்.ஐ.சி. கட்டிடத்தின் பதினான்காவது மாடி உச்சியில் இருந்து குதித்துத் தற்கொலை செய்வதற்குத் திட்டம் போட்டனர்.

இதை அறிந்த பேபி சுப்பிரமணியம் கோபத்தில் கத்தியே விட்டார். 'இந்த மாதிரி கிறுக்குத் தனமான யோசனையை மறந்து விடுங்கள். பிரபாகரனை மீட்க வேண்டியது என்னுடைய பொறுப்பு' என்று அவர்களிடத்தில் அழுத்தம் திருத்தமாகச் சொல்லி விட்டு பழ.நெடுமாறனைச் சந்திக்கச் சென்றார்.

பழ. நெடுமாறன் பிரபாகரனைச் சந்தித்தார். 'போன வருடம் நான் யாழ்ப்பாணம் வந்த போது சில இளைஞர்களுடன் என்னை வந்து பார்த்தவர்களில் நீயும் ஒருவன் அல்லவா?' என்று கம்பிக்குப் பின்னால் இருந்த பிரபாகரனை நெடுமாறன் கேட்டார். 'ஆமாம்' என்று பதில் வந்தது.

பிரபாகரனைச் சிறை மீட்பதற்குத் தன்னால் இயன்றதைச் செய்வதாக உறுதி கூறியச் செல்வதற்கு முன், 'எதற்காக உங்களுக்குள்ளேயே சண்டையிட்டுக் கொள்கிறீர்கள்? ஒற்றுமை யாக இருக்க முடியாதா? உங்கள் சண்டை உங்களுக்கு ஆதரவு திரட்டுபவர்களுக்கு தர்மசங்கடத்தைக் கொடுக்கிறது' என்று கண்டிக்கவும் தவறவில்லை.

சென்னையில் அனைத்துக் கட்சிக் கூட்டத்துக்கு நெடுமாறன் ஏற்பாடு செய்தார். கைதான போராளிகளை நாடு கடத்தக் கூடாது என்று அந்தக் கூட்டத்தில் தீர்மானம் நிறைவேற்றப்பட்டது. ஜெயவர்த்தனே மீது இந்திரா காந்திக்கு ஏற்கனவே ஒரு சந்தேகம். சுதந்தரம் பெற்ற போது அணிசேராக் கொள்கையைக் கடைபிடித்த இந்தியா 1970-1980-களில் அமெரிக்க மற்றும் சோவியத் வல்லரசுகளுக்கு இடையே பனிப்போர் நடந்த கால கட்டத்தில் சோவியத் பக்கம் சாய்ந்திருந்தது. சிறீமாவோ ஆட்சியில் இலங்கையும் கூட அப்படித்தான் இருந்தது. ஆனால் ஜே.ஆர்.ஜெயவர்த்தனே பகிரங்கமாக அமெரிக்க முகாமில் கால் பதித்தார். இஸ்ரேல், பாகிஸ்தான், அமெரிக்கா என்ற மிகப் பெரிய வலை இந்தியாவின் தெற்குப் பக்கம் உருவாவதை இந்திரா கவனிக்கத் தவறவில்லை.

சீனப் போரின் போதும், 1965 பாகிஸ்தான் போரின் போதும் இந்திய ராணுவத்துக்கு போதுமான அளவு ஒற்றறியும் திறன் இருந்திருக்கவில்லை. அதை ஈடுசெய்வதற்காக இந்திரா காந்தி 1968ஆம் வருடம் 'ரா' (Research Analysis Wing - RAW) உளவு நிறுவனத்தை உருவாக்கினார். அண்டை நாடுகளை உன்னிப் பாகக் கவனித்து, அவை இந்தியாவின் பிராந்திய நலனுக்கு

எதிரான காரியத்தில் ஈடுபடாமல் இருப்பதை உறுதி செய்வதே இந்த அமைப்பின் முக்கிய நோக்கமாகும். 'ரா' பிரதிநிதிகளை ஜெயவர்த்தனேவின் அமெரிக்கச் சார்பு நடவடிக்கை பிஸி ஆக்கியது.

ஆகஸ்ட் 6ஆம் தேதி சென்னை மாஜிஸ்ட்ரேட் பிரபாகரனையும், உமாவையும் நிபந்தனை ஜாமீனில் விடுவித்தார். அவர்கள் இருவரும் தமிழ்நாட்டில் வெவ்வேறு ஊர்களில் தங்க வேண்டும் என்பதும் கோர்ட் உத்தரவு. பிரபாகரன் மதுரையில் உள்ள நெடுமாறன் வீட்டிலும், உமா சென்னையில் பெருஞ்சித்திரனார் வீட்டிலும் தங்கத் தீர்மானித்தனர். நெடுமாறனோடு சுமார் ஏழு மாத காலம் வசித்த பிரபாகரன் கிட்டத்தட்ட அவர்களது குடும்பத்தில் ஒருவராகவே மாறியிருந்தார். நெடுமாறன் குழந்தைகளோடு கேரம் விளையாடுவதும், தூங்குவதற்கு முன்னர் அவர்களுக்குக் கதை சொல்லுவதும் வழக்கமாக இருந்தது.

மதுரையில் நெடுமாறனின் அரசியல் செல்வாக்கு பிரபாகரனுக்குப் பெரும் பக்க பலமாக அமைந்தது. அவரது நடவடிக்கைகளை போலீஸ் அவ்வளவாகக் கவனிக்கவில்லை. அதனால் மதுரையில் சுதந்தரமாக உலவ முடிந்தது. ஒரு முறை நேதாஜி சுபாஸ் சந்திரபோஸ் ஆதரவாளர்கள் ஏற்பாடு செய்திருந்த கூட்டத்துக்கு அழைக்கப்பட்டிருந்த நெடுமாறன் பிரபாகரனையும் உடன் அழைத்துச் சென்றார். அந்தக் கூட்டத்தில் பேசியவர்கள் நேதாஜியைப் போற்றிப் புகழ்ந்தனர். அவர் ஆரம்பித்த இந்திய தேசிய ராணுவத்தைப் போல தானும் பலம் பொருந்தியதொரு ராணுவத்தைக் கட்டமைப்பேன் என்று பிரபாகரன் உறுதி எடுத்துக்கொண்டார்.

அந்தக் கனவைக் கலைப்பது போல, சென்னையில் இருந்து அமிர்தலிங்கம் அழைப்பதாக பிரபாகரனுக்கு தகவல் வந்தது.

உமா மகேஸ்வரனுக்கும், பிரபாகரனுக்கு இடையே தோன்றிய முரண்பாட்டைக் களைந்து அவர்களுக்கு இடையே புரிதலை உண்டாக்குவதற்கே தான் சென்னை வந்துள்ளதாக அமிர்தலிங்கம் கூறியதும் பிரபாகரன் வெகுண்டெழுந்தார். விடுதலைப் புலிகள் அமைப்பின் கட்டுப்பாட்டை உமா மீறிவிட்டதாகக் குற்றம் சாட்டினார். 'ஆனால் அவர் இப்போது இயக்கத்தில் இல்லையே?' என்று அமிர்தலிங்கம் திரும்பக் கேட்டதற்கு,

இயக்கத்தை விட்டு வெளியேறுகிற எவரும் வேறு இயக்கங்களில் இணைவதோ அல்லது புதிய இயக்கம் தோற்றுவிப்பதோ கூடாது என்பதும் இயக்கத்தின் கட்டுப்பாடுதான் என்று பிரபாகரன் வாதிட்டார்.

விடாப்பிடியாக நின்ற பிரபாகரனை எப்படி சமாதானப்படுத்துவது என்று திகைத்த அமிர்தலிங்கத்துக்கு பெருஞ்சித்திரனாரின் வாதம் துணையாக வந்தது. மணியம்மை திருமண விவகாரத்தில் தந்தை பெரியாரிடம் இருந்து விலகி வந்து அறிஞர் அண்ணா திராவிட முன்னேற்றக் கழகம் கண்ட போது, தி.க.வும் தி.மு.க.வும் இரட்டைக் குழல் துப்பாக்கியைப் போலச் செயல்படும் என்று குறிப்பிட்டதைச் சுட்டிக்காட்டி, நீங்களும் அதே போல இயங்கலாம் என்று யோசனை கூறினார். 'ஐயா சொல்வதைப் போல செய்யுங்கள்' என்று அமிர்தலிங்கமும் அதே கருத்தை வலியுறுத்தினார்.

பிரபாகரனின் விடுதலைப் புலிகள் அமைப்பும், உமா மகேஸ்வரனின் புளோட் இயக்கமும் இனி மேல் ஒருவர் மற்றவரது பாதையில் குறுக்கிடுவதில்லை என்று ஒப்புக்கொண்டார்கள். உமாவைக் கொல்ல முயற்சிக்க மாட்டேன் என்று பிரபாகரனும், விடுதலைப் புலிகள் அமைப்புக்கு உரிமை கோர மாட்டேன் என்று உமாவும் உறுதி கூறினர்.

•

மாவட்ட அபிவிருத்தி சபைத் தேர்தல் அறிவிக்கப்பட்டிருந்தது. யாழ்ப்பாண மாவட்டத்தில் எப்படியாவது ஓரிரு இடத்தையாவது வென்றாக வேண்டும் என்று கருதிய ஜெயவர்த்தனா சிங்களப் பேரினவாதத்தின் ஏகபோகப் பிரதிநிதியாகத் திகழும் இரு அமைச்சர்களை யாழ் நகருக்கு அனுப்பி வைத்தார். அதில் முதலாவதாக வந்தவர் சிறில் மேத்யூ. அதன் பிறகு காமினி திசநாயகேவை ஜெயவர்த்தனா அனுப்பினார்.

1981 மே 31 தேர்தல் பொதுக்கூட்டத்தில் ஏற்பட்ட கலவரத்தைத் தொடர்ந்து சிங்கள அமைச்சர்களின் மேற்பார்வையில் மிகக் கோரமான வரலாற்று அவலம் நடந்தது. போலீஸார் கோயில்களுக்கும், சம்பவம் நடந்த இடத்திற்கு அருகிலிருந்த வீடுகளுக்கும், மோட்டார் வாகனங்களுக்கும் போலீஸார் தீ வைத்தனர். அதன் பிறகு யாழ்ப்பாண மார்க்கெட்டுக்குப் போனவர்கள் அங்கிருந்த கடைகளையும் கொளுத்தினர்.

அன்று நள்ளிரவு தமிழர் விடுதலைக் கூட்டணியின் இளம் தலைவரும், யாழ்ப்பாண எம்.பி.யுமான வெற்றிவேல் யோகேஸ்வரன் வீட்டிற்கு முன் கூடிய போலீஸார் அவரது ஜீப்பையும், வீட்டையும் கொளுத்தினர். உள்ளே இருந்த யோகேஸ்வரனும் அவரது மனைவியும் (கட்டியிருந்த லுங்கி யோடு யோகேஸ்வரனும், பாவாடையோடு அவரது மனைவி யும்) பின்புறச் சுவர் வழியாக எகிறிக் குதித்து அதிர்ஷ்டவச மாக உயிர் பிழைத்தனர்.

போலீஸ் யோகேஸ்வரன் வீட்டைத் தீக்கிரையாக்கிவிட்டு தமிழர் விடுதலைக் கூட்டணி அலுவலகத்திற்கும் தீ வைத்தனர். புகையும் கரியுமாகக் காட்சியளித்த யாழ் நகரமே பற்றி எரிந்தது. தீயை அணைப்பதற்குச் சென்ற சிலரையும் போலீஸ் விரட்டியடித்தது. கடைகளையும், வீடுகளையும், கோயில்களையும் எரித்தழித்தது போதாதென்று சிங்கள இனமே வெட்கித் தலை குனியும் இன்னொரு வரலாற்றுப் பிழையையும் அதற்கு அடுத்த நாள் இரவு சிறில் மேத்யூ மற்றும் காமினி திசநாயகா உதவியோடும், ஆசிர்வாதத்தோடும் சிங்கள போலீஸ் செய்தது.

ஆசியாவிலேயே மிகச் சிறந்த நூலகங்களில் ஒன்றான யாழ் நூலகம் 1981 ஜூன் 1 ஆம் தேதி தீக்கிரையாக்கப்பட்டது. தமிழர்களின் பண்பாட்டைப் பிரதிபலிக்கும் பல அரிய நூல்களை யும், தொகுப்புகளையும் உள்ளடக்கிய 97,000 புத்தகங்களும், பல இதழ்களும், சுவடிகளும் எரிந்து சாம்பலாயின. இதில் ஏறத்தாழ ஆயிரம் பதிவுகள் கையால் எழுதப்பட்டவை.

தெற்காசிய வரலாற்றில் நடந்தேறிய மிக மோசமான கலாசார அழிப்புகளில் மிக முக்கியமான இடம் ஜெயவர்த்தனா ஆட்சியில் நடந்த நூலக எரிப்புக்கு உண்டு. 12 ஆம் நூற்றாண்டில் அந்நியப் படையெடுப்பின் போது எரிக்கப்பட்ட நாலந்தா பல்கலைக் கழகம், 1619 ஆம் வருடம் தமிழகத்தில் போர்ச்சுக்கீசியரால் எரிக்கப்பட்ட சரஸ்வதி மகால் ஆகியவற்றின் போது சாம்பலான சலாச்சார, வரலாற்றுப் பதிவுகளுக்கு இணையான சான்றுகளை சிங்கள இனவாதிகளின் காட்டுமிராண்டித்தனமான செயல் ஒழித்தது. இரண்டாம் உலகப் போர் உச்சத்தில் இருந்த போது பிரிட்டன் மீது ஜெர்மன் விமானங்கள் சரமாரியாகக் குண்டு மழை பொழிந்தன. இருப்பினும் கேம்பிரிட்ஜ் மற்றும் ஆக்ஸ்ஃபோர்ட்

பல்கலைக் கழகத்தை மட்டும் சேதப்படுத்த வேண்டாமென இனவெறி பிடித்தவராக உலகமே காறித் துப்பும் ஹிட்லர் தன் படையினருக்குச் சொல்லியிருந்தார். அப்படி இருக்கும் போது சிறில் மேத்யூவும், காமினி திசநாயகேவும் தம் படையினரை ஏவி விட்டது, இந்தச் சம்பவம் நடந்த பத்து நாள்களுக்குப் பிறகு அமிர்தலிங்கம் நாடாளுமன்றத்தில் முழங்கியது போல, இரண்டாயிரம் ஆண்டுகளுக்கு முன்னர் வாழ்ந்த ஆதிவாசிகளே கூச்சப்படும் அளவிற்குக் கேவலமானது.

இருபதாம் நூற்றாண்டின் மிகக் கேவலமான கலாசார அழிப்புகளில் ஒன்றாக மேற்குலகில் பேசப்படுவது 1933 ஆம் ஆண்டு ஹிட்லர் நிர்வாகம் நிகழ்த்திய நூல் எரிப்பு வைபவ மாகும். அப்போது கூட வெறும் 20,000 நூல்களே எரிக்கப் பட்டன. ஆனால் சிங்கள இனவாதிகள் ஹிட்லர் அழித்ததைக் காட்டிலும் ஐந்து மடங்கு அதிக நூல்களை எரித்தனர். இதில் குறிப்பிட்டுச் சொல்ல வேண்டியது, 1981 ஜூன் முதல் நாள் யாழ் நூலகத்தை எரித்தது தற்செயலாக நடந்த விபத்து அல்ல; அது திட்டமிட்டுச் செய்யப்பட்ட பாதகம் என்பதே ஆகும். ஏனென்றால் சிங்களரின் நூல் எரிப்பு அந்த ஒரு ராத்திரி மட்டும் நிகழ்ந்த ஒற்றைச் சம்பவமல்ல. அன்றைய தினம் திருவள்ளு வர், ஔவையார், சைவ சித்தாந்தத்தின் மறுமலர்ச்சிக்கு வித்திட்ட ஆறுமுகநாவலர் ஆகியோரது சிலைகள் சிரச்சேதம் செய்யப்பட்டன.

1984 ஆம் வருடம் பருத்தித்துறை ஹார்ட்லி (Hartley) பல்கலைக் கழகத்தின் 6,690 புத்தகங்கள் ராணுவத்தினரால் எரிக்கப்பட்டன. அந்த வருடம் வல்வெட்டித் துறை நூலகமும் தீக்கிரையாக்கப் பட்டது. நூலகம், கல்வி நிறுவனங்களில் உள்ளதை மட்டு மல்லாது தனிநபர் சேகரிப்புகளையும் அவர்கள் விட்டுவைக்க வில்லை. 1977 இல் ஈழவேந்தனின் பிரத்யேகமான நூல் சேகரிப்பும், 1983 இல் சிவசிதம்பரத்தின் புத்தகக் குவியலும் சிங்கள வெறிக்கு இரையானது. இவர்களாவது செல்வாக்கு மிக்க அரசியல் தலைவர்கள். ஆனால் அப்பாவி தமிழறிஞர்களும் சேகரிப்புகளும் அழிப்புக்கு ஆளாயின.

1974 ஆம் வருடம் உலகத் தமிழாராய்ச்சி மாநாட்டில் உயிர்கள் பலியான சமயத்தில் ஏற்பட்டதைக் காட்டிலும் ஆழமான காயத்தை தமிழ் மக்களுக்கு ஏற்படுத்திய கோரச் சம்பவமாக இது அமைந்தது. நூலகம் எரிந்து சாம்பலாவதை இயலாமையோடும்,

வேதனையோடும், கொப்பளிக்கும் கோபத்தோடும் பல தமிழர்கள் பார்த்தபடியே நின்றனர். அவர்களில் வேலுப்பிள்ளை பிரபாகரனும் ஒருவர்.

‘கலாச்சாரப் பேரிழப்பு’ என்று அவரது வாய் அனிச்சையாக முணுமுணுத்தது.

•

செப்டம்பர் 29, 1982. தேர்தல் பிரசாரத்துக்காக ஜெயவர்த்தனே யாழ்ப்பாணம் வந்தார். அவருக்கு வரவேற்பு கொடுப்பதற்காக செல்லக்கிளி தலைமையில் புலிகள் ஒரு திட்டம் வைத்திருந் தனர். கடற்படை வீரர்கள் செல்லும் ஜீப்புக்கு நிலக் கண்ணி வெடி வைக்கும் செயலில் டைமிங் தவறியதால் அந்தத் திட்டம் தோல்வியில் முடிந்தது. தவிரவும், ஜே.ஆர்.ஜெய வர்த்தனே இரண்டாவது முறையாக இலங்கையின் அதிபர் ஆனார்.

அதிபர் தேர்தலுக்கு ஒரு வாரம் கழித்து அக்டோபர் 27ஆம் தேதி இரண்டு மாடிக் கட்டிடத்தில் அமைந்திருந்த சாவகச்சேரி போலீஸ் ஸ்டேஷனை சீலன் தலைமையிலான விடுதலைப் புலிகள் தாக்கினர். மினிபஸ்ஸில் வந்த சங்கர், புலேந்திரன், ரகு, மாத்தையா, சந்தோசம் உள்ளிட்ட எட்டுப் பேர் அந்த ஆபரேஷ னில் ஈடுபட்டனர். சுமார் 15 நிமிடம் நடந்த துப்பாக்கிச் சண்டை யின் முடிவில் ஏராளமான போலீஸ் ஆயுதங்களை புலிகள் கைப்பற்றினர்.

ஆனால் போலீஸ் கான்ஸ்டபிள் சுட்டதில் ஒரு குண்டு புலேந்திரனின் தோளிலும், இன்னொன்று ரகுவின் வலது கரத்தையும் காயப்படுத்தியது. மூன்றாவதாக ஒரு குண்டு சீலனின் முழங்காலைப் பதம் பார்த்தது. பலமாகக் காயமடைந்த சீலனை அவரது சகாக்கள் தூக்கிச் சென்று மினிபஸ்ஸில் ஏற்றினர்.

யாழ் பல்கலைக் கழகக விரிவுரையாளர் நித்தியானந்தனும், அவரது மனைவி நிர்மலாவும் சீலனுக்கு அடைக்கலம் அளிக்க முன் வந்தனர். அங்கே கிட்டத்தட்ட இரண்டு வாரம் தங்கி ஓய்வெடுத்த சீலன் மருத்துவச் சிகிச்சை எடுப்பதற்காக படகு மூலம் தமிழ்நாட்டுக்குத் தப்பினார். சீலனுக்குத் துணையாக படகில் சென்றவர்களில் சங்கரும் ஒருவர்.

நவம்பர் 20ஆம் தேதி, 'நிர்மலா அக்கா, ஆர்மி ஜீப் வருது' என்று கத்திக்கொண்டே ரஜனி என்பவர் ஓடிவந்தார். உள்ளே இருப்பது யாரென்று அவருக்குத் தெரியும். தான் பாதுகாப்பாக தமிழகம் சென்று சேர்ந்து விட்ட செய்தியையும், இரண்டு வாரம் தங்க இடம் கொடுத்து உபசரித்ததற்கு நன்றியையும் சங்கர் மூலமாகச் சொல்லி அனுப்பியிருந்தார் சீலன். அதைச் சொல்ல வந்த சங்கரை அன்றைக்கு கோழிக் கறி சமைத்திருந்த நிர்மலா உபசரித்துக்கொண்டிருந்த வேளையில் அவர்கள் வீட்டை ராணுவம் நெருங்கியது.

ரஜனியின் எச்சரிக்கையைக் கேட்ட சங்கர் பின்புறக் கதவு வழியாகத் தப்பி ஓட முயன்ற போது ராணுவத்தினர் சுட்ட குண்டு ஒன்று வயிற்றில் பாய்ந்தது. காயம் பட்ட வயிற்றைக் கையில் பிடித்துக்கொண்டே மூன்று கிலோ மீட்டருக்கு ஓடிய சங்கர் பாதுகாப்பான இடத்தில் தங்கியிருந்த தன் கூட்டாளியிடம் துப்பாக்கியை ஒப்படைத்த பிறகு மூர்ச்சையானார். எதிரியின் கையில் சிக்கிக்கொள்ளக் கூடாது என்பது ஒரு பக்கம் இருந் தாலும் இறக்கும் போது கூட ஆயுதத்தை எதிரியிடம் இழக்கக் கூடாது என்பது முக்கியமான புலி மந்திரம்.

சற்றும் தாமதிக்காத மற்ற தோழர்கள் சங்கரை படகில் தூக்குப் போட்டுக்கொண்டு தமிழகத்தின் கோடிக்கரையில் இறங்கினர். அங்கிருந்து மதுரையில் உள்ள தனியார் மருத்துவமனைக்குக் கொண்டு சென்று சேர்த்தனர். உயிர் பிழைப்பது மிகவும் சிரமம் என்று சொல்லப்பட்டது. தகவல் அறிந்த பிரபாகரன் பயிற்சி முகாமில் இருந்து நேராக மருத்துவமனைக்கு வந்தார். சங்கரை மடியில் கிடத்தி தலை முடியைக் கோதினார். கண் கலங்கி யிருந்தது. சங்கரின் உதடு 'தம்பி... தம்பி... தம்பி...' என்று முணுமுணுத்தது. எல்லோருக்குமே பிரபாகரன் தம்பிதான். சங்கருக்கு பிரபாகரனைக் காட்டிலும் ஆறு வயது குறைவு என்பது கவனிக்கத் தக்கது.

பிரபாகரன் கன்னத்தில் கண்ணீர் உருண்டோடியது. சங்கரின் உயிர்த்தீ மெல்ல மெல்ல அணைந்தது. 22 வயதுதான் சங்கரின் உயிர் பிரபாகரன் மடியில் பிரிந்தது.

சங்கரின் மரணம் பற்றி வெளிப்படையாக யாருக்கும் அறிவிக்க வில்லை. வெறும் முப்பது பேர் மட்டுமே உள்ள இயக்கத்தில் ஒருவர் இறந்து விட்டார் என்றால், ராணுவத்துக்குக்

கொண்டாட்டமாகப் போய்விடும் என்பதால் தற்காலிகமாக மரணச் செய்தியைத் தங்களுக்குள் வைத்துக்கொண்டனர். சங்கரின் தகப்பனாருக்கு மாத்திரம் அது தெரிவிக்கப்பட்டது. சங்கர் இறந்த முதலாம் ஆண்டு நினைவு நாளில் யாழ்ப் பாணத்தின் சுவர்களில் சங்கரின் புகைப்படம் தாங்கிய சுவ ரொட்டிகள் அலங்கரித்தன.

மேலும் அந்த நாள் மாவீரர் தினமாக விடுதலைப் புலிகளால் அனுசரிக்கப்படுகிறது.

•

வழக்கமாக இலங்கை சுதந்தர தினத்தை கறுப்பு நாளாகக் கடைப்பிடிக்குமாறு தந்தை செல்வநாயகம் உத்தரவிடுவார். மற்றவர்கள் பின்பற்றுவார்கள். செல்வாவின் மறைவுக்குப் பின்பு (1977 மே 27) அமிர்தலிங்கம் அதை மறந்து விட்டார். 1983 பிப்ரவரி 4ஆம் தேதி இளைஞர்களும், பள்ளி மாணவர்களும் முன்வந்து யாழ்ப்பாணம் அரசுச் செயலகத்தின் முன் மறியலில் ஈடுபட்டனர். அமிர்தலிங்கம் மீதான நம்பிக்கையும், ஈர்ப்பும் மங்குவதை மதுரையில் இருந்த பிரபாகரன் கவனித்தார். ஜெயவர்த்தனே மீது மக்களுக்கு அவநம்பிக்கை பெருகி யிருந்ததையும் கேள்விப்பட்டார். இதுதான் ஆயுதப் போராட்டம் நடத்துவதற்குத் தோதான சூழ்நிலை!

பிரபாகரன் மீதான வழக்கு இன்னமும் நிலுவையில் இருந்தது. அவர் வெளியில் வந்தது நிபந்தனை ஜாமீனில். ஆனாலும் அவரால் மதுரையில் ஏழு மாதத்துக்கு மேல் பொறுமையாக இருக்க முடியவில்லை. 1983 காதலர் தினத்துக்கு இரண்டு நாள் கழித்து பிப்ரவரி 16ஆம் தேதி யாழ்ப்பாணம் கிளம்புவதென்று அவர் தீர்மானித்தார். முழங்காலில் குண்டடி பட்டு சிகிச்சைக் காக இந்தியா வந்திருந்த சீலனும் அவரோடு புறப்பட்டார். பிரபாகரன் கிளம்பிச் சென்ற விஷயம் தமிழக போலீஸுக்குத் தெரியாது, அல்லது தெரியாதது போல நடந்துகொண்டது.

மதுரையை விட்டு பிரபாகரன் கிளம்பிய அதே நேரத்தில் பிப்ரவரி 17-24ஆம் தேதிகளில் கொழும்பு உயர்நீதி மன்றம் தங்கதுரை வழக்கை விசாரணைக்கு எடுத்துக்கொண்டது. இந்த வழக்கில் தங்கதுரைக்காக வாதாடியவர் பெயர் நடேசன் சத்தியேந்திரா. (அவரோடு கைது செய்யப்பட்ட குட்டிமணிக்கு ஏற்கனவே

தண்டனை விதிக்கப்பட்டிருந்தது.) நீதி விசாரணையின் போது தங்கதுரை பேசியது மனத்தைத் தொடும் நிகழ்ச்சியாகும். சிங்கள ராணுவம் செய்த கொடூரச் செயல்களையெல்லாம் அவர் விவரித்த போது அதை ஆங்கிலத்தில் மொழி பெயர்த்துச் சொன்ன சத்தியேந்திரா அழுதே விட்டார். ஒரு கட்டத்துக்கு மேல் மொழிபெயர்க்க முடியாமல் சத்தியேந்திரா கலங்கி நின்ற போது தங்கதுரையின் பேச்சை சிவசிதம்பரம் ஆங்கிலத்தில் மொழி பெயர்த்துக் கூறினார்.

•

வல்வெட்டித்துறையில் பிரபாகரன் வந்து இறங்கிய அதே நாள் இரவு பருத்தித்துறை போலீஸ் இன்ஸ்பெக்டர் விஜேரத்னேவை நான்கு புலிகள் சுட்டுக்கொன்றனர். சீலன் காயமடைந்த சாவகச்சேரி போலீஸ் ஸ்டேஷன் தாக்குதலுக்குப் பிறகு அமைதியாக இருந்து புலிகள் பிரபாகரனின் வருகைக்குப் பிறகு புதுத் தெம்பு பெற்றனர். கைது, சிறையில் அடைத்துச் சித்திரவதை என்று அச்சுறுத்தி வந்த விஜேரத்னேவின் பெயரைக் கேட்டாலே பயந்துபோய் நடுங்கிக்கொண்டிருந்த வடமராட்சிப் பகுதி மக்கள் இந்தக் கொலையை ஆவலோடு உற்றுநோக்கினர்.

லண்டனில் பல்வேறு ஆயுதப் புரட்சிக் குழுக்களையும் ஆராய்ந்த ஆன்டன் பாலசிங்கம் விடுதலைப் புலிகளோடு இணைந்து வேலை செய்வதென்று தீர்மானித்திருந்தார். வெறும் துப்பாக்கி ஏந்திய போராளிகளாக மட்டும் இருந்து விடாமல் இயக்கத்தின் சர்வதேசக் குரலாக அவர் படிப்படியாக மாறினார்.

மார்ச் மாத இறுதியில் லலித் அதுலத் முதலி இலங்கையின் பாதுகாப்புத் துறை அமைச்சராகப் பொறுப்பேற்றார். இஸ்ரேல் பலகலைக் கழகம் ஒன்றில் பேராசியராகப் பொறுப்பு வகித்த பிறகு அரசியலில் குதித்தவர் அவர். இதனால் அவர் பதவிக்கு வந்த பிறகு இஸ்ரேல் நாட்டுடன் நெருக்கமாக உறவு பேணி சிங்கள ராணுவத்தைப் பலப்படுத்த வசதியாக அமைந்தது. 1988ஆம் வருடம் ஜெயவர்த்தனேவின் பதவிக் காலம் முடியும் போது எப்படியாவது தான் அதிபர் ஆகிவிட வேண்டும் என்ற நோக்கத்தில் இருந்த அதுலத் முதலிக்கு இந்தப் பொறுப்பு வரப்பிரசாதமாக வாய்த்தது.

மகாவெளி (இது ஒரு நதி. இந்த நதிக்கரையோரம் குடியிருப்புப் பகுதிகளை அமைக்கும் திட்டமொன்று அப்போது இருந்தது.)

மற்றும் நிலத்துறை அமைச்சர் காமினி திசநாயகே தமிழர் பாரம்பரியப் பகுதிகளில் சிங்களர்களைப் பெரும் எண்ணிக்கையில் குடியமர்த்தி ஜெயவர்த்தனேவின் நன்மதிப்பையும் நெருக்கத்தையும் சம்பாதித்து வைத்திருந்தார். எப்படியாவது புலிகளை ஒடுக்கிவிட்டால் தானும் அவருக்கு நெருக்கமாகி விடலாம், அதிபர் வாய்ப்பைப் பெற்று விடலாம் என்று அவர் கணக்குப் போட்டார்.

அதுலத் முதலி பாதுகாப்பு அமைச்சர் ஆனவுடன், யாழ்ப்பாணத்தில் தேசியப் பாதுகாப்பு மாநாட்டைக் கூட்டினார். இது போன்ற மாநாடுகள் கொழும்பில் நடப்பதுதான் வழக்கம். இம்முறை யாழ்ப்பாணத்தில் நடப்பதற்குக் காரணம், அதில் அமிர்தலிங்கத்தைக் கலந்துகொள்ளச் செய்வதுதான்.

ஆனால் காரணமில்லாமல் அமிர்தலிங்கம் ஒப்புக்கொள்வாரா? அதற்கும் ஜெயவர்த்தனே ஒரு திட்டம் வைத்திருந்தார். வடக்குப் பிராந்தியத்தின் உள்ளாட்சி நிர்வாகம் மக்களால் தேர்ந்தெடுக்கப்பட்ட தமிழர் விடுதலைக் கூட்டணியின் கையில் இருந்து வந்தது. ஆனால் 1983ல் அந்த நிர்வாகத்தையும்கூட சிங்கள அதிகார வர்க்கமே கைப்பற்றி வைத்திருந்தது. பாதுகாப்புக் காரணங்களைச் சுட்டிக்காட்டி, தேர்தல் நடத்தப்படவில்லை. ஒரு மாதிரி அவசர நிலைக்காலம் போல் கட்டுப்பாடு முழுதையும் தன் கையில் எடுத்துக்கொண்டு விட்டார்கள். நிலைமை இப்படி இருக்கும் போது, மறுபடியும் உள்ளாட்சித் தேர்தல் நடத்துவதாக அரசாங்கம் ஜாடை காட்டியது. இதை உணர்ந்த அமிர்தலிங்கம் ஜெயவர்த்தனேவைப் பகைத்துக்கொள்ளக் கூடாது என்பதற்காக லலித் அதுலத்முதலியுடன் பாதுகாப்பு மாநாட்டில் கலந்து கொண்டார்.

கூட்டம் நடக்கவிருந்த யாழ்ப்பாண அரசு செயலகத்தில் கூட்டம் நடப்பதற்குச் சில மணி நேரம் முன்னர் வெடிகுண்டு வெடித்தது. அது விடுதலைப் புலிகளின் கைங்கர்யம் என்பது சொல்லித்தான் தெரியவேண்டும் என்பதில்லை. 'அரசியல் சந்தர்ப்பவாதிகள் உதவியோடு நடக்கும் அரச பயங்கரவாதம் ஆயுதப் புரட்சியை ஒடுக்க முடியாது. அதை எடுத்துக்காட்டத்தான் இந்த வெடிகுண்டு' என புலிகள் வெளியிட்ட அறிக்கை கூறியது. பிரபாகரனையும், மற்ற போராளிக் குழுக்களையும் பொருத்தவரை அமிர்தலிங்கம் முழுமையான அரசியல் சந்தர்ப்பவாதி ஆகிவிட்டார்.

ஏற்கனவே மாவட்ட அபிவிருத்தி சபைத் தேர்தலில் போட்டி யிட்டு வென்றதன் மூலம் தனிநாட்டுக் கோரிக்கையை மறந்து விட்டிருந்த தமிழர் விடுதலைக் கூட்டணியின் செல்வாக்கு, அதிபர் தேர்தலில் போட்டியிடாமல் ஜெயவர்த்தனே வெற்றி பெற உதவியதன் மூலம் மக்கள் மத்தியின் வெகுவாகச் சரிந் திருந்தது. (தமிழர் விடுதலைக் கூட்டணி சார்பில் 1982 அதிபர் தேர்தலில் அமிர்தலிங்கம் யாரையும் நிறுத்தவில்லை. ஜெயவர்த்தனேவிற்கும், அவருக்கும் இது தொடர்பாக ரகசிய உடன்பாடு இருந்திருக்க வேண்டும் என்ற சந்தேகம் எழுந்தது). இந்தப் பின்னணியில் மே 18ஆம் தேதி நடக்கவிருந்த உள்ளாட்சித் தேர்தலில் போட்டியிடுவதென்று அமிர்தலிங்கம் தலைமையில் கூடிய கட்சி முடிவெடுத்தது.

தேர்தலைப் புறக்கணிக்குமாறு போராளிக் குழுக்கள், குறிப்பாக பிரபாகரனின் விடுதலைப் புலிகள், விடுத்த அழைப்பை 'மக்கள் நம் பக்கம்' என்று கட்சிக் கூட்டத்தில் கூறிய அமிர்தலிங்கம் ஏற்கவில்லை. நீங்கள் தேர்தலில் நின்றால், சிங்களவர்கள் தாங்கள் தமிழர்களுக்கு நல்லாட்சி வழங்குவதாக சர்வதேச சமுதாயத்திடம் படம் காட்டி, நிதியுதவி பெற்று, அந்த உதவியை வைத்தே ராணுவத்தைப் பலப்படுத்தி நம்மை அழிப்பார்கள் என்று போராளிகள் சொன்னதையும் அவர் கேட்பதாக இல்லை.

புலிகளின் மிரட்டலுக்குப் பயந்த பல வேட்பாளர்கள் தங்கள் வேட்பு மனுவை விலக்கிக் கொண்டனர். அதோடு மட்டுமல்லா மல் இன்னாராகிய நான் தேர்தலில் இருந்து விலகிக்கொள் கிறேன் என்று ஈழநாடு பத்திரிகையில் விளம்பரமும் கொடுத் தனர். கடைசியில் மிஞ்சியது ஐக்கிய தேசியக் கட்சி மற்றும் தமிழர் விடுதலைக் கூட்டணி வேட்பாளர்கள் மட்டுமே. ஐக்கிய தேசியக் கட்சியின் இரு வேட்பாளர்கள் விடுதலைப் புலிகளால் கொல்லப்பட்டனர். 'தேர்தலில் நிற்கக் கூடாது என்ற LTTE தடையை மீறியதற்காக இவருக்கு மரண தண்டனை அளிக்கப் படுகிறது' என்ற துண்டுச் சீட்டும் கொலை நடந்த இடத்தில் கிடைத்தது. இதற்குப் பிறகு ஐக்கிய தேசியக் கட்சி வேட்பாளர் களும் தங்கள் வேட்பு மனுவை விலக்கிக் கொண்டு விளம்பரம் கொடுப்பதற்காக ஈழநாடு அலுவலகத்துக்கு விரைந்தனர்.

ஆனாலும் அமிர்தலிங்கம் அசைவதாக இல்லை. 'தம்பிமாருக்கு நான் சவால் விடுகிறேன். தேர்தல் புறக்கணிப்பு அழைப்பை மக்களிடம் விடுவோம். அவர்கள் தீர்மானிக்கட்டும். மக்கள்

தீர்ப்பை ஏற்றுக்கொள்ள நாங்கள் தயாராக இருக்கிறோம்' என்று தேர்தலுக்கு இரண்டு வாரங்கள் முன்பு அறைகூவல் விடுத்தார் அவர்.

தேர்தல் நாளும் வந்தது. விடுதலைப் புலிகள் விடுத்திருந்த அழைப்பினால் ஏற்பட்டிருந்த அச்சம் ஒரு பக்கம், இத்தனை காலமும் இவர்கள் என்ன சாதித்தார்கள் என்று அரசியல்வாதிகள் மேல் ஏற்பட்டிருந்த விரக்தி ஒரு பக்கம். வல்வெட்டித்துறையில் 2 சதவீத வாக்குகள் மட்டுமே பதிவாயின. பருத்தித்துறையில் வெறும் 0.75 சதவீதம் வாக்குகள் மட்டுமே. மற்ற பகுதிகளில் 95 சதவீதம் மக்கள் ஓட்டுப் போடவில்லை.

1977 பொதுத் தேர்தலில் தமிழ் மக்கள் அமிர்தலிங்கத்தை ஏகமனதாகத் தேர்ந்தெடுத்தார்கள் என்றால், அது அவருடைய ஆளுமையில் மயங்கியல்ல. அவர் தந்தை செல்வாவின் சீடர் என்பதால். வட்டுக்கோட்டைத் தீர்மானத்தை முன்வைத்து தமிழீழம் அமைப்பார் என்பதால். தமிழர்களைத் தன்மானத்துடன் வாழவைப்பார் என்பதால். ஆனால், அதற்குப் பிறகு ஆறு வருட காலத்தில் இதில் ஒன்றைக் கூட அவர் செய்யவில்லை. மற்றவர்களைச் செய்யவும் விடவில்லை.

ஜுலை 6ஆம் தேதி அதிகாலை 2:30 மணி. காங்கேசன்துறை சிமெண்ட் ஆலை முன்பு இரு ராணுவ ஜீப்கள் வந்து நின்றன. அந்த ஜீப்பின் முன் இருக்கையில் இருந்து இறங்கிய அதிகாரியைப் பார்த்து ஆலைக்குக் காவல் நின்ற வீரர்கள் சல்யூட் அடித்தனர்.

'சிமெண்ட் ஆலையை விடுதலைப் புலிகள் தாக்குவதாகத் தகவல் வந்திருக்கிறது. அதனால் கூடுதல் பாதுகாப்பு அளிப்பதற்காக நாங்கள் வந்துள்ளோம். யார் வந்தாலும் ஆலைக்குள் அனுமதிக்க வேண்டாம். இங்கேயே நிறுத்தி வையுங்கள். நாங்கள் திரும்ப வந்து பெற்றுக்கொள்கிறோம்' என்று சிங்களத்தில் உத்தரவிட்ட அந்த அதிகாரியின் ஜீப் நேராக உள்ளே சென்றது.

அந்த அதிகாரியின் பெயர் சீலன் என்கிற சார்லஸ் ஆன்டனி என்கிற பிரபாகரனின் வலது கரம். வெடிமருந்தை மின்சாரம் பாய்ச்சி அதன் மூலம் வெடிக்கச் செய்யும் எக்ஸ்ப்ளோடர் உள்ள அறைக்குத்தான் சீலன் நேராகச் சென்றார். ஆலையின் தொழி லாளர்களிடமே ஸ்டோர் ரூமின் சாவியை வாங்கி அங்கிருந்த

ஐந்து எக்ஸ்ப்ளோடர்களையும் எடுத்து ஜீப்பில் போட்டுக் கொண்டு கிளம்பினார்கள். போகும் போது வாசலில் காவலுக்கு நின்றவர்களிடம் 'ஒத்துழைப்புக்கு நன்றி' சொல்லத் தவற வில்லை.

ஐந்து எக்ஸ்ப்ளோடர்கள். அதுவும் அரசுக்குச் சொந்தமான சிமெண்ட் ஆலையில் களவு போயுள்ளன. சிங்கள போலீஸா லும், ராணுவத்தாலும் நம்பமுடியவில்லை. கொழும்பில் இருந்து யாழ்ப்பாணம் வரும் யாழ்தேவி ரயில் ரத்து செய்யப் பட்டது. பேருந்துகளும் நிறுத்தப்பட்டன. பருத்தித்துறையில் இருந்து கொழும்பு சென்ற பேருந்து ஒன்றை ராணுவத்தினர் தீ வைத்துக் கொளுத்தினார்கள்.

இந்நிலையில், ராணுவ அதிகாரி மேஜர் சரத் முனசிங்கேவுக்கு உளவாளிகள் மூலம் புலிகளின் மறைவிடம் பற்றிய தகவல் ஒன்று கிடைத்தது. மீசாலைப் பகுதியில் புலிகள் ரகசியமாகத் தங்கும் இடம் ஒன்று உள்ளதென்றும், அதற்குப் பக்கத்தில் கழிப்பறை ஒன்று கட்டிக்கொண்டிருக்கிறார்கள் என்றும் அந்தத் தகவல் சொல்லியது. ஆனால் அந்த இடத்துக்கு ராணுவ வாகனத்தின் போகக் கூடாது என்று முடிவு செய்த முனசிங்கே, சீலன் கடைபிடித்த அதே தந்திரத்தைக் கையாண்டார்.

ஜூலை 15ஆம் தேதி விடுதலைப் புலிகளைப் போல சீருடை அணிந்த இரு ராணுவ வீரர்கள் பயணிகள் மினி பஸ் ஒன்றை வழிமறித்து ஓட்டுனரையும், நடத்துனரையும் பிடித்துக்கொண்டு அந்த பஸ்ஸை ராணுவ முகாமுக்கு ஓட்டிச் சென்றனர். அங்கே ஓட்டுனரையும், நடத்துனரையும் அடைத்து வைத்தனர். அதன் பிறகு மேஜர் முனசிங்கே ஓட்டுனர் இருக்கையில் அமர அந்த மினிபஸ் கிளம்பியது.

அவர்கள் மாலை 6 மணி வரைக்கும் சுற்றித் திரிந்தனர். ஒரு பலனும் இல்லாமல் திரும்பிச் செல்லும் போது சாலையில் இரு சைக்கிள் போவதையும், அதில் ஒரு சைக்கிள் கேரியரில் மட்டும் கூடுதல் பயணி இருப்பதையும் முனசிங்கே கவனித்தார். ஆனால் அவர்தான் சீலன் என்பது யாருக்கும் தெரியாது. சீலனின் கையில் சப்மெஷின்கன் துப்பாக்கி இருப்பதைக் கண்ட ராணுவ அதிகாரியால் தன் அதிர்ஷ்டத்தை நம்பவே முடியவில்லை. சைக்கிளுக்குப் பக்கத்தில் மினிபஸ் பிரேக் போட்டு நின்றது.

சைக்கிளைக் கீழே போட்ட அந்த மூன்று போராளிகளும் புதருக்குள் ஓடத் தொடங்கினார்கள். அதற்குள் ராணுவத்தினர் சுட்டனர். சுமார் 100 மீட்டர் ஓடுவதற்குள் ஆனந்தன் குண்டடி பட்டுக் கீழே விழுந்தார். இன்னொரு 100 மீட்டர் ஓடியதும் சீலன் கீழே விழுந்தார். சாவகச்சேரி காவல்நிலையத் தாக்குதலின் போது குண்டு பாய்ந்ததில் அவருடைய முழங்கால் ஜவ்வு கிழிந்திருந்தது. தமிழ்நாடு போய் வைத்தியம் பார்த்தாலும் அது முழுமையாகக் குணமடைந்திருக்கவில்லை. இப்போது வேகமாக ஓடியதால் ஜவ்வு மறுபடியும் கிழிந்தது; ஓடுவதற்குக் கால் ஒத்துழைக்க மறுத்தது. இருந்தாலும் எழுந்து ஓட முயற்சித்தார். 'இன்னும் கொஞ்ச தூரம்தான், ஓடிவிடலாம்' என்று சொல்லிய அருணா அவரை இழுத்துக்கொண்டு ஓட முற்பட்டார். சீலனைப் போல அவரும் திருகோணமலையைச் சேர்ந்தவர். இருவரும் பால்ய சிநேகிதர்கள்.

இன்னும் சற்றுத் தொலைவில் கிராமம். அதை அடைந்தால் போதும் என்று அருணா கெஞ்சிப் பார்த்தார். சீலனால் எழுந்திருக்க முடியவில்லை. ராணுவத்தினர் தரையில் தவழ்ந்தபடியே முன்னேறிக்கொண்டிருந்தனர்.

தன்னால் எப்படியும் தப்ப முடியாது என்ற முடிவுக்கு சீலன் வந்துவிட்டார். உயிரோடு சிக்கக் கூடாது என்பது ஒரு புறம் இருந்தாலும், தன் கையிலுள்ள ஆயுதத்தைப் பறிகொடுக்கக் கூடாது என்பதே அவரது முதன்மையான எண்ணமாக இருந்தது. தன்னைக் காப்பாற்றுவதற்காக அருணாவும் மாட்டிக் கொண்டால் சப்மெஷின்கன்னும் பறிபோகும் என்று அவருக்குத் தெரியும்.

'என்னைச் சுட்டுக் கொன்று விட்டு ஓடு' என்று அருணாவைப் பார்த்து சீலன் கத்தினார்.

அருணா அசையாமல் நின்றார். விடுதலைப் புலிகள் அமைப்பின் நம்பர் 2 நபரைக் கொல்வதா, அவரால் நினைத்துக்கூடப் பார்க்க முடியவில்லை.

'நான் சொல்வதைச் செய். சுடு...' என்று கெஞ்சலும், அதட்டலுமாக சீலன் உத்தரவிட்ட போது அருணாவுக்கு வேறு வழி தெரியவில்லை. எதிரிகள் நெருங்கிக்கொண்டிருந்தனர். யோசிப்பதற்கு அவகாசம் இல்லை. அருணா செலுத்திய குண்டு சீலனின் தலையைத் துளைத்து மூளையைச் சிதறடித்தது.

சீலனை அங்கேயே போட்டுவிட்டு சப்மெஷின்கன்னைத் தூக்கிக் கொண்டு ஓடிய அருணாவையும் ஒரு குண்டு தாக்கியது. கீழே விழுந்து, மறுபடியும் எழுந்து ஒரு கையில் காயத்தையும், இன்னொரு கையில் துப்பாக்கியையும் பிடித்துக்கொண்டு ஓடிய அருணா வழியில் வந்த ஒரு காரை நிறுத்தி அதில் ஏறினார். திருநெல்வேலியில் அந்தக் காரின் ஸ்டியரிங் வீல் முழுவதும் ரத்தம் படிந்திருந்ததை போலீஸார் அடுத்த நாள் கண்டனர். அருணா வழியில் வந்த ஒரு மோட்டார்பைக்கை தடுத்து பறித்து, பிரபாகரன் இருந்த இடத்துக்கு வந்துசேர்ந்தார்.

செய்தி அறிந்த பிரபாகரன் அதிர்ச்சியின் உச்சத்துக்குப் போனார். துணிச்சலான, விவேகமான, அர்ப்பணிப்பும், விசுவாசமும் நிறைந்த சீலனை பிரபாகரன் மிகவும் மதித்து, நேசித்தார். உயிர்த் தியாகம் செய்த இருவருக்கும் தகுந்த மரியாதை செய்ய வேண்டும் என்று தன் சகாக்களுக்கு ஆணை பிறப்பித்தார். ஆனந்தன் மற்றும் சீலன் புகைப்படம் தாங்கிய சுவரொட்டிகள் வடகிழக்கு மாகணங்கள் எங்கும் ஒட்டப் பட்டன.

முப்பத்திச் சொச்சம் உறுப்பினர்களைக் கொண்ட சிறு ஆயுதப் புரட்சிக் குழுவான விடுதலைப் புலிகள் அமைப்பு மிகக் குறுகிய காலத்தில் சங்கர், ஆனந்தன், சீலன் ஆகிய மூன்று பேரை இழந்து விட்டது. இதற்குச் சரியான பதிலடி கொடுப்பதென்று பிரபாகரன் தீர்மானித்தார். இரண்டு முறை நிலக்கண்ணி வெடி முயற்சி தோல்வியில் முடிந்தாலும் இந்த முறை சரியாக முடிக்கலாம் என்று செல்லக்கிளி தெம்பாகப் பேசினார். யாழ்ப்பாணத்தை யும், அதன் புறநகர்ப் பகுதிகளையும் ரோந்து வரும் ராணுவ ஜீப்பைத் தகர்ப்பது என்று முடிவானது.

அதற்கு தேதியும் குறிக்கப்பட்டது, 1983வருடம்ஜூலை 23. இலக்கு, மத்தகல் (Mathagal) முகாமைச் சேர்ந்த ராணுவ ரோந்து வண்டி. ராணுவ ரோந்து வண்டி உளவு பார்க்கப்பட்டது. யாழ் பல்கலைக் கழகத்துக்கு அருகில் உள்ள திருநெல்வேலி சந்திப்பில் வைத்து வண்டியைத் தகர்க்கலாம் என்று திட்டம். சாலையின் ஓரிடத்தில் ஏற்கனவே தோண்டப்பட்டிருந்த பள்ளம் திருநெல்வேலியை அவர்கள் தேர்ந்தெடுத்ததற்கு முக்கியமான காரணங்களில் ஒன்று. அந்தப் பள்ளத்தில்தான் கண்ணி வெடியைப் புதைத்தார்கள். பிரபாகரன், செல்லக்கிளி, கிட்டு,

விக்டர், புலேந்திரன், சந்தோசம், அப்பையா உட்பட பதினான்கு பேர் அந்த ஆபரேஷனுக்காகக் காத்திருந்தனர். ராணுவ வாகனத்தின் ஹெட்லைட் வெளிச்சத்தைக் கண்டதும் அவர் களுக்கு இலேசான பதற்றம். காங்கேசன்துறை சிமெண்ட் ஆலையில் இருந்து சீலன் கடத்தி வந்த எக்ஸ்ப்ளோடர்களில் ஒன்றை செல்லக்கிளி இறுக்கமாகப் பிடித்திருந்தார்.

ராணுவ ஜீப் முன் வர, அதைத் தொடர்ந்து ராணுவ லாரி வந்தது. செல்லக்கிளி சுவிட்சை அமுக்கியதும் அதில் இருந்து பாய்ந்த மின்சாரம் கம்பி வழியாகச் சென்று சாலையில் புதைத்து வைத்திருந்த இரண்டு கண்ணிவெடிகளையும் ஒருசேர வெடிக்கச் செய்தது. முதல் வெடியில் சிக்கிய ஜீப் தென்னை மர உயரம் தூக்கி வீசப்பட்டது. இரண்டாவது வெடி லாரியைத் தவற விட்டது. அதாவது லாரி வந்து சேர்வதற்கு சில மீட்டர் முன்பாகவே அது வெடித்து விட்டது. சாலையின் இரண்டு பக்கமும் பதுங்கியிருந்த பிரபாகரனும், அவரது சகாக்களும் லாரியில் இருந்த ராணுவ வீரர்களை நோக்கிச் சுட்டனர். அதில் இருந்த பெரும்பாலானவர் கொல்லப்பட்டனர்.

ராணுவத்தினர் கொண்டு வந்திருந்த ஆயுதங்களை எடுத்துக் கொண்டு தூரத்தில் நிறுத்தி வைத்திருந்த மினிபஸ்ஸை நோக்கிப் பெருமிதத்துடன் பிரபாகரனும் இயக்கத்தினரும் நடக்கும் போது செல்லக்கிளியைக் காணவில்லை. இத்தனைக்கும் அவர் சாலை யில் நின்று துப்பாக்கிச் சண்டை போடவில்லை. சாலைக்கு அருகில் இருந்த கட்டிடம் ஒன்றுக்குள் இருந்து எக்ஸ்ப்ளோடரை இயக்கினார். விக்டர் திரும்ப ஓடிச் சென்று செல்லக்கிளியைத் தேடிய போது குண்டு மார்பில் பாய்ந்து செல்லக்கிளி அந்தக் கட்டிடத்தினுள் இரத்தம் வடிய இறந்து கிடந்தார்.

செல்லக்கிளியின் உடலைத் தோளில் தூக்கிப் போட்டு நடந்த விக்டரின் ஆடையை ரத்தம் நனைத்தது. அனைவர் முகத்தில் குடிகொண்டிருந்த வெற்றிக் களிப்பு மறைந்து இருள் குடி கொண்டது. அவர்கள் பயணித்த மினிபஸ் அச்சுவெலி முகாமை அடையும் போது வானம் லேசான தூறல் போட்டது. அதுவரைக்கும் பிரபாகரன் அழுது பார்த்திராத கிட்டு செல்லக்கிளியின் மரணத்தின் போது அந்தக் காட்சியைக் கண்டார். செல்லக்கிளியின் உடல் மாவீரனுக்குரிய மரியாதை யோடு அடக்கம் செய்யப்பட்டது.

வெடிச்சத்தம் கேட்ட சரத் முனசிங்கே தான் தங்கியிருந்த குருநகர் முகாமில் இருந்து கிளம்பினார். சம்பவ இடத்தில் 13 உயிரற்ற சிங்கள ராணுவத்தினரின் உடல்களைக் கண்டபோது நிலை குலைந்து போனார் அவர்.

அதற்கு அடுத்த நாள், ஜூலை 24, 1983 இலங்கை இனப் பிரச்னையின் புதிய சகாப்தமாக விடிந்தது. கிட்டத்தட்ட இரண்டு தலைமுறைக்கும் மேலாக தமிழ் மக்களின் தலையெழுத்தை மாற்றி எழுதப் போகும் நாளாகவும் அது அமைந்தது.

11. கறுப்பு ஜூலை

இறந்துபோன 13 வீரர்களின் உடலை அலங்கரிக்கப் பட்ட சவப் பெட்டியில் எடுத்து வருவதற்குப் பதிலாக ரத்தம் உறைந்து போன பாலிதீன் பைகளில் கட்டி எடுத்து வந்து ஏராளமான எண்ணிக்கையில் கூடியிருந்த சிங்கள மக்களுக்குக் காட்டி வெறி யூட்டும் கீழ்த்தரமான காரியத்தை ராணுவத் தலைமை செய்தது.

ராணுவ வீரர்களின் உடல்கள் பாலிதீன் பைகளின் வந்துள்ள என்ற செய்தி தென்னிலங்கை எங்கும் பரவியது. ராணுவ அதிகாரிகளின் திட்டமிட்ட செயலால் மக்கள் கொதித்தெழுந்தனர். சமா தானத்தை விரும்பும் வெகுசில சராசரி சிங்கள மக்களுக்கே கூட இனவெறியைத் தூண்டுவதாக இந்த நடவடிக்கை இருந்தது. அது போதாதென்று இறுதி மரியாதை கொழும்பில் நடக்காது என்றும் அறிவிக்கப்பட்டது.

தாங்கள் எதிர்பார்த்த மாதிரி இறுதி மரியாதை இல்லை என்றதும் பொறுமையிழந்த இனவெறிக் கும்பல் நகரில் இருந்த மதுபானக் கடைகளை

முற்றுகையிட்டது. குடித்து முடிப்பதற்குள் 49 தமிழர்கள் கொலை செய்யப்பட்டனர். 209 இடங்களில் தீவைப்பு. ஆனால் அது முடிவல்ல, வெறும் ஆரம்பம்தான். இலங்கை வரலாற்றின் இருண்ட பக்கமாகப் பதிவாகும் 1983 ஜூலை மாத இனப் படுகொலை 'கறுப்பு ஜூலை' என்று அறியப்படுகிறது.

விடுதலைப் புலிகள் சிங்களை ராணுவத்தினரைத் தாக்கி 13 பேரைக் கொன்றதற்கான பதில் நடவடிக்கையாக இந்தக் கலவரத்தைப் பற்றி ஜெயவர்த்தனே நிர்வாகம் கருத்துக் கூறிய போதிலும், மிகப்பெரிய இனக் கலவரம் வாயிலாக தமிழர் களுக்குப் பாடம் புகட்டும் திட்டம் சமீப காலமாக வகுக்கப் பட்டு, செயல்வடிவம் அளிப்பதற்கான தருணத்தை எதிர் பார்த்துக் காத்திருந்ததையும், அதற்காகவே ஏராளமான சிங்களர் களைக் கொழும்புக்கு வரவழைக்கும் ஏற்பாடு செய்யப்பட்டதை யுமே கலவரத்துக்கு முன்னும், அதற்குப் பின்னும் நடந்த நிகழ்ச்சிகள் உறுதிப்படுத்தின.

இலங்கையிலேயே அதிகப் பாதுகாப்பு நிறைந்த வெளிக்கடைச் சிறையில் அடைக்கப்பட்டிருந்த 53 தமிழ்க் கைதிகளைக் கொல்வதற்குத் திட்டம் வகுக்கப்பட்டிருந்தது. அதற்காக 14 வயதுச் சிறுமியைப் பாலியல் பலாத்காரம் செய்த கோனவாலா சுனில் என்ற கைதியை ஐக்கிய தேசியக் கட்சி அரசு தேர்ந் தெடுத்திருந்தது. சிறையில் இருந்த இவனை 1982ஆம் ஆண்டு அதிபர் தேர்தலின் போது ஜெயவர்த்தனே மன்னிப்புக் கொடுத்து விடுதலை செய்திருந்தார். அந்தக் கொடியவனை வைத்து சிறையில் செய்யப் போகும் காரியத்தில் அரசாங்கத்தின் பெயரோ, ஆளுங்கட்சியின் பெயரோ வெளியே வராமல் கவனித்துக்கொண்டார்கள்.

சிறைக்குள் சிங்களக் கைதிகளுக்கும், தமிழ்க் கைதிகளுக்கு இடையே ஏற்பட்ட சண்டையில் சிலர் இறந்த மாதிரி ஜோடிக்கத் திட்டம். ஆனால் உண்மையில் கோனவாலாவின் ஆட்கள் ஆயுதங்களுடன் சிறைக்குள் நுழைந்த போது சிவப்புக் கம்பளம் போட்டு வரவேற்காத குறையாக அவர்கள் உள்ளே அனுமதிக்கப் பட்டனர். அவர்களைத் தொடர்ந்து குடித்து விட்டுச் சுற்றிய கும்பலில் மொத்தம் 300-400 பேர் சிறைக்குள் புகுந்தனர். கடப்பாறை, கத்தி, அரிவாள், கோடரி எனப் பயங்கர ஆயுதங் களை அவர்கள் தரித்திருந்தனர்.

குட்டிமணியின் நாக்கை ஒருவன் அறுத்தான். பீறிட்ட குட்டிமணியின் ரத்தத்தை மிருகத்தனமாகக் குடித்த இன்னொருவன், 'நான் புலி ரத்தத்தைச் சுவைத்து விட்டேன்' என்று உரக்கக் கத்தினான். 35 தமிழ் அரசியல் கைதிகள் அடித்தும், வெட்டியும் கொல்லப்பட்டனர். சிறைச்சாலை வளாகத்தில் அரச மரத்தடியில் அமைந்திருந்த கௌதம புத்தரின் சிலைக்கு முன்னால் 35 பேரின் உடல்களும் குவிக்கப்பட்டன. 'ஏய் புத்தரே பாரும். உம்மையும், உம் மதத்தையும் ஏற்காதவர்களுக்கு நேர்ந்த கதியைப் பாரும்' என்று ஒரு வெறியன் கத்தினான். நாக்கறுத்த குட்டிமணி இழுத்துவரப்பட்ட போது அவரது உடலில் அசைவு இருந்தது. புத்தர் சிலையடியில் போடப்பட்ட குட்டிமணியின் கண்கள் இரண்டும் கூரிய ஆயுதம் கொண்டு தோண்டி எடுக்கப்பட்ட போது சிங்களக் கைதிகள் கைதட்டி ஆர்ப்பரித்தனர். 'இந்தக் கண்தானே ஈழத்தைப் பார்க்கத் துடித்த கண்?' என்று கத்தினார்கள். மரணதண்டனை விதிக்கப்பட்ட போது தன்னுடைய கடைசி ஆசையாக, தான் இறந்த பிறகு கண்ணில்லாத சிறுவன் யாருக்காவது தனது கண்ணைப் பொருத்துமாறு அவர் கூறியிருந்தார். அப்படியாவது ஈழம் பிறப்பதைத் தனது கண் பார்க்காதா என்ற நப்பாசை. இன்னொரு வெறியன் அவரது ஆண்குறியை வெட்டி வீசினான். ஏனைய கைதிகள் அவரின் உடலைக் குத்திக் கிழித்தனர். சுமார் பதினைந்துக்கும் மேற்பட்டவர்கள் குட்டிமணியின் ரத்தத்தைத் தமது உடலில் பூசிக் கும்மாளமடித்தனர்.

சிறை அதிகாரிகளின் துணையோடுதான் படுகொலைகள் நடந்ததாக BBC உறுதிப்படுத்தியது. வெளிக்கடைச் சிறைக் கொலைக்குப் பிறகுதான் சிங்களர்கள் அமைதியடைந்தனர் என்று மூத்த சிங்கள அமைச்சர் ஒருவர் கூறியதாக மலைநாட்டுப் பத்திரிகையாளர் ஒருவர் செய்தி வெளியிட்டார்.

கொடூரமாகக் கொல்லப்பட்ட 35 கைதிகளின் உடலை அவர்தம் குடும்பத்திடம் ஒப்படைக்காமல் மிகப் பெரிய குழி தோண்டி அதற்குள் வீசிய பிறகு பெட்ரோல் ஊற்றிக் கொளுத்தினார்கள். இந்தக் காரியமும் சிங்களக் கைதிகளை வைத்தே அரங்கேறியது. வெளிக்கடைச் சிறையில் உள்ள தமிழர்களுக்கு 26ஆம் தேதி அமைதியாகக் கழிந்தது. ஆனால் 27ஆம் தேதி மறுபடியும் இனவெறிக் கும்பல் தாக்கியது. அதில் 18 பேர் கொடூரமாகக்

கொல்லப்பட்டனர். மொத்தம் 53 பேர், சட்டத்தின் காவலில் இருந்தவர்கள், ரத்தம் சொட்டச் சொட்ட உயிர் துடிதுடிக்க இறந்துபோனார்கள்.

வன்முறை, சிறை மைதானத்துக்குள் ஊடுருவும் முன்பாகவே கொழும்பு நகரில் தலை விரித்து ஆடிக்கொண்டிருந்தது. முதலில் அகப்பட்டவர்கள் வீதியில் நடந்து போய்க்கொண்டிருந்த அப்பாவித் தமிழர்கள். காரில் பயணித்தவர்கள் வெளியே இழுக்கப்பட்டு பெட்ரோல் ஊற்றி உயிரோடு எரிக்கப்பட்டனர். வன்முறை கட்டுக்கடங்காமல் தலை விரித்தாடியது. வாக்காளர் பட்டியலை வைத்துக்கொண்டு தமிழர்கள் எங்கெல்லாம் வசிக்கிறார்கள் என்று தேடிப்பிடித்து வெட்டினார்கள்.

எதிர்பார்த்த அளவு சேதத்தை உருவாக்கும்வரை கலவரத்தைக் கட்டுப்படுத்த எவ்வித முயற்சியும் எடுக்காத ஜெயவர்த்தனாவின் செயலும் கூட கொழும்பில் தமிழ் பேசும் இனமே இருக்கக் கூடாது என்ற நோக்கத்தில் அரசாங்கமே ஏற்பாடு செய்த இனப்படுகொலைதான் இது என்பதைச் சந்தேகத்துக்கு இடமில்லாமல் நிரூபித்தது.

•

இனப் பிரச்னைக்குத் தீர்வு ஒன்று ஏற்பட்டால் அது தனி ஈழம் அமைப்பதுதான்; அதையும் ஆயுதம் ஏந்திய போராட்டத்தின் மூலமே சாதிக்க முடியும் என்று ஒவ்வொரு தமிழனையும் நம்ப வைத்த நிகழ்ச்சியாக ஜூலைக் கலவரம் அமைந்தது. சம்பவத்தைக் கேள்விப்பட்ட தமிழகம் உணர்ச்சிப் பிழம்பாகக் கொதித்தது. தமிழகத்தில் தி.மு.க., அ.தி.மு.க. ஆகிய இரு கட்சிகளும் செயலில் ஈடுபட்டன. மாணவர்கள் போராட்டங்களுக்கு அழைப்பு விடுத்தனர். வீதிகளில் கொடியேந்தி நடந்தனர். தமிழகம் அதற்கு முன் இதுபோலக் கொதிப்படைந்ததில்லை. தமிழகத்தில் மட்டுமல்லாமல் இந்தியாவின் பிற பகுதிகளிலும் இனப்படுகொலைக்கு எதிரான கண்டனக் குரல்கள் எழுந்தன.

இந்திய நாடாளுமன்றத்திலும் பிரச்னை சூடு கிளப்பியது. தி.மு.க. உறுப்பினர்களும், அ.தி.மு.க. உறுப்பினர்களும் ஒரு சேரக் குரல் எழுப்பினார்கள். இலங்கையுடனான ராஜாங்க உறவைத் துண்டிக்குமாறு வேண்டுகோள் விடுக்கப்பட்டது. பாலஸ்தீன விடுதலை இயக்கத்தையும், யாசர் அராபத்தையும்

அங்கீகரித்தது போல விடுதலைப் புலிகளையும் அங்கீகரிக்கு மாறு அந்த எம்.பி.க்கள் இந்திர அரசைக் கேட்டுக்கொண்டனர். அவர்களில் வை.கோபால்சாமி முக்கியமானவர்.

கலவரமும் கொலையும் தொடர்ந்துகொண்டிருந்த ஜூலை 27ஆம் தேதி இந்திரா காந்தி ஜெயவர்த்தனாவுடன் தொடர்பு கொண்டு பேசினார். அதன் தொடர்ச்சியாக, கொழும்பில் இந்திய வெளியுறவுத் துறை அமைச்சர் நரசிம்ம ராவ், ஜெய வர்த்தனாவைச் சந்தித்துப் பேசினார். அதன் பிறகு மரியாதை நிமித்தம் பிரதமர் பிரேமதாசாவைச் சந்திக்க முயன்ற போது நீண்ட நேரம் காத்திருக்க வைக்கப்பட்டார். இந்திய வெளியுறவு அமைச்சரிடம் இலங்கைப் பிரதமர் கொஞ்சம் காட்டமாக நடந்து கொண்டதாக நெருக்கடி மிகுந்த காலங்களில் இலங்கையில் இந்தியத் தூதுவராக இருந்த J.N. தீக்ஷித் தனது புத்தகத்தில் குறிப்பிட்டுள்ளார்.

அகதிகள் முகாமுக்குச் செல்ல நரசிம்ம ராவுக்கு அனுமதி மறுக்கப்பட்டது. கண்டியில் உள்ள இந்தியத் துணைத் தூதரகத் துக்குச் செல்ல மட்டும் அனுமதி கிடைத்தது. கண்டியில் இருந்து 29ஆம் தேதி காலையில் அவர் கொழும்பு திரும்பினார். அதற்கு முந்தைய நாள் இரவுதான் அதிபரும், பிரதமரும் வானொலியில் உரை நிகழ்த்தியிருந்தனர். வெள்ளிக்கிழமைக் காலையிலும் கொழும்பு நகரில் வெறியாட்டம் நடந்தது. வெளியுறவுத் துறை அமைச்சர் ஹமீதைச் சந்தித்த ராவ் தான் கண்ட காட்சிகளைப் பற்றி விசாரித்தார். அன்று இரவே அவர் டெல்லிக்குப் பயண மானார்.

ஆகஸ்ட் முதல் நாள் தி.மு.க. தலைவர் கருணாநிதி தமிழகம் முழுவதும் வேலை நிறுத்தத்துக்கு அழைப்பு விடுத்தார். அதே நாளில் முதலமைச்சர் எம்.ஜி.ஆரும் அழைப்பு விடுத்தார். எம்.ஜி.ஆர். ஈழத் தமிழர்களைக் காப்பாற்றுமாறு ஐ.நா. சபையை அழைக்கச் சொல்லி மத்திய அரசை வலியுறுத்தினார். 1971இல் வங்கதேசப் போரில் நடந்தது போல இந்திய ராணுவமே சென்று தமிழீழத்தை உருவாக்கித் தர வேண்டும் என்று கருணாநிதி குரல் கொடுத்தார்.

கொழும்பு நகரில் சிங்கள இன வெறியர்களால் மூவாயிரத் துக்கும் மேற்பட்ட தமிழர்கள் படுகொலை செய்யப்பட்டதைத் தொடர்ந்து அவர்களுக்கு உதவுவதற்காக பழ. நெடுமாறன்

மதுரையில் இருந்து ராமேசுவரம் நோக்கி தமிழர் தியாகப் பயணத்தை நடத்தினார். 5000 தொண்டர்கள் அந்தப் பயணத்தில் கலந்து கொண்டனர். ராமேசுவரம் சென்று அங்கிருந்து இலங்கை செல்வதாகத் திட்டம். ஆனால் எம்.ஜி.ஆர். அரசு ராமேஸ்வரத் தில் இருந்த படகுகளை எல்லாம் அப்புறப்பத்தியது.

ஆகஸ்டு 15-ஆம் தேதி ராமேசுவரத்திலிருந்து நெடுமாறனையும் மற்றும் தோழர்களையும் கடற்படை கைது செய்து திரும்ப அழைத்து வந்தது. ஆனாலும் இந்தப் பயணத்தின் நோக்கம் நிறைவேறியது.

அன்று காலை தில்லி செங்கோட்டையில் கொடியேற்றி வைத்துப் பேசிய பிரதமர் இந்திரா காந்தி. 'இலங்கையில் தமிழர்களுக்கு எதிராக திட்டமிட்ட இனப் படுகொலை நடை பெறுகிறது. அதைப் பார்த்துக் கொண்டு இந்தியா சும்மா இராது' என எச்சரித்தார்.

•

இந்தியாவின் எதிர்ப்பைச் சமாளிப்பதற்கு ஜெயவர்த்தனே ஒரு திட்டம் வைத்திருந்தார். ஆயிரக் கணக்கான தமிழ் மக்களை, இந்து இறை நம்பிக்கை உள்ள மக்களைக் கொன்று குவித்த பிறகு அதை மூடி மறைக்க இந்து மத வளர்ச்சித் துறை என்று புதிய துறையை அமைத்து அதற்கு அமைச்சராக இராசதுரை என்ற தமிழரை ஜெயவர்த்தனே நியமித்தார். அவரை இந்தியாவுக்கு அனுப்பி காஞ்சி சங்கராச்சாரியார் மற்றும் டில்லியில் உள்ள பா.ஜ.க. தலைவர்கள் போன்றவர்களை சந்தித்துப் பேச வைத்தார்.

உலக இந்து சமய மாநாடு என்ற பெயரில் கொழும்பில் ஒரு மாநாடு நடத்தி இந்தியாவில் இருந்து பல இந்துத் துறவிகளை வரவழைத்தார். விஷ்வ இந்து பரிஷத் போன்ற அமைப்புகள் அதில் பங்குகொண்டன. தமிழீழப் பகுதியில் இந்து கோயில்கள் மீது குண்டு வீசித் தாக்கி அழித்த ஜெயவர்த்தனா இந்து மதக் காப்பாளர் வேடம் போட்டு அன்று இந்திய மக்களை ஏமாற்றுவதற்கு முயற்சி செய்தார்.

சர்வதேச அழுத்தம் காரணமாக இன்னொரு காரியத்தையும் அவர் செய்தார். கலவரத்துக்கு ஜே.வி.பி.யினரே காரணம் என்று

குற்றம் சாட்டி விட்டு, அவர்கள் ஆட்சியைக் கவிழ்க்கச் சதி செய்தனர் என்றும் கையைக் காட்டினார்.

•

ஜூலை 25ஆம் தேதி கொழும்பு நகரில் கலவரம் வெடித்த போது அமிர்தலிங்கம் வவுனியா நகரில் தமிழர் விடுதலைக் கூட்டணி மாநாட்டை நடத்திக்கொண்டிருந்தார். உடனடியாக இந்தியாவுக்குச் சென்று இந்தியத் தலைவர்களுக்கும், உலக ஊடகங்களுக்கும் நடந்ததை விவரிக்கலாம் என்றுதான் நினைத்தார். ஆனால் கொழும்பில் விமானம் ஏறுவதற்குள் யாராவது குத்திக் கொன்று விட்டால் என்ன செய்வது?

அதன் பிறகு அமிர்தலிங்கம் ஸ்கூட்டரில் கொழும்பு வந்து அங்கிருந்த இந்தியத் தூதரக அதிகாரியின் உதவியோடு விமானம் மூலம் இந்தியா வந்தார். ஆகஸ்ட் 11ஆம் தேதி சென்னை வந்திறங்கிய அமிர்தலிங்கம் அன்று மாலையே முதலமைச்சர் எம்.ஜி.ஆரையும், கருணாநிதியையும் சந்தித்தார். அடுத்த நாள் டில்லிக்குப் பயணமானார். போகும் வழியில் ஹைதராபாத் விமான நிலையத்தில் வெளியுறவுத் துறை அமைச்சர் நரசிம்ம ராவ் அவரோடு இணைந்துகொண்டார்.

அமிர்தலிங்கம், சிவசிதம்பரம் மற்றும் சம்பந்தன் அடங்கிய மூவர் குழு ஆகஸ்ட் 14ஆம் தேதி இந்திரா காந்தியைச் சந்தித்தது. சுமார் இரண்டு மணி நேரத்துக்கு மேல் நடைபெற்ற இந்தச் சந்திப்பின் போது தந்தை செல்வா காலம் தொடங்கி நடந்த நம்பிக்கைத் துரோகம், இழைக்கப்பட்ட அநீதி, நசுக்கப்பட்ட கொடூரம் எல்லாவற்றையும் விளக்கிய அமிர்தலிங்கம், தனிநாடு அமைப்பதைத் தவிர வேறு வழியே இல்லை என்ற நிலைக்கு தமிழ் மக்கள் தள்ளப்பட்டிருப்பதை விவரித்தார்.

எல்லாவற்றையும் பொறுமையாகக் கேட்ட இந்திரா, இந்தியாவில் மொழி வாரியான மாநிலங்கள் உள்ளதைப் போல இலங்கையில் வடகிழக்குப் பிராந்தியங்களை உள்ளடக்கிய தன்னாட்சி அதிகாரம் கொண்ட மாநிலத்துக்குச் சம்மதிக்க வேண்டும் என்று வலியுறுத்தினார். ஏற்கனவே பல முறை சிங்களத் தலைவர்கள் தாங்கள் போட்ட உடன்பாட்டை எல்லாம் கிழித்தெறிந்ததை அறிந்திருந்த அமிர்தலிங்கம், இந்திரா காந்தி மீது வைத்திருந்த நம்பிக்கையால் பேசுவதற்கு ஒப்புக்கொண்டார்.

ஆகஸ்ட் 15ஆம் தேதி டெல்லி செங்கோட்டையில் நடந்த சுதந்தர தினக் கொண்டாட்டத்தில் அமிர்தலிங்கம் சிறப்பு விருந்தினராக அழைத்துக் கௌரவிக்கப்பட்டார். வழக்கமாக வெளிநாட்டு அதிபர்கள், மன்னர்கள் அல்லது பிரதமர்கள்தான் சிறப்பு விருந்தினராக அழைக்கப்படுவார்கள். ஒரு குட்டி தேசத்தின் எதிர்க்கட்சித் தலைவருக்கு அந்த மரியாதையைக் கொடுத்ததன் மூலம் சிங்களரின் வெறியாட்டத்தை இந்தியா எவ்வளவு சீரியஸாக எடுத்துள்ளது என்பதையும், தமிழர்கள் கண்ணியமாக வாழ்வதற்கான தீர்வு காணப்படுவதில் எந்த அளவு அக்கறை கொண்டுள்ளது என்பதையும் இந்திய அரசாங்கம் வெளிப்படுத்தியது. கொடியேற்றி வைத்து நாட்டு மக்களுக்கு ஆற்றிய உரையில், 'இலங்கையில் இனப்படுகொலை நடக்கிறது' என்று இந்திரா காந்தி கண்டித்தார்.

•

இனப் பிரச்னைக்கு பேச்சு வார்த்தை மூலம் தீர்வு காணும் முயற்சியை வேண்டுமென்றே இழுத்தடிப்பது ஜெயவர்த்தனாவின் முதன்மையான திட்டமாக இருந்தது. அப்படியே பேச்சுவார்த்தையில் உடன்பாடு ஏற்பட்டாலும், அதைக் கிழித்துப் போடுவதும் சிங்களர்களுக்குப் புதிய விஷயமல்ல. பேச்சு வார்த்தையைத் தாமதப்படுத்தி அதற்குள் ராணுவத்தைப் பலப்படுத்தி போராளிகள் மீது 'பயங்கரவாத' முத்திரை குத்தி அவர்களை ஆயுதம் கொண்டு அழித்து விடலாம் என்பது திட்டத்தின் இன்னொரு கோணம்.

இந்தியா அளிக்கும் ராணுவப் பயிற்சிகளை எடுத்துக்கொள்வதில் பெரும்பாலான அமைப்பினர் ஆர்வம் காட்டிவந்தனர். எப்படியாவது தங்கள் இயக்கத்தின் பலத்தை அதிகரித்துவிடவேண்டும் என்று துடித்தனர். ஆனால் பிரபாகரன் மட்டும் மிகவும் கவனமாகப் போராளிகளைத் தேர்ந்தெடுத்தார்.

ஏற்கனவே செட்டி, உமா ஆகியோரிடம் ஏமாந்ததில் அவருக்குப் படிப்பினை ஏற்பட்டிருந்தது. 500 பேர் அடங்கிய மந்தையை வைத்திருப்பதற்குப் பதிலாக கட்டுப்பாடும், அர்ப்பணிப்பும் உடைய ஐம்பது பேர் இருந்தால் போதும் என்பதில் அவர் தெளிவாக இருந்தார். துடிப்பும், துணிச்சலும், தியாகமும், விசுவாசமும் கொண்ட கட்டுக்கோப்பான இளைஞர்களைத் தேர்ந்தெடுத்ததுதான் இந்தக் கால கட்டத்தில் மற்ற குழுக்களில்

இருந்து பிரபாகரனை வேறுபடுத்திக் காட்டியது. வெறும் ஐம்பது சகாக்களை மட்டுமே வைத்திருந்த பிரபாகரன் இந்தியா அளிக்கும் பயிற்சிக்காக 200 பேரை தேர்வு செய்தார்.

டெலோவின் பயிற்சி டேராடூன் மலைப் பகுதியில் செப்டம்பர் மாத வாக்கில் ஏற்பாடு செய்யப்பட்டது. கடைசியாக பயிற்சி யில் ஈடுபட்டது விடுதலைப் புலிகள் இயக்கம். அது 1983 நவம்பரில் என்று சொல்லப்படுகிறது. மற்ற குழுக்களைப் போலன்றி புலிகள் தமது இயக்கப் பெயரைப் பதிவு செய்தார் களே தவிர உண்மையான பெயரைப் பதிவு செய்யவில்லை. கடுமையான ராணுவப் பயிற்சியின் போது விடுதலைப் புலிகள் வெளிப்படுத்திய ஈடுபாட்டை பிரிவு உபசார நிகழ்ச்சியின் போது பயிற்சியாளர்கள் வெகுவாகப் பாராட்டினார்கள். அங்கே பேசிய கிட்டுவும் உணர்ச்சி வசப்பட்டிருந்தார்.

பயிற்சி முடித்துவிட்டுத் திரும்பி வந்த பொன்னம்மான் இந்தச் சம்பவத்தைப் பற்றி ஆர்வத்துடன் விவரித்தார். அதை அமைதி யாகக் கேட்ட பிரபாகரன், ‘நாம் ஒரு குறிப்பிட்ட நோக்கத்தோடு பயிற்சியில் இணைந்தோம். இந்தியா நமக்குப் பயிற்சி கொடுப்பது வேறொரு நோக்கத்துக்காக. என்றாவது ஒரு நாள் நமது நோக்கத்துக்கு எதிராக இந்திய ராணுவம் ஏவப்பட்டால், கிட்டு அவர்களை எதிர்த்துப் போரிட வேண்டி வரும்’ என்று திருப்பிச் சொன்னார்.

தமிழக மக்களின் கொந்தளிப்பு ஒரு பக்கம் நெருக்கினாலும்கூட ஜெயவர்த்தனாவின் இந்திய விரோதப் போக்கு காரணமாகவே போராளிகளுக்கு ஆயுதப் பயிற்சி அளிக்கப்படுகிறது என்று பிரபாகரன் கணித்தார். நாளைக்கே ஜெயவர்த்தனா ஆட்சி மாறி சிறீமாவோ பதவிக்கு வந்தால், இலங்கையின் அமெரிக்கச் சார்பு நிலை மாறி சோவியத் முகாமுக்கு வந்தால் இந்தியாவின் போக்கு மாறக்கூடும். ஆகவே இந்தியாவின் ஆயுதப் பயிற்சியும், ஆதரவும் தாற்காலிகமானதுதானே ஒழிய நிரந்தரமாக இருக்காது என்றும் அவர் நம்பினார். அதனால் முடிந்த அளவுக்கு பயிற்சியைத் தமக்குச் சாதகமாகப் பயன்படுத்திக்கொள்ள வேண்டும் என்ற ஆர்வம் இருந்தது. அதை விட முக்கியமாக தனது போராட்டத்துக்கு இந்தியாவை மட்டுமே சார்ந்திராமல் சொந்தக் காலில் நிற்கும் அளவுக்கு இயக்கத்தை வளர்க்க வேண்டும் என்ற இலக்கும் இருந்தது.

ஏற்கனவே வன்னியிலும், மதுரையிலும் புலிகளுக்குப் பயிற்சி முகாம்கள் இருந்தன. மேலும் பல முகாம்களைத் திறப்பதென்று அவர் முடிவெடுத்தார். மேட்டூருக்கு அருகில் கொளத்தூரில், கொளத்தூர் மணி உதவியோடு ஒரு முகாம் உருவாக்கப்பட்டது. திண்டுக்கல்லுக்கு அருகில் உள்ள சிறுமலையில் இன்னொரு முகாம் முளைத்தது. அதற்கு வேண்டிய உதவிகளைச் செய்தவர் பழ.நெடுமாறன். மற்ற குழுக்களும் தமிழகத்தின் பல பகுதிகளில் பயிற்சி முகாம்களைத் திறந்தன.

காமன்வெல்த் மாநாட்டுக்கு டெல்லி வந்திருந்த போது இந்திரா காந்தி முன்னிலையில் ஒப்புக்கொண்ட விஷயங்களைக் கொழும்பு சென்றதும் ஜெயவர்த்தனா மாற்றிய உடனேயே போராளிகளுக்கு பயிற்சி மட்டுமல்லாமல் ஆயுதமும் வழங்குவதென்று இந்தியா முடிவெடுத்திருந்தது. இந்தச் செய்தியைக் கேட்ட தமிழ்ப் போராளிகள் துள்ளிக் குதித்தனர். ஆனால் பிரபாகரன் மட்டும் சொந்தமாக ஆயுதம் வாங்குவதென்று தீர்மானித்தார்.

இந்தியா எல்லாக் குழுக்களுக்கும் ஒரே மாதிரி ஆயுதத்தைக் கொடுக்கிறது. அதனால் மற்ற குழுக்களுக்கும், புலிகளுக்கும் வித்தியாசம் இல்லாமல் போய்விடும் என்பது முதல் காரணம். காலம் பூராவும் இந்தியாவை அண்டியே இருக்க நேரிடும்; நன்றிக் கடனைத் திருப்பிச் செலுத்துவதற்காக இந்தியா சொல்வதையெல்லாம், அது ஈழ விடுதலைக்குப் புறம்பானதாக இருந்தாலும், செய்ய வேண்டி வரும் என்பது இரண்டாவது காரணம்.

12. காதலும் மோதலும்

1983 ஜூலைக் கலவரமும், அதற்கு முன்மே மாதம் பெரதேனியா (Peradeniya) பல்கலைக் கழகத்தில் தமிழ் மாணவர்கள் மீது நடத்தப்பட்ட வன்முறைத் தாக்குதலும் சிங்களப் பகுதியில் படித்த தமிழ் மாணவர்களை விரட்டியிருந்தது. பல்கலைக்கழகங் கள் மறுபடியும் திறந்தபோது உயிருக்குப் பயந்த தமிழ் மாணவர்கள் சிங்களப் பகுதிகளுக்குத் திரும்ப மறுத்தனர். தயவு செய்து எங்களை யாழ்ப்பாணப் பல்கலைக் கழகத்துக்கு மாற்றுங்கள் என்று மாணவர்கள் கெஞ்சினார்கள். ஆனால் நிர்வாகம் தனது நிலையைக் கொஞ்சமும் தளர்த்தவில்லை. கெஞ்சல் போராட்டமாக மாறியது, அதுவும் அறப் போராட்டமாக. பள்ளி மாணவர்கள் ஊர்வலம் போனார்கள்.

1984 ஜனவரி ஐந்து மாணவர்களும், நான்கு மாணவிகளுமாக ஒன்பது பேர் சாகும் வரை உண்ணாவிரதம் என்று உட்கார்ந்தனர். செத்தாலும் பிரச்னை இல்லை என்ற தொனியில் அமைச்சர் லலித் அதுலத் முதலி பேசினார். அதற்குள் திருவான்மியூரில் இருந்த அடேல் பாலசிங்கத்திடம்,

'யாழ்ப்பாணத்தில் இருந்து நான்கு இளம் பெண்கள் கூடிய விரைவில் உங்களுக்குத் துணையாக வந்து சேருவார்கள்' என்ற செய்தியை பிரபாகரன் அனுப்பியிருந்தார்.

உண்ணாவிரதம் தொடங்கிய ஏழாவது நாள், ஜனவரி 16ஆம் தேதி உண்ணாவிரத இடத்துக்கு வந்த வேன் ஒன்று ஒன்பது பேரையும் அள்ளிக்கொண்டு மின்னல் வேகத்தில் மறைந்தது. அவர்கள் அச்சுவெலியில் இருந்த புலிகள் மறைவிடத்துக்குக் கொண்டு செல்லப்பட்டனர். அங்கே அவர்களுக்கு உணவு வழங்கப் பட்டது. அங்கிருந்து அவர்கள் படகு மூலம் தமிழகத்துக்கு அனுப்பப்பட்டனர்.

'மாணவர்களைக் காப்பாற்றுவதற்காகவே தூக்கிச் சென்றோம். இப்போது அவர்கள் சாப்பிடுகிறார்கள், நல்ல உடல்நிலையில் உள்ளார்கள். மாணவர்களைச் சாக விடக்கூடாது. உண்ணா விரதத்தில் அவர்கள் உயிர் துறந்திருந்தால் அரசாங்கம் கொஞ்சம் கூட வருத்தப்பட்டிருக்காது' என்று புலிகளின் அறிக்கை கூறியது.

ஜெயா, லலிதா, வினோஜா, மதி என்கிற மதிவதனி ஆகிய நான்கு பெண்களும் சென்னைக்கு வந்து சேர்ந்தனர். மதிவதனி, இலங்கையில் உள்ள நூற்றுக்கும் மேற்பட்ட குட்டித் தீவுகளில் ஒன்றான புங்குடுதீவைச் சேர்ந்தவர். மதியின் தந்தை ஒரு பள்ளி ஆசிரியர். தாயார் பெயர் சின்னம்மாள். கால்நடை மருத்துவம் படிப்பதற்கு இடம் கிடைத்தாலும் அதை மறுத்து விட்டு வேளாண்மை விஞ்ஞானப் படிப்பில் சேர்ந்திருந்தார் மதிவதனி. தமிழ் மாணவர்கள் தாக்குதலுக்கு ஆளான போது அவர் இரண்டாம் ஆண்டு படித்துக்கொண்டிருந்தார். பட்டப் படிப்பை முடிப்பதற்குள் இத்தனை ஆர்ப்பாட்டம்.

இந்த நான்கு பெண்களும் வந்து சேர்ந்த பிறகு சமையல் செய்யும் வேலை அடேலுக்கு மிச்சமானது. எப்போதும் சுறுசுறுப்பாக இருந்த மதி குறும்புக்காரப் பெண்ணாகவும் இருந்தார். ஒரு ஹோலிப் பண்டிகையின் போது அங்கே வந்திருந்த பிரபாகரன் மீது சாயம் கலந்த தண்ணீரை ஊற்றியது அப்படிப்பட்ட குறும்புதான். எம்.எல்.ஏ. ஹாஸ்டலில் இருந்த பிரபாகரன் ஹோலிப் பண்டிகைக்குப் பிறகு அடிக்கடி திருவான்மியூர் வந்தார். அவரைக் கவர்ந்து இழுத்தது காதல் என்னும் காந்தம். அடேல் பாலசிங்கம் மொழியில் சொன்னால், 'அந்தப் பெண் மீதான காதல் அவர் இதயத்தில் பொங்கி வழிந்தது. மதி மட்டில்

அவரும், அவர் மட்டில் மதியும் காதல் வயப்பட்டு ஒருவரை ஒருவர் முழுமையாக நேசித்தார்கள்.' ஆனால் காதலும், குடும்ப உறவும் விடுதலைப் புலிகள் இயக்கத்தில் தடை செய்யப் பட்டிருந்தது. மூத்த போராளிகள் சிலர் போராட்டத்தில் உள்ள ஈடுபாடு காரணமாகத் தமது காதலைத் தியாகம் செய்திருந்தனர்.

மதியையும் பிரபாகரனையும் திருமண வாழ்க்கையில் இணைத்து வைக்கும் பொறுப்பு பாலசிங்கத்துக்கும் அடேலுக்கும் இருந்தது. அமைப்பின் மூத்த உறுப்பினர்கள் இந்தக் காதலுக்கு எதிர்ப்புத் தெரிவித்தனர். அவர்களிடம் தமிழ்ச் சமூகத்தில் காதலுக்கு உள்ள முக்கியத்துவத்தை எடுத்துப் பேசினால் அடேல். மிகுந்த தயக்கத் துக்குப் பிறகு அவர்கள் ஒப்புக்கொண்டார்கள்.

இது தொடர்பாக பிரபாகரனின் விமர்சகர்களில் ஒருவரான புஸ்பராஜா (ஈ.பி.ஆர்.எல்.எஃப்புக்காக பிரான்சில் வேலை பார்த்தவர். ஈழப்போராட்டத்தில் எனது சாட்சியம் என்னும் நூலின் ஆசிரியர்.) சொல்வதைக் கவனிக்க வேண்டும். உமா மகேஸ்வரன் - ஊர்மிளா உறவும், பிரபாகரன் - மதிவதனி உறவும் ஒரே மாதிரியானதல்ல. திருமணத்துக்கு அப்பாலான பாலியல் உறவு என்ற கோட்பாட்டில் உமா மகேஸ்வரனும், ஊர்மிளாவும் சிக்கினார்கள். காதல் செய்யக்கூடாது; திருமணம் செய்யத் தடை என்ற இயக்கக் கோட்பாட்டில் பிரபாகரன் - மதிவதனி விஷயம் வந்து சேர்ந்தது.

'இந்த இடத்தில், இப்படியான ஒரு சந்தர்ப்பத்தில் பிரபாகரன் நடந்துகொண்ட முறையையும் அவரது அணுகுமுறையையும் பாராட்டியே ஆகவேண்டும். தனது காதல் விஷயத்தைத் திருமண நிகழ்வாக நகர்த்துவது சம்பந்தமாக எல்லோரது சம்மதத்தைப் பெற அவர் முயற்சித்தார். ஏனைய போராளிகள் மீது அவர் வைத்திருந்த மரியாதையின் நிமித்தம் அவர்கள் என்ன சொல்லு வார்களோ என்று கலங்கினார். அவர் தனது காதல் விஷயத்தில் 'நான்தான்' என முடிவெடுக்கவில்லை. தனது காதலை ரகசிய மாக வைத்திருக்க முயற்சிக்கவில்லை. அநேகமான போராளி களின் சம்மதத்துடன் இயக்கத்தின் கட்டுக்கோப்பில் திருத்தம் கொண்டு வந்து அதன் பின்னரே தனது திருமணத்தை நடத்த விரும்பினார்.'

அதே நேரத்தில், புஸ்பராஜா சொல்வது போல தனது காதல் விஷயத்தில் இயக்கக் கட்டுப்பாட்டைத் தளர்த்த முன்வந்தவர்,

அதற்கு முன்பாக இயக்கத்தில் சில போராளிகள் காதலித்த போது அவர்களது மனதையும், உணர்வுகளைப் புரியாமல் நடந்து கொண்டார் என்பதே வேதனை. எனினும் 'விதி விலக்காக' தலைவனுக்கு மட்டும் கட்டுப்பாடு தளர்த்தப்படாமல் அதுவே விதியாக மாறியது.

மதியின் பெற்றோர் சம்மதத்துடன் திருமணம் நடக்க வேண்டும் என்பதிலும் பாலசிங்கம் உறுதியாக இருந்தார். அதையடுத்து மதிவதனியின் பெற்றோர் சென்னைக்கு வந்தனர். மகளோடு பேசிப் பார்த்தார்கள். 'இலங்கை அரசாங்கத்தைப் பொறுத்தவரை பிரபாகரன் ஒரு தேடப்படும் தீவிரவாதி, பரவாயில்லையா?' என்று கேட்டார்கள். எல்லாவற்றையும் தீர யோசித்த பிறகுதான் அந்தப் பெண் முடிவெடுத்திருந்தார். பிறகென்ன? கல்யாணம் தான்.

இந்து சம்பிரதாயப்படி மாப்பிள்ளை வீட்டார் தாலி செய்வது தான் முறை. தமிழகத்திலும், வெளிநாடுகளிலும் இருந்து பெரும்பணம் வந்து குவியும் ஒரு இயக்கத்தின் தலைவனுக்கு ஒரு பவுன் தங்கத்தில் மாங்கல்யம் செய்வது பெரிய விஷயமல்ல. இருந்தாலும் தனது தனிப்பட்ட செலவுகளை சுயமாகச் செய்வது தான் சரியான முன்னுதாரணமாக இருக்குமென்று அவர் நம்பினார். அதனால் யாழ்ப்பாணத்தில் உள்ள தனது மாமாவுக்குச் செய்தி அனுப்பினார், ஏற்கெனவே இருக்கும் நகையை உருக்கி நாலு கிராம் மாங்கல்யம் செய்து அனுப்புமாறு விண்ணப்பித்துக் கொண்டார். இதை தனக்குக் கிடைத்த பெருமையாகக் கருதிய மாமாவும், அத்தையும் ஊரெல்லாம் செய்தியைப் பரப்பினார்கள். விநாயகர் உருவம் வார்க்கப்பட்ட ஒரு பவுன் தங்க மாங்கல்யம் சென்னைக்கு வந்து சேர்ந்தது.

1984 அக்டோபர் முதல் நாள் சென்னையை அடுத்துள்ள திருப்போரூர் முருகன் கோயிலில் இந்து முறைப்படி பிரபாகரன்-மதிவதனி திருமணம் நடந்தது. திருமணத்துக்குப் பிறகு போட்டோ எடுக்கும் போது வாழ்க்கையில் முதன்முறையாக 'டை' கட்டிய பிரபாகரன் லேசாகக் கூச்சப்பட்டார். பிரபாகரனின் திருமணம் வெறும் காதல் திருமணமாக மட்டும் இல்லாமல் கலப்புத் திருமணமாகவும் இருந்தது சிறப்பம்சம். இயக்கத்தில் பெரும்பாலான போராளிகள் காதல் திருமணம் செய்வதற்கு முதல் படியாகவும், முன்னுதாரணமாகவும் அந்த நிகழ்ச்சி அமைந்தது.

மற்றொரு பக்கம், ஆண்களைப் போலவே இனவெறித் தாக்குதலுக்கு ஆளான சில பெண்களும் இயக்கத்தில் இணைந்து போராட முன்வந்தனர். இன்னும் முழுமையாகத் தயாராகாத இயக்கங்களால் அவர்களை இணைத்துக்கொள்ள முடிய வில்லை. சிறீசபாரத்தினம் தலைமையிலான டெலொ மட்டுமே அப்போது அவர்களை ஏற்றுக்கொண்டது.

ஆனால் பெண்களுக்கு எவ்வித ஏற்பாடும் செய்யப்படாத காரணத்தால் அந்தப் பெண்கள் நிராதரவாக நின்றனர். அந்தப் பெண்கள் ஒரு கத்தோலிக்க பாதிரியாரிடம் முறையிட்டனர். அந்தப் பாதிரியார் மூலமாக செய்தி பிரபாகரன் காதுக்கு எட்டியது. விடுதலைப் புலிகள் அப்போது பெண்கள் பிரிவு அமைத்திருக்கவில்லை. போதுமான எண்ணிக்கையில் ஆட்கள் சேர்ந்தவுடன் பெண்கள் பிரிவு ஆரம்பிக்கும் திட்டம் இருந்தது. அது வரைக்கும் அந்தப் பெண்களை சென்னைக்கு அனுப்பி அடேலுடன் தங்குவதற்கு பிரபாகரன் ஏற்பாடு செய்தார். மதிவதனியோடு சேர்த்து இந்தப் பெண்களும் திருவான்மியூர் இல்லத்தில் தங்கினர். அப்படி வந்தவர்களின் சோதியாவும் ஒருவர். இவர் பிற்காலத்தில் விடுதலைப் புலிகளின் பெண்கள் பிரிவுக்குத் தலைவியாக மாறினார்.

திருவான்மியூர் வீட்டின் மேல் மாடியில் ஒரு அறையில் மட்டும் பாலசிங்கம் தம்பதியினர் இருக்க கீழ் மாடி முழுவதும் பெண்களால் நிரம்பி வழிந்தது. ஆனால் பெண்கள் பிரிவு விரைவில் தொடங்கப்பட்டது. எனவே அவர்கள் அக்டோபர் மாதத்தின் பிற்பகுதியில் பாசறைக்குச் சென்றனர். அந்த மாதத்தின் முற்பகுதியில் திருமணமான மதி பிரபாகரனோடு சென்றார். அதற்கு மேல் பாலசிங்கத்துக்கு அத்தனை பெரிய வீடு தேவையிருக்கவில்லை. எனவே பெசன்ட் நகரில் உள்ள சிறிய வீடு ஒன்றுக்குக் குடி மாறினார்கள்.

•

பிரபாகரனை முதன் முதலாகப் பேட்டி எடுத்தவர் அனிதா பிரதாப். 1983 ஜூலை கலவரத்தின் கோர முகத்தை உலகுக்கு வெளிச்சம் போட்டுக் காட்டியவர். பெசன்ட் நகரின் ஒரு வீட்டில் சுமார் இரண்டு மணி நேரம் அவருக்கு விடுதலைப் புலிகளைப் பற்றிய வீடியோ காட்சி காட்டப்படுகிறது. அதன் பிறகு பிரபாகரனுக்காகக் காத்திருக்கிறார்.

சூப்பர்மேன் வருவார் என்று எதிர்பார்த்திருந்த அனிதா உயரம் குறைவாக வந்தமர்ந்த பிரபாகரனைப் பார்த்ததும் எதோ இயக்கத்தில் ஆதரவாளர் போலும் என்று நினைத்து ஜன்ன லுக்கு வெளியே பார்வையை ஓட்டினார். சற்று நேர மௌனத்துக்குப் பிறகு, 'நான்தான் பிரபாகரன்' என்ற மென்மையான குரல் கேட்டதும் அனிதாவால் ஏற்றுக்கொள்ள முடியவில்லை.

எதிர்காலத்தையும், எதிரிகளையும், நிகழ்வுகளையும் முன் கூட்டியே கணிக்கும் ஆற்றல் பிரபாகரனுக்கு இருந்ததை அப்போதே அனிதாவால் உணர முடிந்தது. அவருடைய ஒரே இலக்கு ஈழத்தைத் தவிர வேறொன்றும் இல்லை என்பதையும் காண முடிந்தது. அவர் எவ்வளவு கூர்மையாக, உன்னிப்பாக விஷயங்களை உற்று நோக்குகிறார் என்பதை அறிந்த போது அனிதா மலைத்துப் போனார். 'நாங்கள் கொரில்லாப் போராளி கள், ஆபத்தான பாதையைத் தேர்ந்தெடுத்தவர்கள். ஆனால் பத்திரிகையாளரான நீங்கள் உண்மையை எழுதவேண்டும் என்பதற்காக வாழ்க்கையில் ரிஸ்க் எடுக்கவேண்டும் என்றோ, கலவர இடத்துக்கு உயிரைப் பணயம் வைத்துச் செல்ல வேண்டும் என்றோ அவசியம் இல்லை. தமிழர் பிரச்னையை உலகத்துக்கு எடுத்துச் சொன்னது உங்கள் ரிப்போர்ட்தான். அதற்காக தமிழ் மக்கள் என்றென்றும் உங்களுக்கு நன்றியோடு இருப்பார்கள்' என்று பேட்டியில் முடிவில் பிரபாகரன் அனிதாவைப் புகழ்ந்தார்.

இந்தப் பேட்டியின் போது பிரபாகரன் கணித்துச் சொன்ன, ஆனால் பேட்டியில் வராத, முக்கியமான விஷயம், 'என்றாவது ஒரு நாள் இந்தியாவுடன் நாங்கள் போரிடும் நிலை ஏற்படலாம்' என்பதுதான்.

இதைக் கேட்ட அனிதா அதிர்ச்சியடைந்தார். 'இந்தியா உங்க ளுக்கு உதவிக்கொண்டிருக்கிறது. உங்களால் எப்படி இந்த மாதிரிப் பேச முடிகிறது, சோறூட்டும் கையைக் கடிப்பீர்களா?' அவரால் திருப்பிக் கேட்காமல் இருக்க முடியவில்லை.

'தமிழ் ஈழம் உருவாவதை இலங்கையை விட இந்தியா விரும் பாது. ஏனென்றால் தமிழ் நாட்டில் ஐந்து கோடித் தமிழர்கள் வாழ்கிறார்கள்' என்று அமைதியாகப் பதிலளித்தார் பிரபாகரன்.

இதற்கு அர்த்தம், தமிழகத்துத் தமிழர்களும் பிரிவினை பேச ஆரம்பித்தால் அதனை இந்திய அரசு அனுமதிக்காது என்பதுதான்!

•

இந்திய உளவுத் துறை கொடுத்த ஆயுதங்களை மட்டுமே வைத்திருக்காமல் தனியாக ஆயுதக் கொள்முதல் செய்யும் திட்டம் பிரபாகரனுக்கு இருந்தது. இந்தியாவின் நோக்கம் போராளிகள் மூலமாக இலங்கை ராணுவத்துக்கு நெருக்கம் கொடுப்பதுதானே தவிர, இலங்கை ராணுவத்தைத் தோற்கடிக்கவேண்டும் என்பதல்ல. பிரபாகரனின் நோக்கம் இலங்கை ராணுவத்தைத் தோற்கடிப்பது மட்டுமல்ல, தோற்கடித்து தமிழீழம் அமைப்பதுவும் கூட. அதற்கு நவீன ஆயுதங்கள் தேவை. ஆனால் சர்வதேசச் சந்தையில் அதற்குப் போதுமான பணம் புலிகளிடம் இல்லை. அப்போதுதான் தமிழக முதலமைச்சர் எம்.ஜி.இராமச்சந்திரனின் நட்பும், உதவியும் பிரபாகரனுக்குக் கிடைத்தது.

பிரபாகரனுக்கு எம்.ஜி.ஆரோடு ஏற்பட்ட நெருக்கம் பற்றியும், அவருக்கு நிதியுதவி அளிக்க எம்.ஜி.ஆர் தயங்கியதே இல்லை என்பதையும் எம்.ஜி.ஆருக்கு மிக நெருக்கமாக இருந்த புலமைப்பித்தன் 2008-ல் குமுதம் ரிப்போர்ட்டருக்கு அளித்த பேட்டியில் கீழ்வருமாறு சொன்னார்.

'தமிழ் ஈழ விடுதலையை அவர் மனமார ஆதரித்தார். அதற்காக விடுதலைப் புலிகளுக்கு அவர் கோடிகோடியாகப் பணத்தை வாரிக் கொடுத்தார். ஒரு கட்டத்தில் தம்பியிடம் (பிரபாகரனிடம்) 'ஆயுதப்புரட்சி மூலம் தமிழ் ஈழத்தைப் பெற எவ்வளவு பணம் வேண்டும்?' என்று கேட்டார். தம்பி கொஞ்ச நேரம் யோசித்து 'நூறு கோடி தேவைப்படும்' என்றார். 'சரி பார்க்கலாம்' என்றார் எம்.ஜி.ஆர். அந்த அளவுக்கு தமிழ் ஈழம்தான் ஒரே தீர்வு என்று நம்பியவர் எம்.ஜி.ஆர்.'

1983 இறுதியில் அல்லது 1984 தொடக்கத்தின் போது சர்வதேசச் சந்தையில் ஆயுதக் கொள்முதல் செய்யும் பிரத்யேகப் பிரிவை பிரபாகரன் நிறுவினார். அதற்குப் பொறுப்பாளராக கே.பி. என்று அழைக்கப்படும் குமரன் பத்மநாபனை நியமித்தார். பிரபாகரனின் வயதை ஒத்தவரும், அவருக்கு உறவுக்காரர் என்று சொல்லப்படுபவருமான கேபி பருத்திதுறைக்குப் பக்கத்தில் உள்ள மயிலிட்டியில் பிறந்தவர். தமிழ் ஆயுதப் புரட்சியில் மிக

முக்கியமான இடமொன்று காலப் போக்கில் அவருக்கு வந்து சேர்ந்தது. துப்பாக்கியில் இருந்து விமானம் வரை விடுதலைப் புலிகள் அடைந்த பரிணாம வளர்ச்சியின் ஒவ்வொரு அங்குல முன்னேற்றத்தில் அவருடைய பங்கு மறுக்க முடியாதது. ஒரு இலங்கை பாஸ்போர்ட்டும், இரண்டு இந்தியப் பாஸ்போர்ட்டும் வைத்திருப்பதாகச் சொல்லப்படும் இவர் திருமணமே செய்து கொள்ளவில்லை.

எம்.ஜி.ஆர். கொடுத்த பணத்தை வைத்து பாலஸ்தீன விடுதலை இயக்கத்தின் செயல்பாடு செறிந்துள்ள லெபனானில் இருந்து கே.பி. வாங்கிய ஆயுதங்கள் 1984ஆம் ஆண்டு மே மாதம் கப்பலில் வந்திறங்கின. ஏ.கே 47 ரகத் துப்பாக்கிகள், பீரங்கி எதிர்ப்புக் கணைகள், நவீன தொலைத் தொடர்பு சாதனங்கள் ஆகியவை சென்னைத் துறைமுகத்துக்கு வந்த அந்த வெளி நாட்டுக் கப்பலில் இருந்தன.

ஆனால் சுங்கத் துறை அதிகாரிகள் அவற்றைக் கைப்பற்றி விட்டனர். கொஞ்ச நாள் முன்புதான் உமாவின் புளோட் இயக்கம் (இந்தியாவின் ஆயுதங்களை மட்டுமே நம்பாமல் சுயமாக ஆயுதக் கொள்முதலில் ஈடுபட்டதில் பிரபாகரனுக்குச் சற்று அருகில் வந்தது உமா மட்டுமே) தாய்லாந்தில் இருந்து இறக்குமதி செய்த ஆயுதங்கள் பறிமுதல் செய்யப்பட்டிருந்தன. தமிழ்ப் போராளிக் குழுக்கள் இந்தியாவின் கட்டுப்பாட்டு வரம்புக்குள் இருக்க வேண்டுமே தவிர, தன்னிச்சையாகச் செயல் படக் கூடாது என்பதைத்தான் இந்த நிகழ்ச்சி எடுத்துக்காட்டியது.

எனவே பிரபாகரனுக்குக் கலக்கம். பழனி முருகனிடம் வேண்டிக் கொண்டார். ஆயுதங்கள் கிளியர் ஆனது. வேண்டிய படியே பழனிக்குச் சென்று வணங்கிவிட்டு திரும்பினார். இருந்தாலும் ஆயுதங்களை கிளியர் செய்தது முருகனல்ல, எம்.ஜி.ஆர்தான் என்பது அவருக்குத் தெரியும். ஆயுதங்கள் அங்கிருந்து கரைக்கு எடுத்து வரப்பட்ட பிறகு படகு மூலம் இலங்கைக்கு எடுத்துச் செல்லப்பட்டன.

அதன் பிறகு முதலாம் ஈழப் போர் தொடங்கியது.

13. முதல் ஈழப் போர்

Hit and run கெரில்லாப் போர் முறையில் இருந்து நின்று போரிடும் உத்திக்கு மாறப் போவதாக 1984 ஆகஸ்ட் மாதத்தில் பிரபாகரன் அறிவித்தார். இதையே முதலாம் ஈழப் போருக்கான அறிவிப்பாக வும் எடுத்துக்கொள்ளலாம். 1987 ஜூலை மாதம் இந்திய-இலங்கை ஒப்பந்தம் ஏற்படும் வரை இந்த ஈழப் போர் நடந்தது.

ஈழ வரலாற்றில் முதன்முறையாக இலங்கைக் கடற் படையின் படகு தாக்குதலுக்கு ஆளானது. 1984 ஆகஸ்ட் 4ஆம் தேதி வல்வெட்டித்துறை கரைக்கு அருகில் நடந்த இந்தத் தாக்குதலில் கடற் படையைச் சேர்ந்த ஆறு பேர் கொல்லப்பட்டனர். அதற்கு அடுத்த நாள் வல்வெட்டித்துறையில் கடற் படையினர் நடத்திய தாக்குதலில் குழந்தைகள், பெண்கள் உட்பட நூற்றுக்கும் மேற்பட்டோர் இறந் தனர். சுமார் 5,000 பேர் வீடுகளை விட்டு பள்ளிக் கூடங்களில் அடைக்கலம் புகுந்தனர். சுற்றி வளைப்பு, கைது, தீவைப்பு, துப்பாக்கிச் சூடு எல்லாம் நிறைவேறியது. ஏராளமான தீவிரவாதிகள் கொல்லப்பட்டதாக கொழும்பு அறிவித்தது.

புலிகளும் தமது கெரில்லாப் போர் உத்தியோடு திருப்பித் தாக்கினார்கள். நெடியங்காடு பகுதியில் வந்துகொண்டிருந்த போலீஸ் ஜீப் கண்ணிவெடியில் தகர்க்கப்பட்டது. முல்லைத் தீவில் ஒரு காவல்நிலையத்தைத் தாக்கிய புலிகள் இரண்டு போலீஸ்காரர்களைக் கொன்றனர். ஆயுதங்களும் கைப்பற்றப் பட்டன. இன்னொரு பக்கம் மாத்தையா தலைமையில் 60 புலிகள் ஒட்டுச்சுட்டான் (Oddusuddan) என்னும் பகுதியில் உள்ள இரண்டு மாடி போலிஸ் ஸ்டேஷனை முற்றுகையிட்டுக் கைப்பற்றி, போலீசாரை விரட்டி, ஆயுதங்களைக் கவர்ந்து வந்தனர். அதற்குள் எட்டு போலீஸாரைக் கொன்று, போலீஸ் ஸ்டேஷன் கட்டடத்துக்கும் குண்டு வைத்துவிட்டு வந்தனர். இதெல்லாம் 5ஆம் தேதி நடந்தவை.

ஆகஸ்ட் 6ஆம் தேதி புளோட் ஆட்கள் வைத்த டைம்பாம் வவுனியாவில் ஆர்தர் ஹெரத் என்ற போலீஸ் அதிகாரியைச் சிதறடித்தது. அதற்குப் பழி வாங்கும் விதமாக ஜீப்பில் ஏறிச் சென்ற போலீஸார் கடைகளை அடித்து நொறுக்கி விட்டுத் திரும்பினர். போகிற போக்கில் ஏழு பொதுமக்களைச் சுட்டுக் கொல்லவும் மறக்கவில்லை. அது தவிர மறுநாள் காலை வவுனியாவுக்கு மூன்று கிலோ மீட்டர் தள்ளி பத்துப் பேரின் சடலம் கண்டெடுக்கப்பட்டது. வேறொரு சம்பவத்தில் தனியார் பேருந்தில் பயணித்த நான்கு பெண்களை விமானப் படையினர் குழுவாகப் பாலியல் பலாத்காரம் செய்து கொன்றனர்.

செப்டம்பர் முதல் தேதி பருத்தித்துறைக்கு மேற்கே ஐந்து கிலோமீட்டர் தொலைவில் உள்ள திக்கம் என்ற கிராமத்தில் புலிகள் புதைத்து வைத்திருந்த நிலக்கண்ணி வெடி வெடித்ததில் இருபது போலீஸ் கமாண்டோக்கள் உயிரிழந்தனர். அதற்குப் பதிலடி கொடுக்கும் விதமாக பருத்தித்துறை நகரத்தில் வீடுகளுக்கும், கடைகளுக்கும் தீ வைத்த போலீஸார் 16 சிவிலியன்களைக் கொன்றனர். இந்தச் சம்பவத்தின் போதுதான் ஹார்ட்லே கல்லூரியின் நூற்றாண்டுப் பழமை வாய்ந்த நூலகத்தையும் கொளுத்தினார்கள். இரண்டு நாள்களுக்குப் பிறகு இலங்கைக் கடற்படையினர் பருத்தித்துறைக்குக் கிழக்கே எட்டு மீனவர்களைச் சுட்டுக்கொன்றனர்.

மிதவாத அமிர்தலிங்கத்தை ராஜதந்திரத்தால் ஓரங்கட்டுவது, அதன் பிறகு தீவிரவாதத்தை அழிக்கிறேன் என்ற பெயரில் சர்வதேச சமுதாயம் கேள்வி கேட்க முடியாத வகையில்

அப்பாவிப் பொதுமக்களைக் கொல்வது, தமிழரின் பாரம்பரிய நிலப்பரப்பை மெல்ல மெல்ல ஆக்கிரமித்து விழுங்குவது ஆகிய மூன்று முனைகளிலும் தாக்கி இலங்கைத் தீவில் தமிழினமே இல்லாமல் செய்வது ஜெயவர்த்தனாவின் எழுதப்படாத லட்சியமாக இருந்தது.

முதல் இரண்டு திட்டங்கள் அவர் நினைத்த சரியான திசையில் நகர்ந்து வந்தன. குறிப்பாக லலித் அதுலத்முதலி தனது இஸ்ரேலியத் தொடர்புகள் மூலம் கற்ற மூர்க்கத்தனத்தை ராணுவ நடவடிக்கை மூலம் பொதுமக்கள் மீது ஏவி விட்டுக்கொண்டிருந்தார். மூன்றாவது திட்டத்தை நிறைவேற்றும் பொறுப்பை அதிபர் நாற்காலியை இலக்காக வைத்திருந்த நிலத்துறை மற்றும் மகாவெளி அமைச்சர் காமினி திசநாயகே ஏற்றுக்கொண்டிருந்தார். அடுத்த அதிபர் பதவியை இலக்கு வைத்திருந்த காமினியும், அதுலத் முதலியும் தங்களுக்கு இடப்பட்ட 'தமிழின அழிப்பை' எவ்வளவு தூரம் செய்ய முடியுமோ அவ்வளவு தூரம் செய்யத் துடித்தனர்.

காமினி திசநாயகே அதிகமான சிங்களக் குடியேற்றங்களை நடத்திக் காட்டி நல்ல பெயர் வாங்கி விடுவார் என்ற பொறாமையில் அதுலத் முதலி ராணுவத்தினரை விரட்டிக்கொண்டே இருந்தார். செப்டம்பர் 11ஆம் தேதி கொழும்பில் இருந்து யாழ்ப்பாணம் சென்ற தனியார் பேருந்து ஒன்றை வவுனியாவுக்கு அருகில் நிறுத்திய ராணுவத்தினர் அதிலிருந்த 28 பேரைக் கண்மூடித்தனமாகச் சுட்டுக்கொன்றனர். அதற்கு முன் பேருந்தில் இருந்த பெண்களைப் புதருக்குள் இழுத்துச் செல்ல அந்தச் சிங்களச் சிப்பாய்கள் மறக்கவில்லை.

வடகிழக்குப் பகுதியில் நடந்துகொண்டிருந்த முதலாம் ஈழப் போரை ஈரோஸ் கொழும்பு நகருக்கு எடுத்துச் சென்றது. அக்டோபர் 22ஆம் தேதி கொழும்பின் பல இடங்களில் சுமார் பத்து குண்டுகள் வெடித்து பீதியைக் கிளப்பின. மூன்று பேர் இறந்தனர். அதில் குண்டு வைக்கச் சென்ற இளைஞரும் அடக்கம். கையைப் பிசைந்து நின்ற ஜெயவர்த்தனா 31ஆம் தேதி நிம்மதிப் பெருமூச்சு விட்டிருப்பார். அன்று (31.10.1984) இந்திரா காந்தி தனது சீக்கிய மெய்க்காப்பாளர்களால் சுட்டுக் கொல்லப்பட்டார்.

நவம்பர் 29ஆம் தேதி பாதுகாப்புத் துறை அமைச்சர் லலித் அதுலத் முதலி யாழ் தீபகற்பம் முழுவதும் தனியார் வாகனங்கள்

செல்லத் தடை விதித்தார். பஸ், கார், லாரி, மோட்டார்பைக், டிராக்டர், சைக்கிள் எல்லாமே தடை செய்யப்பட்டன. சைக்கிளும் கூட. மேலும் அரசுப் பேருந்துகள் மட்டுமே இயங்கும் என்றும், அதுவும் ஒரு நாளைக்கு இரண்டு மணி நேரம்தான் அவை ஓடும் என்றும் அவர் உத்தரவிட்டார்.

•

எல்லையோரத்தில் முரட்டுத்தனமானவர்களைக் குடியேற்றி அவர்களுக்கு ஆயுதம் கொடுத்து எல்லையை விரிவாக்குவது இஸ்ரேல் சிங்களர்களுக்குச் சொல்லிக்கொடுத்த பாடங்களில் ஒன்று. டாலர் மற்றும் கென்ட் பண்ணைகளில் இருந்த தமிழர்களை வெளியேற்றி விட்டு அங்கே பழைய சிங்களக் கைதிகளைக் கொணர்ந்து அமர்த்தியது சிங்கள அரசாங்கம்.

இஸ்ரேலியத் திட்டத்துக்கு எதிராக இந்தியாவில் இருந்து பிரபாகரன் ஒரு திட்டம் போட்டார். அதை மாத்தையா இலங்கையில் முடித்தார். மொத்தம் 85 பழைய கைதிகள் சுட்டுக் கொல்லப்பட்டனர். சம்பவ இடத்துக்கு போலீஸ் வருவதற்குள்ளாக 50 புலிப் போராளிகளும் பறந்திருந்தனர். போலீஸும் ராணுவமும் ஒரு குட்டித் தேடுதல் வேட்டையை நடத்தி விட்டு 30 பயங்கரவாதிகளைக் கொன்றதாகச் சொன்னார்கள். ஆனால் கொல்லப்பட்டது எல்லாம் பொதுமக்கள்.

டாலர் மற்றும் கென்ட் கொலைச் சம்பவமே விடுதலைப் புலிகள் சிங்கள சிவிலியன்களை நோக்கித் துப்பாக்கியைக் காட்டிய முதல் நிகழ்வாகும்.

டிசம்பர் முதல் தேதி முல்லைத்தீவுக்கும், திருகோணமலைக்கு இடையே கடலோரமாகக் கொக்கிளை மற்றும் நாயாறு பகுதியில் குடியேற்றப்பட்டிருந்த சிங்கள மீனவக் கிராமங்களில் புலிகள் புகுந்தனர். அதன் பிறகு அவர்களும் தங்களது பாரம்பரிய சிங்கள நிலப்பரப்புக்குத் திரும்பினர்.

டிசம்பர் 12ஆம் தேதி யாழ்ப்பாணத்துக்கு அருகில் இருந்த கைத்தடி என்ற ஊரில் டியூசனில் இருந்து திரும்பிய 200 மாணவர்களைப் பிடித்து வைத்துக்கொண்டு 200 தீவிரவாதிகளைக் கைது செய்ததாக பாதுகாப்பு அமைச்சகம் அறிவித்தது. 19ஆம் தேதி ஆயிரத்துக்கும் மேற்பட்ட இளைஞர்கள் சுற்றி வளைக்கப் பட்டனர்.

முதலாம் ஈழப் போரின் உக்கிரமும், இந்திரா காந்தியின் மரணத்துக்குப் பிறகு சிவிலியன்கள் மீதான சிங்கள ராணுவத்தின் தாக்குலும் குறையாத நிலையில் 1984 முடிவுக்கு வந்தது.

1984 டிசம்பரில் இந்தியாவில் நடந்த பொதுத்தேர்தலில் ராஜீவ் காந்தி வெற்றி பெற்று பிரதமரானார்.

•

அப்போது விடுதலைப் புலிகள் அமைப்பில் ஆயிரத்துச் சொச்சம் உறுப்பினர்கள் இருந்தனர். மற்ற குழுக்கள் ஆறாயிரம், ஏழாயிரம் என எண்ணிக்கையில் பெரியவையாக இருந்தன. ஆனால், தெளிவான தலைமை, சீரான கட்டமைப்பு, சிரத்தையான பயிற்சி, கட்டுப்பாடு, ஒழுக்கம், அர்ப்பணிப்பு, கீழ்ப்படிதல் ஆகிய பண்புகள் மூலம் மிகக் கட்டுக்கோப்பான ஒரு இயக்கமாக எல்.டி.டி.ஈ. இருந்தது.

எல்.டி.டி.ஈ., ஈ.பி.ஆர்.எல்.எஃப்., டெலோ, ஈரோஸ், புளோட் ஆகிய ஐந்து முக்கிய இயக்கங்களையும் சேர்த்து சின்னதும் பெரியதுமாக மொத்தம் 40 குழுக்கள் இருந்தன. அந்தக் கால கட்டத்தில் எல்லாக் குழுக்களிலும் சேர்த்து ஒட்டுமொத்தமாக முப்பதாயிரத்துக்கு மேற்பட்ட போராளிகள் இருந்தனர். இது இலங்கை ராணுவ பலத்தைக் காட்டிலும் இரு மடங்காகும்.

1985ஆம் ஆண்டின் முதல் மூன்று மாதங்களில் மட்டும் இலங்கை ராணுவம் மொத்தம் 52 சுற்றி வளைப்பு நடவடிக்கைகளை மேற்கொண்டு பத்தாயிரத்துக்கும் மேலான தமிழர்களை அள்ளிச் சென்றது. அப்படிக் கொண்டு சென்ற பல பேரைக் காலில் சுட்டு (ஓடும்போது சுட்டுப் பிடித்தோம் என்று சொல்வதற்காக) அடித்துத் துன்புறுத்தி 'நான் தீவிரவாதிதான்' என்று ஒப்புக் கொள்ளச் செய்யும் பல கொடுமைகளை அம்னெஸ்டி இண்டர் நேஷனல் மனித உரிமை அமைப்பு பதிவு செய்திருக்கிறது.

பிப்ரவரி 13 அன்று அதுவரை ஈழ விடுதலைப் போராட்ட வரலாற்றில் நடந்திராத மாபெரும் தாக்குதலை விடுதலைப் புலிகள் நடத்தினார்கள். முல்லைத்தீவு மாவட்டத்தில் உள்ள கொக்கிளை ராணுவ முகாம் பலத்த பாதுகாப்பு அரணோடு அமைக்கப்பட்டிருந்தது. தமிழர் பிராந்தியத்தில் ஆயுதம் கொடுத்துக் குடியேற்றிய சிங்களர்களுக்குக் காவலாக இந்த முகாம் நிறுவப்பட்டிருந்தது. அதன் மீது சுமார் நூறு புலிகள்

மோதினார்கள். ஐந்து மணி நேரம் நடந்த இந்தச் சண்டையில் மொத்தம் 106 சிப்பாய்கள் கொல்லப்பட்டனர். புலிகள் தரப்பில் 16 பேர் மடிந்தனர். ஆனால் இலங்கை அரசாங்கம் வெளியிட்ட அறிக்கையில் 4 சிப்பாய்களும், 14 புலிகளும் செத்திருந்தனர். அடிபட்ட சிங்களச் சேனை முல்லைத்தீவு அகதிகள் முகாமுக்குச் சென்று 52 அப்பாவி அகதிகளைப் படுகொலை செய்து மன ஆறுதல் தேடிக்கொண்டது.

பிப்ரவரி 20ஆம் தேதி, 'எல்லையை நாம் ஆக்கிரமிக்காவிட்டால் எல்லை நம்மை ஆக்கிரமிக்கும்' என்று அதிபர் ஜெயவர்த்தனா நாடாளுமன்றத்தில் அறிவித்தார். அதன் படி மேற்கே மன்னாரில் இருந்து கிழக்கே முல்லைத்தீவு வரையுள்ள பரப்பில் 30,000-க்கு மேற்பட்ட சிங்களரைக் குடியமர்த்தும் திட்டத்தை அவர் அறிமுகப்படுத்தினார். எல்லாக் குடும்பத்துக்கும் அரை ஏக்கர் நிலம், வீடு கட்டத் தேவையான பணம். அது தவிர ஒவ்வொரு குடியிருப்புக்கும் 25 இயந்திரத் துப்பாக்கிகளும், 200 கைத் துப்பாக்கிகளும் வழங்கப்படும்.

•

1984 ஏப்ரல் மாதம் போராளிக்குழுக்கள் பல ஒரே குடையின் கீழ் திரண்டன. டெலோ, ஈரோஸ், EPRLF இயக்கங்கள் ஒன்றிணைந்து Eelam National Liberation Front (ENLF) என்ற கூட்டமைப்பு உருவாக்கப்பட்டது. பிரபாகரனும் உமாவும் பழைய பகையை ஒதுக்கிவைத்துவிட்டு, ENLFஇல் இணைந்தனர். EPRLF இன் தலைவர் பத்மநாபாவை பிரபாகரன் முதன் முறையாகச் சந்தித்தது அப்போதுதான்.

விடுதலைப் புலிகள் ENLFஇல் இணைந்ததைத் தொடர்ந்து ஏப்ரல், மே மாதங்களில் மிகக் காட்டமான தாக்குதலை அரசுப் படைகளுக்கு எதிராகப் போராளிக் குழுக்கள் நடத்தின.

ஒவ்வொரு முறை போராளிகள் கையில் இழப்பைச் சந்திக்கும் போதெல்லாம் பொதுமக்களையே சிங்கள ராணுவம் திருப்பித் தாக்கிக் கொன்றது. அதனால் பாதுகாப்பின்மையை உணர்ந்த தமிழர்கள் பெரும் எண்ணிக்கையில் இந்தியாவுக்கு அகதிகளாகத் தப்பினார்கள்.

1985 மே 14ஆம் நாள். அன்றைக்கு பவுர்ணமி. சிங்கள பவுத்தர் களுக்கு முக்கியமான நாள். அனுராதபுரத்தின் மத்தியப் பேருந்து

நிலையத்துக்குள் பஸ்ஸைச் செலுத்திச்சென்ற விடுதலைப் புலிகள் கண்மூடித்தனமாக துப்பாக்கிப் பிரயோகம் செய்தனர். அதன் பிறகு, அனுராதபுரப் போதி மரத்துக்கு வந்து அங்கேயும் தாக்குதல் நடத்தினர். இந்தத் தாக்குதலில் மொத்தம் 148 பேர் கொல்லப்பட்டனர்.

விடுதலைப் புலிகளின் வரலாற்றில் இந்தச் சம்பவம் ஒரு கரும் புள்ளியாகும். விடுதலைப் புலிகளைப் பற்றிய விமர்சனங்களில் இதற்கு முக்கியமான இடமுண்டு. ஒவ்வொரு முறையும் அப்பாவிப் பொது மக்களை ராணுவத்தினர் கொன்றபோதெல் லாம் பல்லைக் கடித்துப் பொறுமை காத்த புலிகள் வல்வெட்டித் துறையில் 75 பேரை அநியாயமாகக் கொன்றதால் வெகுண்டு எழுந்தனரா?

அனுராதபுரம் படுகொலை நடந்ததற்கு அடுத்த நாள் மிகக் குரூரமான வன்கொலையை சபிக்கப்பட்ட அந்தத் தீவின் தமிழ் மக்கள் சந்தித்தனர். இலங்கையை உள்ளடக்கிய நூற்றுக்கும் மேற்பட்ட குட்டித் தீவுகளில் பெரும்பாலானவை வடக்குப் பகுதியில் யாழ் தீபகற்பத்தைச் சுற்றிச் சிதறிக்கிடக்கின்றன. அவற்றில் ஒன்றிலிருந்து இன்னொன்றுக்குச் செல்ல வேண்டும் என்றாலும், யாழ்ப்பாணம் செல்ல வேண்டும் என்றாலும் படகில்தான் பயணித்தாக வேண்டும்.

மே 15ஆம் நாள் அப்படிச் சென்றுகொண்டிருந்த 'குமுதினி' என்ற பெயர் தாங்கிய ஒரு படகில் 80 பேர் இருந்தனர். அந்தப் படகை வழிமறித்து ஏறிய நைனாத்தீவு கடற்படை முகாமைச் சேர்ந்த ஏழெட்டு சிங்களக் கடற்படை வீரர்கள் பெண்கள், குழந்தைகள் உட்பட 48 பேரைச் சுட்டுக் கொன்றனர். இலங்கை வரலாற்றில் நிராயுதபாணிகள் மீது நடுக்கடலில் நடந்த அப்பட்டமான கொடூரத் தாக்குதலாக இது அறியப்படுகிறது.

அம்பாறை மாவட்டத்தில் கல்முனைக்குப் பக்கத்தில் உள்ள நற்பட்டிமுனை என்ற கிராமத்தில் மே 17ஆம் தேதி 40 தமிழ் இளைஞர்களைப் பிடித்துச் சென்ற கமாண்டோக்கள் சுடுகாட்டுக்கு இட்டுச் சென்றனர். அங்கே புதைகுழி தோண்டுமாறு அவர்களுக்கு உத்தரவளிக்கப்பட்டது. தோண்டி முடித்தவுடன், அப்படியே அவர்களைச் சுட்டு அவரவர் தோண்டிய குழிகளில் உள்ளே தள்ளிவிட்டு கைமண்ணை உதறிக்கொண்டு போனார்கள்.

அனைத்துத் தரப்பினரையும் கூட்டி உட்கார வைத்துப் பேசிப் பார்த்தால் என்ன என்று தோன்றியது ராஜீவ் காந்திக்கு. அழைப்புகள் விடுத்தார். ஜூலை 8, 1985 அன்று பூடான் தலைநகர் திம்புவில் பேச்சுவார்த்தை தொடங்கியது. அன்றைய தினம் யாழ்ப்பாண நகரில் பள்ளி, கல்லூரி மாணவர்கள் பொது வேலை நிறுத்தத்தில் ஈடுபட்டனர். 'ஈழம் வேண்டும்', 'பேச்சுவார்த்தை வேண்டாம்', 'போர்நிறுத்தம் ஒழிக' என்று எழுதிய பேனர்களைத் தாங்கிப் பிடித்து ஊர்வலம் போனார்கள்.

பிரபாகரன் இதில் கலந்துகொள்ளவில்லை. தன் பிரதிநிதிகளை அனுப்பிவைத்தார். பத்மநாபா, பாலகுமார், சிறீசபா ரத்தினம் ஆகிய மூவரும் கூட பூடான் பேச்சுக்கு நேரடியாகச் செல்லாமல் தமது பிரதிநிதிகளை அனுப்பி வைத்தனர். தமிழர் விடுதலைக் கூட்டணியின் சார்பில் அமிர்தலிங்கமும் அவர் சகாக்களும் பங்கேற்றனர்.

அரசியல் தீர்வுக்கான உரிமையின் அடிப்படையில் நான்கு கோட்பாடுகளைத் தமிழ்ப் பிரதிநிதிகள் முன்வைத்தார்கள்.

1. இலங்கைவாழ் தமிழ் மக்களை ஒரு தனித் தேசிய இனமாக அங்கீகரிப்பது
2. தமிழ் மக்களுக்கு வரலாற்று ரீதியான தாயகம் உண்டு என்பதை அங்கீகரிப்பது
3. தமிழ் மக்களுக்குச் சுய நிர்ணய உரிமை உண்டு
4. தமிழ் மக்களுக்கு அனைத்து அடிப்படை மனித உரிமைகளும், குடியியல் உரிமைகளும் உண்டு.

ஒப்புக்கு நடத்தப்பட்ட இந்தப் பேச்சுவார்த்தை நாடகத்தால் உருப்படியாக எதையும் சாதிக்கமுடியவில்லை.

திம்பு பேச்சுவார்த்தையின் முதல் சுற்று ஜூலை 12ஆம் தேதி - அறிவிக்கப்படாத - தோல்வியில் முடிவடைந்தது. எப்படியும் முறிந்துவிடும் என்று தெரிந்துபோன இரண்டாம் சுற்றுப் பேச்சு ஆகஸ்ட் 12ஆம் தேதி திம்புவில் தொடங்கியது. ஆகஸ்ட் 14ஆம் தேதி பேச்சு நடந்துகொண்டிருக்கும் போதே கொழும்பில் இருந்து திருகோணமலைக்குச் சென்றுகொண்டிருந்த மினி பஸ்ஸை நிறுத்திய துப்பாக்கி ஏந்திய ராணுவத்தினர் அதிலிருந்து ஆறு பேரைக் கீழிறக்கிச் சுட்டுக் கொன்றனர்.

அதற்குப் பதிலடி கொடுக்கும் விதமாக மன்னார் மாவட்டத்தில் உள்ள ராணுவ முகாமை 40 புலிகள் தாக்கினார்கள். ஆகஸ்ட் 16ஆம் தேதி 120 பொது மக்களை 400 ராணுவத்தினர் ஈவிரக்க மின்றி சுட்டுக்கொன்றனர். அதில் பத்து வயது கூட நிரம்பாத சிறுவர்களும் சேர்த்தி. பேசியது போதும் என்று சொல்லி ஆறு தமிழ் அமைப்புகளின் பிரதிநிதிகளும் கூட்டாக வெளியேறி னார்கள்.

•

கிட்டத்தட்ட இதே காலகட்டத்தில் போராளிக் குழுக்கள் மத்தி யில் குறிப்பிடத் தக்க மாறுபாடுகள் நடந்தன. ஏப்ரல் 25, 1986 அன்று இலங்கைக் கடற்படை தாக்குதலில் விடுதலைப் புலி களின் படகு ஒன்று சிக்கியது. அதில் இருந்த அருணா உயிரிழந் தார். 1983இல் சீலன் என்ற சார்லஸ் ஆன்டனியின் கெஞ்சுதலுக்கு இணங்கி அவரைச் சுட்டுவிட்டுத் தப்பி ஓடிவரும் வழியில் குண்டடிபட்டு ரத்த மயமாகத் தப்பிய அதே அருணாதான்.

அருணாவின் மரணத்துக்கு இரங்கல் தெரிவித்து கால்வியங்காடு பகுதியில் புலிகள் ஒட்டியிருந்த சுவரொட்டியை டெலோ இயக்கத்தினர் கிழித்து வீசினர். அதைப் பற்றிப் பேசுவதற்காக டெலோ முகாமிற்குச் சென்ற இரண்டு புலிகளை டெலோவினர் உதைத்து அனுப்பினார்கள். அதன் பிறகு சமரசம் பேசுவதற்காக பிரபாகரனின் முன்னாள் மெய்க்காப்பாளரும், உள்ளூர் புலிகள் தலைவருமான லிங்கம் சென்றபோது அவர் சுட்டுக்கொல்லப் பட்டார். இந்தச் செய்தி சென்னையில் இருந்து பிரபாகரனுக்குத் தெரிவிக்கப்பட்ட போது அவர் ENLF கூட்டங்களில் கலந்து கொள்வதை நிறுத்திக்கொண்டார்.

டெலோவை ஒழித்தழிப்பதென்று பிரபாகரன் முடிவு கட்டினார். புலிகளின் யாழ்ப்பாணத் தளபதி கிட்டுவின் தலைமையில் வேட்டை தொடங்கியது. நூற்றுக் கணக்கான புலிகள் டெலோ முகாம்களைத் தாக்கினர். அதில் டெலோ நிலைகுலைந்து போனது. எண்ணிக்கையில் பெரியதாக இருந்தாலும், புலிகளின் ஆவேசத் தாக்குதலை அவர்களால் எதிர்கொள்ள முடியவில்லை.

டெலோ முகாம்கள் ஒன்றன்பின் ஒன்றாக புலிகளின் கட்டுப் பாட்டுக்குள் வந்தது. விரக்தியடைந்த பல டெலோ போராளிகள் சரணடைந்தனர். சிறீசபாரத்தினம் கால்வியங்காடு முகாமில்

இருந்து தப்பி ஓட்டம் பிடித்திருந்தார். அவருக்கு அடைக்கலம் கொடுப்பவர்கள் கடுமையாகத் தண்டிக்கப்படுவார்கள் என்று புலிகள் எச்சரித்தனர். புளோட் மற்றும் EPRLF இயக்கங்கள் இதில் தலையிட வேண்டாம் என்று அறிவுறுத்தப்பட்டன. வெளிப் படையாக எதிர்க்க முடியாமல் அவர்களும் ஒதுங்கிக்கொண்ட னர். ஓடியோடிக் களைத்த சிறீசபாரத்தினம் கொண்டவில் பகுதியில் புகையிலைத் தோட்டத்துக்குள் இருந்த போது கிட்டுவின் பார்வையில் அகப்பட்டார். புகையிலை லாரிக்குள் அவரை பேக் செய்து யாருக்கும் தெரியாமல் அப்புறப்படுத்தி இந்தியாவுக்குக் கொண்டு செல்வதற்கு சென்னையில் இருந்த ஈ.பி.ஆர்.எல்.எஃப்பின் தலைவர் பத்மநாபா ரகசியமாகத் திட்டமிட்டிருந்தார். ஆனால் அந்தத் திட்டம் நிறைவேறுவதற் குள் சிறீயின் காலில் முதல் குண்டு பாய்ந்தது.

'நான் பிரபாகரனிடம் பேசுகிறேன். தயவு செய்து என்னைச் சுட்டு விடாதே' என்று கிட்டுவை அவர் கெஞ்சினார். ஆனால் கிட்டு இரங்குவதாக இல்லை. இயந்திரத் துப்பாக்கி 28 தோட்டாக்களை உமிழ்ந்தது. கொண்டவில் பேருந்து நிறுத்தத்தில் பார்வைக்கு வைக்கப்பட்ட பிறகு சிறீசபாரத்தினத்தின் உடல் அவர் குடும்பத் திடம் ஒப்படைக்கப்பட்டது.

ஈழ ஆயுதப் போராட்டத்தின் முன்னோடிகளாக தங்கதுரை, குட்டிமணி ஆகியோரால் ஆரம்பிக்கப்பட்டு அதன் பிறகு சிறீசபாரத்தினம் ஆளுமையின் கீழ் தடம் மாறிய டெலோ இயக்கம் துப்புரவாகத் துடைத்தெறியப்பட்டது.

•

வடக்கு மற்றும் கிழக்கு மாகாணங்கள் தமிழரின் பாரம்பரியத் தாயகம் அல்லவென்று நிரூபிக்கும் நோக்கத்தில் 1930 முதற் கொண்டே கிழக்குப் பிராந்தியத்தில் சிங்களர்கள் திட்டமிட்டுக் குடியமர்த்தப்பட்டு வந்தனர். தமிழ் மற்றும் முஸ்லிம்கள் மட்டுமே வசித்த கிழக்குப் பிராந்தியத்தின் பல பகுதிகளில் சிங்களர் எண்ணிக்கை பெருமளவில் கூடியிருந்தது. எனவே கிழக்கு மாகாணத்தை வடக்கோடு இணைப்பதற்குப் பதிலாக, அதை மூன்றாகப் பிரிக்கும் திட்டத்தை ஜெயவர்த்தனா தயார் செய்து வைத்திருந்தார்.

கிழக்கு மாகாணத்தை தமிழ், முஸ்லிம், சிங்களப் பகுதிகள் என மூன்றாகப் பிரித்து அதில் தமிழ்ப் பகுதியை மட்டும் வடக்குப்

பிராந்தியத்தோடு இணைக்கச் சொல்வதே அவரது திட்டம். அப்படி இணைத்து உருவாக்கும் மாநிலத்தை மட்டும் தமிழரின் பூர்வீக நிலமாகச் சுருக்கி அடையாளப்படுத்துவதே அவரது நோக்கம். மேலும் முஸ்லிம்களுக்கு ஒரு பிரிவு அளிப்பதன் மூலம் தமிழர் மற்றும் முஸ்லிம்களுக்கு இடையே நிரந்தரப் பிளவு ஒன்றை ஏற்படுத்தி விடலாம் என்று அவருக்குத் தெரியும். எப்படியும் இந்தத் திட்டத்தை புலிகள் ஏற்றுக்கொள்ள மாட்டார்கள் என்றும் ஜெயவர்த்தனாவுக்குத் தெரியும். அதனால் இந்தியா பிரபாகரன் மீது கோபமடையும் என்றும் தெரியும். சமாதானமான தீர்வு காண்பதில் புலிகளுக்கு நாட்டமில்லை என்று உலக நாடுகளிடம் பிரசாரம் செய்யவும் முடியும்.

இலங்கையின் இந்த யோசனை பெங்களூருக்கு வருவதற்கு முன்பே கொழும்பில் இந்தியத் தூதர் ஜே.என்.தீக்ஷித்திடம் காட்டப்பட்டது. வடக்கு மற்றும் கிழக்குப் பிராந்தியங்களை ஒன்றிணைக்கும் யோசனையை முற்றாக நிராகரித்து, தமிழர்களுக்கு பாரம்பரியத் தாயகம் இருப்பதை அங்கீகரிக்க மறுக்கும் இந்த யோசனை இந்தியாவுக்கும், தமிழர் பிரதிநிதிகளுக்கும் ஏமாற்றத்தைக் கொடுக்குமென்று அவர் ஜெயவர்த்தனாவிடம் வெளிப்படையாகவே கூறினார். இலங்கை முன்வைக்கும் தீர்வுத் திட்டம் ஈழத் தமிழ் மக்களின் அபிலாஷையைப் பூர்த்தி செய்யாது என்று முழுமையாகத் தெரிந்திருந்தும் ஆபரேஷன் டைகர் மூலம் போராளிகளை மிரட்டிப் பணியவைத்து, அந்தத் திட்டத்தை ஏற்கச் செய்யும் இந்திய அரசின் நடவடிக்கை வருந்தத்தக்கதே.

1986 நவம்பர் முதல் தேதி தீபாவளித் திருநாள். சென்னை மாநகரம் எங்கும் பட்டாசுகள் வெடித்தன. டக்ளஸ் தேவானந்தா மட்டும் துப்பாக்கியை வெடித்து தீபாவளி கொண்டாடினார். பிரச்னை ஒன்று பெரியதல்ல. சென்னை சூளைமேடு பகுதியில் தேவானந்தாவின் EPRLF ஆட்களுக்கும் ஆட்டோ ஓட்டுனருக்கும் சின்னதாக ஒரு வாய்த் தகராறு. பொறுமையிழந்த தேவானந்த தானியங்கித் துப்பாக்கியை எடுத்துச் சுட்டார். அதில் இளம் வழக்கறிஞர் ஒருவர் கொல்லப்பட்டார். பல பொதுமக்களுக்குக் காயம்.

இந்தச் சம்பவம் பெரும் பரபரப்பை உண்டுபண்ணியது. முதலமைச்சர் எம்.ஜி.ஆர். கொதித்துப் போனார். சென்னை நகர போலீஸ் கமிஷனர் வால்டர் தேவாரம் தேவானந்தாவை உள்ளே

வைத்தார். ஆனால் அவர் விரைவில் விடுதலை செய்யப்பட்டார் என்பது வேறு விஷயம். தேவானந்தாவின் விடுதலையைப் பற்றி 'கைது செய்யப்பட்டு சென்னைச் சிறையில் அடைக்கப் பட்டிருந்த டக்ளஸ் தேவானந்தா, 'ரா' உளவுத் துறையின் உதவியுடன் ரகசியமாக விடுதலை செய்யப்பட்டு யாழ்ப்பாணம் கொண்டு போய்ச் சேர்க்கப்பட்டார்' என்று பழ.நெடுமாறன் குறிப்பிடுகிறார். இந்தச் சம்பவத்தைக் காரணம் காட்டி போராளிக் குழுக்களை ஆயுதம் களையும் நடவடிக்கை முடுக்கிவிடப் பட்டது. நவம்பர் 8 ஆம் தேதி தொடங்கிய இந்த நடவடிக்கை 'ஆபரேஷன் டைகர்' எனப்பட்டது.

டெல்லிக்குப் போயிருந்த புளோட் தலைவர் உமா மகேஸ்வரன் அங்கேயே வீட்டுக் காவலில் வைக்கப்பட்டார். தமிழகத்தில் புலிகள் பலரும் கைது செய்யப்பட்டனர். பிரபாகரனும், பால சிங்கமும் காவல் நிலையத்திற்கு அழைத்துச் செல்லப்பட்டனர். போலீஸ்காரர்கள் ஒன்றுமே தெரியாத மாதிரி எல்.டி.டி.ஈ. என்றால் என்வென்று பாலசிங்கத்தைக் கேட்டனர். அங்கே போட்டோ எடுத்து கைரேகை பதிவு செய்யப்பட்டது. அதன் பிறகு அவர்கள் விடுவிக்கப்பட்டாலும், வீட்டுக்காவலில் வைக்கப்பட்டனர்.

இந்தக் கைது, கைரேகைப் பதிவு எல்லாமே இந்திய அரசாங்கத் தின் மிரட்டல் நாடகம். நவம்பர் மாதம் பெங்களூரில் சார்க் மாநாடு நடக்கும் போது ஜெயவர்த்தனா முன்வைக்கும் தீர்வை மறுக்காமல் ஏற்க வேண்டும் என்று மிரட்டுவதற்காகவே 'ஆபரேஷன் டைகர்' நடத்தப்பட்டது. சூளைமேட்டுச் சம்பவம் கூட தற்செயலாக நடக்கவில்லை என்று புலிகள் தரப்பு சந்தேகப்பட்டது.

நவம்பர் 17ஆம் தேதி இந்திய விமானப்படை விமானம் மூலம் பிரபாகரனுடன் பாலசிங்கமும் பெங்களூர் அழைத்துச் செல்லப் பட்டனர். அங்கே இலங்கைக்கான இந்தியத் தூதர் தீக்ஷித், வெளி யுறவுத்துறைச் செயலாளர் ஏ.பி.வெங்கடேஸ்வரன், அமைச்சர் நட்வர் சிங் போன்றோர் பிரபாகரனிடம் பேசிப்பார்த்தார்கள். ஆனால், தமிழர் தாயகத்தை விட்டுக்கொடுக்கும் வரலாற்றுத் தவறைச் செய்ய மாட்டேன் என்று சொல்லி அவர் மறுத்தார்.

மனம் தளராத ராஜீவ் நிர்வாகம் எம்.ஜி.ஆரை பெங்களூருக்கு அழைத்தது. தனது அமைச்சரவை சகா பண்ருட்டி ராமச்சந்திர

னோடு வந்த தமிழக முதலமைச்சராலும் தனது நிலையில் உறுதியாக இருந்த பிரபாகரனைச் சம்மதிக்க வைக்க முடிய வில்லை. கிழக்குப் பிராந்தியத்தின் மூன்றில் ஒரு பகுதியும், வடக்குப் பிராந்தியமும் ஒன்றிணைந்து உருவாகும் மாநிலத் துக்கு பிரபாகரனை முதலமைச்சர் ஆக்குவதாக ஆசை காட்டப்பட்டது. அவர் மசிவதாக இல்லை. ஈழ மக்களின் எதிர்பார்ப்புக்கும் நம்பிக்கைக்கும் எதிராக ஜெயவர்த்தனாவின் நயவஞ்சக வலையில் அமிர்தலிங்கம் சிக்கியது போல தானும் சிக்கக் கூடாது என்பதில் அவர் தெளிவாக இருந்தார்.

ஜெயவர்த்தனா எதிர்பார்த்தபடி பெங்களூர் ஒப்பந்த முயற்சி தோல்வியில் முடிந்தது. இந்தியாவுக்கும், புலிகளுக்குமான இடைவெளி அதிகமானது. தமிழீழ மக்களின் உண்மையான உணர்வுகளை, கோரிக்கைகளை ராஜீவ் காந்தி தலைமையிலான இந்திய அரசு புரிந்துகொள்ளாமல் எப்படியாவது ஒரு உடன் படிக்கையை ஏற்படுத்தவேண்டும் என்று நினைப்பதையும் அவர் புரிந்துகொண்டார். இலங்கைப் பிரச்னையைப் பொறுத்தவரை இந்திரா காந்தி நிர்வாகத்துக்கும், ராஜீவ் காந்தி நிர்வாகத்துக்கும் அணுகுமுறையில் இருந்த இந்த மாறுபாடு அவருக்கு மிக வசதியாகப் போனது.

சர்வதேசக் கவனத்தை ஈர்க்கும் சார்க் மாநாட்டின் போது இலங்கைப் பிரச்சினைக்குத் தீர்வு ஏற்படுத்திய புகழை அடைந்து விடலாம் என்று நினைத்த ராஜீவ் காந்திக்கு பிரபாகரனின் உறுதி எரிச்சலைக் கிளப்பியது. நாம் தூக்கி வளர்த்த பையன் நாம் சொல்வதையே கேட்கவில்லை என்ற வருத்தம் எம்.ஜி.ஆருக்கு. விளைவு, தமிழகத்தில் இருந்த புலிகளின் ஆயுதங்களும், தகவல் தொடர்பு சாதனங்களும் பறிமுதல் செய்யப்பட்டன.

'இந்த நடவடிக்கையைப் பார்க்கும் போது, இந்தியாவில் தாம் தொடர்ந்து இருந்தால் எதிர்காலத்தில் தனது உயிருக்கே ஆபத்து நேரலாம் என்று அவர் நம்பினார். தமது பாசறைகளை மூடிவிட்டு யாழ்ப்பாணம் திரும்புவதற்கு முன்னதாக தனது சாதனங்களை மீட்கவேண்டும் என்பதில் அவர் கவனமாக இருந்தார்.' என்று அடேல் பாலசிங்கம் பிரபாகரனின் நிலையை விவரிக்கிறார்.

அதற்குமுன், தன்னிடம் இருந்து பறிக்கப்பட்ட தகவல் தொடர்பு சாதனங்களைத் திருப்பிக் கொடுக்காமல் போனால் சாகும்வரை உண்ணாவிரதம் இருக்கப் போவதாகச் சொல்லி ஆன்டன்

பாலசிங்கம் வீட்டில் அமர்ந்தார் பிரபாகரன். இலங்கை அரசுக்கு எதிராக ஆயுதமேந்திப் போராடும் பிரபாகரன் இங்கே எதற்கு அகிம்சை வழியில் போராடுகிறார் என்று பத்திரிகையாளர்கள் கேட்டதற்கு, 'நாம் என்ன ஆயுதம் எடுக்கிறோம் என்பதை எதிரிகள்தான் தீர்மானிக்கிறார்கள்' என்று பதில் கூறினார்.

பிரபாகரனின் உண்ணாவிரதம் தமிழகத்தில் பெரும் பரபரப்பை உண்டாக்கியது. தமிழக அரசியல் தலைவர்கள் அரசின் போக்கைக் கண்டித்துப் பேசினார்கள். போலீஸ் நடவடிக்கையைக் கண்டித்து பத்திரிகைகள் எழுதித்தள்ளின. இது எம்.ஜி.ஆருக்குப் பெரும் தர்மசங்கடத்தை உண்டுபண்ணியது. அதை விட முக்கியமாக, மத்திய உள்துறை இணையமைச்சர் ப.சிதம்பரம் விடுத்த அறிக்கை தமிழக முதல்வரை மேலும் கடுப்பேற்றியது. புலிகளின் தகவல் தொடர்பு சாதனம் பறிமுதல் செய்யப்பட்ட விஷயத்தில் மத்திய அரசுக்கு எந்தத் தொடர்பும் இல்லையென்று அவர் சொன்னது எம்.ஜி.ஆரை எரிச்சலடையச் செய்தது.

சாதனங்களை உடனே திருப்பிக் கொடுக்குமாறு காவல் துறைக்கு அவர் உத்தரவிட்டார். பிரபாகரனின் 48 மணி நேர உண்ணாவிரதம் முடிவுக்கு வந்தது. அதன் பிறகு பாலசிங்கமும், முதலமைச்சர் எம்.ஜி.ஆரும் சந்தித்துப் பேசிய பிறகு மற்ற குழுக்களிடம் இருந்து கைப்பற்றிய ஆயுதங்களையும் புலிகளுக்கே வழங்கியதாகச் சொல்லப்படுகிறது.

•

டிசம்பர் 13ஆம் தேதி EPRLF இயக்கம் யாழ்ப்பாணத்தில் தானே அச்சடித்த அஞ்சல் அட்டைகளை விற்றது. இனிமேல் தமிழ்ப் பிரதேசங்களில் அதைத்தான் உபயோகிக்க வேண்டும் என்றும் அது மக்களிடம் வலியுறுத்தியது. அந்த நாளில் புலிகளுக்கும், EPRLF-க்கும் சண்டை வெடித்தது. அந்த இயக்கத்தை இலங்கையில் தடை செய்வதாக கிட்டு அறிவித்தார். சில நாள்களுக்குள் நூற்றுக்கும் மேற்பட்ட போராளிகளை ஈ.பி.ஆர்.எல்.எஃப் இழந்தது. டெலோ இயக்கம் ஏற்கனவே அழிக்கப்பட்ட நிலையில், அக்டோபர் மாதம் புளோட் தானாக விலகிக் கொண்ட நிலையில், டிசம்பரில் EPRLF வெளியேறுமாறு நிர்ப்பந்திக்கப்பட்ட நிலையில் விடுதலைப் புலிகள் இயக்கம் 1986 இறுதியில் தனிப்பெரும் இயக்கமாக உருவெடுத்தது.

இந்தியா ஈழ மக்களின் கோரிக்கைகளை, உரிமைப் போராட்டத்தை இனிமேல் அங்கீகரிக்கப் போவதில்லை என்ற கணிப்பு பிரபாகரனுக்கு வலுத்துக்கொண்டே போனது. மேலும் பெங்களூர் உடன்படிக்கையை ஏற்றுக்கொள்ளாமல் போனதால் இந்திய அரசின் பகைமைக்கு ஆளாகியிருப்பதையும் அவர் உணர்ந்தார். இனிமேல் இந்தியாவில் இருப்பது நல்லதல்ல என்று தெரிந்த பிறகு ஈழம் திரும்புவதுதான் சரியென்ற முடிவுக்கு அவர் வந்திருந்தார்.

14. இந்தியாவை நேசிக்கிறோம்

விடுதலைப் புலிகள் ஜனவரி முதல் தேதியன்று ஈழ சுதந்தரப் பிரகடனம் செய்து தனிநாடாக அறிவிக்கப் போகிறார்கள் என்று சிங்கள் வட்டாரங்களில் ஏற்கெனவே பரவலாகப் பேசப்பட்டது. அப்படி ஒன்றும் நடக்கவில்லை. ஆனால் புலிகளின் கட்டுப்பாட்டில் இருந்த பகுதிகளுக்கும் அரசுக்கும் தொடர்பே இல்லாமல் இருந்தது. சுதந்தரப் பிரகடனம் செய்வதற்கு பதிலாக நிர்வாகத்தைத் தானே நடத்துவது என்ற முடிவுக்கு புலிகள் வந்திருந்தனர். போலீஸ் பிரிவு ஒன்று பிரபாகரனின் உத்தரவின் பேரில் உருவாக்கப்பட்டது. யாழ்ப்பாண மாவட்டத்தில் வாகனங்களைப் பதிவு செய்து லைசன்ஸ் வழங்கும் வேலையைத் தானே செய்வதாகவும் அந்த அமைப்பு அறிவித்தது.

ஜெயவர்த்தனா வெகுண்டெழுந்தார். ஜனவரி 2ஆம் தேதி வடக்குப் பிராந்தியத்தின் மீது பொருளாதாரத் தடை விதிக்கப்பட்டது. பெட்ரோல், டீசல், உணவுப் பொருட்கள், மற்ற அத்தியாவசியப் பொருட்கள் எதையுமே கொண்டு செல்லக்கூடாது. உணவுப் பொருட்களின் விலை சகட்டுமேனிக்கு

உயர்ந்தது. எரிபொருள் கிடைக்காமல் போனதால் வடக்குப் பகுதியின் முக்கியத் தொழிலாகிய மீன் பிடித்தல் ஸ்தம்பித்துப் போனது. மக்கள் பெரும் அவதிக்கு ஆளானார்கள்.

அதே கையோடு ஜெயவர்த்தனா கடுமையான போருக்கும் உத்தரவிட்டார். துப்பாக்கியைத் தூக்கிச் சென்று சண்டை போடுவதெல்லாம் வேலைக்கு ஆகாது. விமானத்தில் பறந்து போய் குண்டு வீசி வருமாறு ராணுவம் பணிக்கப்பட்டது. மருத்துவமனையைக் கூட விட்டுவைக்கவில்லை. பிப்ரவரி 11ஆம் தேதி மன்னார் மாவட்டம் Adampan என்னுமிடத்தில் 50 நோயாளிகளின் மரணத்துக்கு விமானப் படை காரணமாக இருந்தது. மருத்துவமனையே இப்படியென்றால் மற்ற இடங்களைப் பற்றிச் சொல்லவே தேவையில்லை. ஜனவரி 28ஆம் தேதி மட்டக்களப்புக்கு அருகே 83 சிவிலியன்களை அள்ளிச் சென்று கிறித்துவத் தேவாலயம் ஒன்றுக்குள் வைத்துச் சுட்டுக்கொன்றது ராணுவம்.

விடுதலைப் புலிகளும் விட்டுக்கொடுப்பதாக இல்லை. பத்தாயிரத்துக்கும் மேற்பட்ட போராளிகளுடன் இலங்கை ராணுவத்தை அது நேருக்கு நேர் சந்தித்தது. அதற்குள் மிக நூதனமான விமானக் குண்டை இலங்கை வான்படை கண்டறிந்திருந்தது. பெரிய எண்ணெய் பீப்பாய்க்குள் TNT வெடிமருந்தை நிரப்பி விமானத்தில் இருந்து கீழே வீசி எறிவது. கடுமையான போரின் பிடியில் இருந்து தப்பித்து கோயில்களில் அடைக்கலம் புகுந்திருந்த நூற்றுக்கணக்கானவர்களை தேடிப்பிடித்துத் தாக்கின இந்தக் குண்டுகள்.

கிட்டு மீதும் ஒரு குண்டு வீசப்பட்டது. 1987 மார்ச் 31ஆம் நாள் இலங்கை ராணுவத்துக்கும், விடுதலைப் புலிகளுக்கு இடையே கடுமையான சண்டை நடந்துகொண்டிருந்த போது கிட்டுவின் காரின் மீது குண்டு விழுந்தது. அதை வீசியது இலங்கை ராணுவமும் அல்ல, அவர் ராணுவத்தோடு மோதுவதற்குப் போய்க்கொண்டிருக்கவும் இல்லை. யாழ் பல்கலைக் கழகத்தில் மருத்துவம் படித்துவந்த தனது காதலியைச் சந்திப்பதற்காக அவர் சென்ற போதுதான் சற்றும் எதிர்பாராத வகையில் இந்தச் சம்பவம் நடந்தது. கிட்டுவின் இரண்டு மெய்க்காப்பாளர்கள் அங்கேயே உயிரிழந்தனர். மூன்றாமவர் காயமுற்றார். கிட்டுவின் வலதுகால் பாதிக்கப்பட்டது.

மருத்துமனைக்கு அழைத்துச் சென்ற போது கிட்டுவின் காலை அகற்றியாக வேண்டும் என்று மருத்துவர்கள் கூறினர். அதன் பிறகு விசைப்படகு மூலம் அவர் இந்தியாவுக்குக் கொண்டு செல்லப்பட்டார். பிரபாகரன் இந்தியாவில் இருந்த சமயத்தில் மற்ற இயக்கங்களையெல்லாம் யாழ் தீபகற்பத்தில் இருந்து விலகச் செய்து புலிகளின் ஆதிக்கத்தை அங்கே நிலைநிறுத்திய கிட்டுவின் ஆயுதமேந்திய போராட்ட வாழ்க்கை ஒரு முடிவுக்கு வந்தது. அவர் மீது குண்டு வீசியது மாத்தையாவின் ஆட்கள் என்பதை விடுதலைப் புலிகளின் உளவுப் பிரிவு பின்னர் கண்டறிந்தது.

மாத்தையாவும், கிட்டுவும் ஒரே சமயத்தில் புலிகள் அமைப்பில் சேர்ந்தவர்கள். கிட்டு யாழ்ப்பாணத் தளபதியாக நியமிக்கப் பட்டதும், அவர் புகழ் வேகமாக வளர்ந்ததும் மாத்தையாவினால் ஏற்றுக்கொள்ள முடியாத ஒன்றாக இருந்தது. அந்தச் சமயத்தில் வன்னி பகுதியில் மாத்தையா தளபதியாக இருந்தாலும், சர்வதேச மீடியா அடிக்கடி கவர் செய்வது யாழ்ப்பாணத்தைத் தான். அதனால் கிட்டு புலிகள் அமைப்பின் நம்பர் 2 வாக மதிக்கப்பட்டார். இதெல்லாம் மாத்தையா மனதில் பொறாமையை வளர்த்துக்கொண்டே இருந்தது. ஆகவே அவர் தனது வலதுகரமாக விளங்கிய விசு என்பவர் மூலம் கிட்டுவின் காருக்குக் குறி வைத்தார்.

•

1987 ஜனவரி தொடங்கி யாழ் தீபகற்பம் மீது பொருளாதாரத் தடை விதித்து போர் தொடுத்திருந்தாலும், விடுதலைப் புலிகளின் கட்டுப்பாட்டில் இருந்து அதை முழுமையாகக் கைப்பற்றும் நோக்கத்துடன் மே 26ஆம் தேதி ஒரு மாபெரும் போரை இலங்கை அரசு அறிவித்தது. அதற்கு ஆபரேஷன் லிபரேஷன் என்று பெயர் சூட்டப்பட்டது. அந்த ஆபரேஷனில் முடிந்த அளவுக்கு விமானக் குண்டு வீச்சையே கடைபிடிக்குமாறு அதுலத் முதலி கட்டளையிட்டிருந்தார். தரைப்படையை அனுப்பினால் புலிகள் எதிர்த்துப் போரிடுவார்கள்; திருப்பித் தாக்குவார்கள். ஆனால் வான் தாக்குதலில் அப்படியெல்லாம் செய்ய முடியாதல்லவா!

மேலும் பொதுமக்களுக்குப் பெரும் பாதிப்பை உண்டுபண்ணி, அவர்களைச் சீரழித்து கூட்டாகத் தண்டிப்பது இந்த ஆபரேஷ னின் அறிவிக்கப்படாத தத்துவமாக இருந்தது. இலங்கை

ராணுவம் முதலில் தாக்கியது வடமராட்சிப் பகுதியை. பிரபாகரன் பிறந்த வல்வெட்டித்துறை, பருத்தித்துறை அங்கேதான் உள்ளன. வடமராட்சி மக்களைத் தண்டித்து புலிகளுக்கு அவர்கள் வழங்கும் ஆதரவை முறியடிப்பதே இந்த ஆபரேஷனின் அடிநாதம். பெருந்தொகையான மக்கள் காயமடைந்தும், பலியாகியும் போனார்கள். பெருமளவு உடைமைகள் அழிக்கப்பட்டன. எரியூட்டும் குண்டுகள் விமானத்தில் இருந்து பொழியப்பட்டன. பீரங்கிகளும் வெடித்தன. முன்னெப்போதும் இல்லாத வகையில் மாபெரும் பேரழிவு ஒன்று அங்கே நடந்தேறியது.

வடமராட்சிப் பகுதியில் இருந்து புலிகள் பின்வாங்கினர். அவர்களின் ஆயுதக் கிடங்கு வேகமாக வறண்டது. சிங்கள ராணுவத்தின் கோரத் தாக்குதல் வெகு உக்கிரமாக இருந்தது. உண்மையைச் சொன்னால் புலிகள் விரக்தியடைந்திருந்தனர். அப்பட்டமாகச் சொன்னால் விரட்டியடிக்கப்பட்டனர். ஆனால் ஆன்டன் பாலசிங்கம் 'தந்திரமான பின்வாங்கல்' என்று கூறினார். பிரபாகரனின் கருத்து இது. 'ஆட்களை இழக்காமல் நிலத்தை இழந்தால் பரவாயில்லை, நிலத்தை இன்னொரு நாள் மீட்கலாம். ஆனால் ஆட்களை இழந்தால் நிலத்தையும் இழந்து விடுவோம்'

யாழ்ப்பாணத்தில் பட்டினியால் வாடிய மக்களுக்கு உதவும் நோக்கத்தில் 40 டன் உணவுப் பொருள்களை ஏற்றிக்கொண்டு ஜுலை 3ஆம் தேதி இந்தியக் கப்பல் ராமேஸ்வரத்தில் இருந்து யாழ்ப்பாணம் நோக்கிச் சென்றது. இலங்கைக் கடற்படை இந்தக் கப்பலை வழிமறித்துத் திருப்பி அனுப்பியது. மனிதாபிமான உதவியைக் கூட அவமதித்த ஜெயவர்த்தனாவின் திமிர்த்தனத்துக்கு எச்சரிக்கை விடுக்கும் விதமாக அடுத்த நாள் இந்திய விமானப் படை விமானங்கள் 25 டன் நிவாரணப் பொருள்களை ஏற்றிக் கொண்டு சென்று பட்டினிக் கொடுமையில் வாடும் யாழ் தீபகற்ப மக்களுக்கு ஆகாயத்தில் இருந்து தூவியது.

இலங்கைக்கு வெறும் 35 நிமிட முன்னறிவிப்பு மட்டும் கொடுக்கப்பட்டது. தமிழ் மக்கள் மீதான இனப்படுகொலை தொடர்ந்தால் இந்தியா (ராணுவ ரீதியாகக் கூட) தலையிடத் தயங்காது என்ற செய்தியை உணர்த்திய இந்த நடவடிக்கை 'ஆபரேஷன் பூமாலை' எனப்பட்டது. நிலைமையின் தீவிரத்தை உணர்ந்த ஜெயவர்த்தனா யாழ் தீபகற்பம் மீதான ராணுவத் தாக்குதல் நடவடிக்கையை நிறுத்திக்கொண்டார். மேலும்

உதவிப் பொருள்களை ஏற்றிவரும் இந்தியக் கப்பல் காங் கேசன்துறை துறைமுகத்தில் அனுமதிக்கப்பட்டது.

இதற்கிடையில் ராணுவம் கைப்பற்றியிருந்த பகுதிகளில் புலிகள் ஊடுருவத் தொடங்கினர். அதில் குறிப்பிடத்தக்கது கேப்டன் மில்லரின் செயலாகும். ஒரு லாரி நிறைய வெடிபொருள்களை ஏற்றிக்கொண்டு நெல்லியடி மத்தியக் கல்லூரியில் நிலை கொண்டிருந்த இலங்கை ராணுவ முகாம் மீது மோதினார். அதில் நூற்றுக்கும் மேற்பட்ட துருப்புக்கள் கொல்லப்பட்டதாக புலிகள் அறிவித்தனர்.

ஆனால் இலங்கை அரசு 20 பேர் மட்டுமே இறந்ததாகச் சொன்னது. துணிகரமான இந்தக் காரியத்தைச் செய்த மில்லர் விடுதலைப் புலிகள் இயக்கத்தின் முதல் தற்கொலைப் படைப் போராளி என்ற பெயரோடு ஜூலை 5ஆம் தேதி இரவு இறந்தார். 'கரும் புலிகள்' என்று அழைக்கப்படும் விடுதலைப் புலிகளின் தற்கொலைப் படைப் பிரிவு மில்லரது இறப்பின் போது பிறந்தது.

வடகிழக்குப் பிராந்தியங்களை இணைக்க மாட்டேன் என்று அடம்பிடித்த ஜெயவர்த்தனா ஆபரேஷன் பூமாலையில் கொஞ் சம் அதிர்ந்துதான் போனார். ஜூலை 18ஆம் தேதி தீக்ஷித்தைச் சந்தித்த ஜெயவர்த்தனா இரண்டு பிராந்தியங்களையும் இணைத்து ஒரே மாகாணமாக ஆக்குவதற்கு ஒப்புக்கொண்டார். (ஆனால் அதிலும் ஒரு பொடி வைத்திருந்தார்.) ஜூலை 19ஆம் தேதி நிவாரணப் பொருள்களைக் கொண்டு வந்த கப்பலை மேற்பார்வையிட யாழ்ப்பாணம் வந்த இந்தியத் தூதரின் முதன்மைச் செயலாளர் ஹர்தீப் சிங் பூரி பிரபாகரனைச் சந்திக்க விரும்பினார்.

பூரியிடம் பேசினார் பிரபாகரன். வடகிழக்குப் பிராந்தியங் களை இணைத்து தனி மாநிலம் அமைப்பதற்கு ஜெயவர்த்தனா ஒப்புக்கொண்டிருப்பதாகவும், அது தொடர்பாகப் பேசுவதற்கு இந்தியா வருமாறும் பிரபாகரனிடம் சொல்லப்பட்டது. ஜூலை 23ஆம் தேதி யாழ்ப்பாணத்தில் இருந்து சுதுமலை அம்மன் கோயிலுக்குப் பக்கத்தில் வந்திறங்கிய ஹெலிகாப்டர் பிரபாகரன், யோகி மற்றும் திலீபனை ஏற்றிக்கொண்டு புறப்பட்டது. 'எங்கள் தேசியப் பொக்கிஷத்தையே நீங்கள்

எடுத்துச் செல்கிறீர்கள்' என்று புலிகள் அமைப்பின் மூத்த உறுப்பினர் சங்கர் கலங்கினார். எந்த இடத்தில் இருந்து ஏற்றிச் செல்கிறோமோ அங்கேயே கொண்டுவந்து விடுவதாக பூரி உறுதி கூறினார்.

ஹெலிகாப்டர் பறந்தது. எத்தனையோ முறை படகில் கடலைக் கடந்து தமிழகத்தை எட்டியிருந்தாலும் வான்வழியாகப் பறப்பது பிரபாகரனுக்கு இதுதான் முதல் தடவை. சென்னை மீனம் பாக்கம்விமான நிலையத்தில் பாலசிங்கம் சேர்ந்துகொண்டார். ஜனவரி மாதம் பிரபாகரன் கடல் கடந்து இலங்கைக்குச் சென்ற போது அரசியல் வேலைகளைக் கவனிப்பதற்காக பாலசிங்கம் சென்னையிலேயே தங்கியிருந்தார். பாலசிங்கமும், பிரபாகர னும் மீனம்பாக்கத்தில் இருந்து கிளம்பிச் சென்று எம்.ஜி.ஆரைச் சந்தித்தனர்.

பிறகு, டெல்லி. அங்கே அசோகா ஓட்டலில் கறுப்புப் பூனை பாதுகாப்புடன் அவர்கள் தங்க வைக்கப்பட்டார்கள்; கிட்டத் தட்ட வீட்டுக்காவல் மாதிரி. இலங்கையில் ராஜீவ் காந்தி ஜெய வர்த்தனாவோடு செய்யப்போகும் ஒப்பந்தம் குறித்து ஜூலை 25ஆம் தேதி தீக்ஷித் அவர்களுக்கு விளக்கினார். வடகிழக்குப் பிராந்தியங்களை இணைப்பதென்று அதில் சொல்லப்பட்டிருந் தாலும், கிழக்குப் பிராந்திய மக்களிடம் வாக்கெடுப்பு நடத்தி அவர்கள் ஒப்புக்கொண்டால் மட்டுமே இணைப்பு சாத்திய மாகும் என்று ஜெயவர்த்தனா பொடி வைத்து எழுதியிருந்தார்.

இணைப்பு என்பது நடக்குமா நடக்காதா என்று திருகலான ஷரத்தை இணைத்துள்ள ஒப்பந்தம், போராளிகள் ஆயுதத்தை 72 மணி நேரத்துக்குள் ஆயுதத்தை ஒப்படைக்கவேண்டும் என்று நிபந்தனை விதிப்பது முறையாகப் படவில்லை. உரிமைப் போராட்டத்துக்காகத் தூக்கிய ஆயுதத்தை அந்த உரிமை கிடைக்கும் என்பது தெளிவாகத் தெரியாத வரை எப்படி கீழே போடுவது என்று அவர் வாதிட்டார்.

எம்.ஜி.ஆர் சொன்னால் பிரபாகரன் கேட்பார் என்ற நம்பிக்கை யில் ஜூலை 26ஆம் தேதி தமிழக முதலமைச்சர் டெல்லிக்கு வரவழைக்கப்பட்டார். எப்படியாவது விடுதலைப் புலிகளை மட்டும் இணங்க வைத்தால் போதும் என்ற நோக்கத்தில் வடகிழக்கு மாகாணத்துக்கு பிரபாகரனை முதலமைச்சராக்கு வதாக ஆசை காட்டப்பட்டது. பிரபாகரன் அசரவில்லை.

தமிழக முதலமைச்சரால் பிரபாகரனின் மனதை மாற்ற முடிய வில்லை என்பது ராஜீவ் காந்திக்கு வருத்தத்தையும், ஏமாற்றத்தை யும் கொடுத்தது.

பிரபாகரனை அழைத்துப்பேசினார். ஜெயவர்த்தனாவிடம் பேசி கிழக்குப் பிராந்தியத்தில் இணைப்பு சம்பந்தமாக வாக்கெடுப்பு நடத்துவதை தன்னால் இல்லாமல் செய்ய முடியும் என்றும், வடகிழக்கு மாகாணத்தின் இடைக்கால அரசில் விடுதலைப் புலிகளுக்கு பிரதான இடம் அளிக்கப்படும் என்றும் ராஜீவ் காந்தி உறுதியளித்தார். இடைக்கால நிர்வாகத்தில் EPRLF பங்குபெறக் கூடாது என்பதில் பிரபாகரன் குறியாக இருந்தார்.

தமது கட்டுப்பாட்டுப் பகுதியில் நிர்வாகம் நடத்தி வரி வசூலிக்கும் விடுதலைப் புலிகள் இனிமேல் அதை நிறுத்த வேண்டும் என்று கூறிவிட்டு அதை ஈடுகட்டும் விதமாக இந்திய அரசு மாதம் 50 லட்ச ரூபாயை புலிகளுக்கு அளிக்கும் என்றும் பிரபாகரனிடம் சொல்லப்பட்டது. ஆயுதங்களை ஒப்படைக்கும் விஷயத்தில், பயனில்லாமல் இருக்கும் பழைய ஆயுதங்களை வெறும் சம்பிரதாயத்துக்கு கையளிக்குமாறு பண்ருட்டி ராமச் சந்திரன் கூறினார். அதை ராஜீவ் ஆமோதித்தார். பிரபாகரனுக் கும், ராஜீவ் காந்திக்கும் இடையே ஏற்பட்ட எழுதப்படாத ஒப்பந்தத்தைத் தொடர்ந்துதான் ஜெயவர்த்தனாவும், ராஜீவ் காந்தியும் செய்துகொள்ளப் போகும் ஒப்பந்தத்துக்கு பிரபாகரன் சம்மதித்தார் என்று புலிகள் தரப்பில் சொல்லப்படுகிறது.

•

இதற்கிடையில் ஒப்பந்தத்தைப் பற்றிய விவரம் தெரியவந்த போது இலங்கையை இந்தியாவுக்குத் தாரை வார்த்துக் கொடுத்து விட்டதாக சிங்கள இனவெறியர்கள் வெகுண்டெழுந்தனர். சிறீலங்கா சுதந்தரக் கட்சி கடுமையாக எதிர்த்தது. ஜே.வி.பி.யும் உடன் இணைந்தது. குறைந்த பட்சம் 200 பேருந்துகளாவது கொளுத்தப்பட்டன. கலவரத்தில் 40 பேர் இறந்தனர்.

ஜெயவர்த்தனாவின் அமைச்சரவையிலேயே கலகக் குரல் எழுந்தது. பிரதமர் ரனசிங்க பிரேமதாசாவும், பாதுகாப்புத் துறை அமைச்சர் லலித் அதுலத்முதலியும் ஒப்பந்தத்தை வெளிப்படை யாக எதிர்த்தனர். ஒப்பந்தத்தில் கையெழுத்துப் போடுவதற்காக 29ஆம் தேதி இலங்கை வந்திறங்கிய ராஜீவ் காந்தியை

வரவேற்கும் சம்பிரதாய நிகழ்ச்சியை அந்த இருவரும் புறக் கணித்து உலகின் மிகப் பெரிய ஜனநாயகக் குடியரசின் பிரத மருக்கு அவமரியாதை செய்தனர்.

ராஜீவ் காந்தி கொழும்பு விமான நிலையத்தில் இருந்து செல்லும் வழியெங்கும் ஊரடங்கு உத்தரவினால் வெறிச்சோடிக் கிடந்த சாலைகளில் தென்பட்ட உடைந்த கண்ணாடித் துண்டுகளையும், கற்களையும், ஆங்காங்கே சிந்தியிருந்த இரத்தத்தையும் கடந்துதான் போக வேண்டியிருந்தது.

ஜூலை 29ஆம் தேதி ராஜீவ் காந்தியும், இலங்கை அதிபர் ஜெயவர்த்தனாவும் மிக விமரிசையாக நடந்த நிகழ்ச்சியில் உடன்படிக்கையில் கையெழுத்திட்டனர்.

ஜூலை 31ஆம் தேதி போர்நிறுத்தம் அமலுக்கு வருகிறது என்றும், ஆகஸ்ட் 2ஆம் தேதி சிங்கள ராணுவம் தனது பழைய நிலைக்குத் திரும்ப வேண்டும் என்றும், ஆகஸ்ட் 3-க்குள் போராளிகள் தமது ஆயுதத்தை ஒப்படைக்க வேண்டும் என்று அந்த ஒப்பந்தம் சொன்னது. ஒப்படைக்க வைப்பது இந்திய அமைதிப்படையின் பொறுப்பு. வடகிழக்கு மாகாணங்கள் தற்காலிகமாக இணைக்கப்படும். ஆனால் 1988 இறுதிக்குள் கிழக்குப் பிராந்தியத்தில் நடத்தப்படும் வாக்கெடுப்பில் சாதகமான முடிவு ஏற்பட்டால் மட்டுமே அந்த இணைப்பு நிரந்தரமாக இருக்கும்.

வரலாற்று முக்கியத்துவம் வாய்ந்த இந்த ஒப்பந்தம் கையெழுத் தான பிறகு ராஜீவ் காந்தியும், ஜெயவர்த்தனாவும் கூட்டாக பத்திரிகையாளர்களுக்குப் பேட்டியளித்தனர். தனது அமைச்சர் கள் ஒப்புக்கொள்ளாவிட்டால் நாடாளுமன்றத்தைக் கலைத்து விடுவேன் என்று ஜெயவர்த்தனா பத்திரிகையாளர்களிடம் பகிரங்கமாக அறிவித்தார். ஆயுதங்களை ஒப்படைப்பதற்கு பிரபாகரன் சம்மதிப்பாரா என்ற கேள்விக்கு, 'நேற்று அவரோடு பேசினேன்' என்றார் ராஜீவ்.

எல்லாம் ஒளிமயமாகத் தெரிந்தது. பல ஆண்டுகளாக வஞ்சிக்கப் பட்ட தமக்கு ராஜீவ் காந்தியால் விடிவு காலம் ஏற்பட்டு விட்டதென்று ஈழத் தமிழ் மக்கள் நம்பி மகிழ்ந்து குதித்தனர். பஞ்சாப் பிரச்சினை, போஃபர்ஸ் பீரங்கி ஊழல், காங்கிரஸ் கட்சிக்கு வட மாநிலங்களில் வரலாறு காணாத தோல்வி என பல

முனைகளிலும் அரசியல் ரீதியில் இக்கட்டான நிலைக்குத் தள்ளப்பட்டிருந்த புன்னகை மாறாத அந்த இளம் பாரதப் பிரதமர் தன் செல்வாக்கை மீட்டு விட்ட சந்தோஷத்தில் இருந்தார்.

1987 ஜூலை 30. ராஜீவ் காந்தி டெல்லிக்குத் திரும்பும் முன் அவருக்கு கடற்படை அணிவகுப்பு மரியாதை செலுத்துவதாக இலங்கைக் கடற்படைத் தளபதி அனந்த சில்வா விடுத்த அழைப்பை மறுக்காமல் ஏற்றுக்கொண்டார். மொத்தம் 72 வெள்ளைச் சீருடையணிந்த சிங்களக் கடற்படை வீரர்கள். மரியாதை செலுத்துவதற்காகத் தூக்கிப் பிடித்திருக்கும் கத்தி பொருத்திய துப்பாக்கியால் ராஜீவ் காந்தியை ஒருவன் தலையில் அடித்து வீழ்த்த வேண்டும். அவர் கீழே விழுந்த பிறகு முதலில் தாக்கியவனுக்கு அருகில் நிற்கும் இருவர் கூர்மையாக முனை யால் அவரைத் தாக்க வேண்டியது. இதுதான் திட்டம். முதலில் தலையைத் தாக்கும் பொறுப்பு விஜயமுனி விஜிதரோஹன டிசில்வா என்பவனுக்கு வழங்கப்பட்டிருந்தது. முழு பலத்தை யும் பயன்படுத்தி ஆயுதத்தால் பிடரியோடு சேர்த்துப் பின்னந் தலையின் தாக்கினால் அவர் மூர்ச்சையாவார் என்று கணித் திருந்தார்கள்.

ஆனால் அதிர்ஷ்டவசமாக விமான ஓட்டியாகப் பயிற்சி பெற் றிருந்த ராஜீவ் காந்தியின் ஓரக்கண் அடிக்க வந்த விஜயமுனியைக் கவனித்து விட்டது. கண்ணிமைக்கும் நேரத்தில் அவர் குனிந்து கொண்டார். அதனால் தலையை நோக்கி வைக்கப்பட்ட குறி பிரதமரின் தோள் பட்டையில் விழுந்தது. அவன் தாக்கிய போது அதைத் தடுப்பதற்கு மற்ற சிங்கள வீரர்கள் யாருமே முயற்சிக்க வில்லை. முதலாமவனின் குறி தவறியதால் மற்ற இருவரும் திட்டமிட்டபடி ராஜீவ் காந்தி மீது பாயவில்லை. அப்படிப் பாய்ந்திருந்தால் ராஜீவுக்குப் பலத்த காயம் ஏற்பட்டு அவருடைய உயிருக்கே பாதகமாக அமைந்திருக்கக்கூடும்.

விருந்தினராகச் சென்ற தேசத்தில் கொலை முயற்சி என்ற செய்தி டில்லியில் காட்டுத் தீயாகப் பரவி எல்லா மரபுகளையும் தகர்த்தது. குடியரசுத் தலைவர் வெங்கட்ராமனே விமான நிலையத்திற்கு வந்து ராஜீவை வரவேற்றார்.

●

ஆகஸ்ட் 2 ஆம் தேதி ஹெலிகாப்டரில் பிரபாகரன் யாழ்ப்பாணம் கொண்டுவரப்பட்டார். அவரோடு அவரது மனைவி,

குழந்தைகளும், கால் ஊனமான கிட்டு என்கிற சதாசிவம் கிருஷ்ணகுமாரும் வந்தனர். அப்போதுதான் ஹரிகிரந்த் சிங் பிரபாகரனை நேரில் பார்த்தார். அடுத்த நாள் மறுபடியும் சந்திப்பதென்று தீர்மானித்தனர். ஆகஸ்ட் 3 ஆம் தேதி யாழ்ப் பாண மருத்துவக் கல்லூரியில் நிகழ்ந்த அந்தச் சந்திப்பு ஐந்து மணி நேரம் நீண்டது. அதன் முடிவில் ஆகஸ்ட் 5 ஆம் தேதியன்று ஆயுதங்களைக் கையளிப்பதாக பிரபாகரன் எழுதிக் கொடுத்தார்.

இந்தியாவின் தலையீட்டினால் ஏற்பட்ட ஒப்பந்தம் உண்டாக்கிய நெருக்கடியின் காரணமாக தனி ஈழப் போராட்டத்தையும், அதை எட்டுவதற்காகத் தேர்ந்தெடுத்திருந்த ஆயுதப் போராட்டத்தை யும் கைவிடும் நிலைக்குத் தள்ளப்பட்ட பிரபாகரன் அதை மக்களுக்கு விளக்க வேண்டியதன் அவசியத்தை உணர்ந்தார். ஆயுதக் குழுவை அரசியல் இயக்கமாக மாற்ற வேண்டிய தேவையை அவரது விருப்பத்துக்கு மாறாக காலம் அவர் மீது திணித்ததனால் உருவான கொள்கை மாற்றத்தை விவரிக்க விரும்பினார். அமைதிப்படைத் தளபதியிடம் கடிதம் கொடுத்த பிரபாகரன் அதற்கு அடுத்த நாள், ஆகஸ்ட் 4ஆம் தேதி, தனது வாழ்நாளின் முதல் பொதுக்கூட்டத்தில் உரையாற்றினார்.

ஒரு லட்சத்துக்கும் மேல் பெருந்திரளான பொது மக்கள் பிரபா கரன் பேசுவதைக் கேட்பதற்காக சுதுமலை அம்மன் கோயில் வளாகத்தில் கூடினர். பிராந்திய வல்லரசு இந்தியா நிர்ப்பந்திக் கும்போது அதை எதிர்க்க வழியில்லாமல் ஏற்றுக்கொண்டதாக அவர் கூறினார். 15 வருடத்துக்கும் மேலாக நடத்திய ஆயுத மேந்திய போராட்டத்துக்கு இந்திய-இலங்கை ஒப்பந்தம் முற்றுப்புள்ளி வைப்பதைச் சுட்டிக்காட்டிய பிரபாகரன், போராட்ட வழிமுறை மாறினாலும் போராட்டம் மாறாது என்றார். ஆயுதங்களை ஒப்படைத்த பிறகு அகிம்சைப் போராட் டத்தில் ஈடுபடப் போவதாக அறிவித்தார்.

சிங்களப் பேரினவாதத்தின் அடக்குமுறையில் இருந்து தமிழ் மக்களைத் தற்காப்பதற்காகத் தூக்கிய ஆயுதத்தைப் பறிப்பதன் மூலம் அந்தத் தமிழ் மக்களின் பாதுகாப்புக்கு இந்தியா பொறுப்பேற்க வேண்டும் என்றும் வேண்டுகோள் விடுத்தார். டெல்லியில் தன்னோடு உரையாடிய பிரதமர் ராஜீவ் காந்தி அதற்கு உறுதியளித்ததைக் குறிப்பிட்ட பிரபாகரன் சிங்கள அரசு இனப் படுகொலையைத் தொடர்ந்தால் அதை இந்தியா அனுமதிக்காது என்று நம்புவதாகவும் அந்த நம்பிக்கையின்

காரணமாக மட்டுமே ஆயுதங்களைக் கீழே போடுவதாகவும் கூறினார். எந்தக் கணத்தில் ஆயுதத்தை இந்தியாவிடம்ஒப்படைக் கிறோமோ அதே கணத்தில் தமிழீழ மக்களைப் பாதுகாக்கும் பொறுப்பையும் இந்தியாவிடம் ஒப்படைப்பதாக பெருந்திரளாகக் கூடியிருந்த மக்கள் முன்னிலையில் பிரபாகரன் பேசினார்.

அந்த உரையின் முத்தாய்ப்பாக 'நாம் இந்தியாவை நேசிக் கிறோம். இந்திய மக்களை நேசிக்கிறோம்' என்று கூறிவிட்டு, எந்த ஒரு சூழ்நிலையிலும் ஒருங்கிணைந்த வடகிழக்கு மாகாணத்தின் முதலமைச்சர் பொறுப்பைத் தான் ஏற்கப் போவதில்லை என்று தனது உரையை முடித்துக்கொண்டார்.

●

ஒப்புக்கொண்டபடி ஆகஸ்ட் 5ஆம் தேதி விடுதலைப் புலிகள் ஆயுதத்தை ஒப்படைத்தனர். அமைதிப் படையின் தலைமை யகமாகத் திகழ்ந்த பலாலி விமான தளத்தில் அந்த நிகழ்ச்சிக்கு ஏற்பாடு செய்யப்பட்டிருந்தது. சுமார் 200 பத்திரிகையாளர்கள் கூடியிருந்தனர். ஆறு குட்டி லாரிகளில் வந்த தானியங்கித் துப்பாக்கிகள், விமான எதிர்த் துப்பாக்கிகள் உள்ளிட்ட ஆயுதங் கள் அப்போது ஒப்படைக்கப்பட்டன. தமது இயக்கத்தினரை அரசியல் ரீதியாகத் தயார்படுத்தும் நோக்கம் பிரபாகரனுக்கு இருந்தது. ஆயுதமே இல்லையென்ற பிறகு ஆயுதப் பயிற்சி மட்டும் பெற்ற ஆட்களை புதிய சூழலுக்குத் தயார் படுத்தும் எண்ணத்தில் கவிஞர் காசி ஆனந்தனை அவர் அணுகினார். பசங்களுக்கு சுடத் தெரிந்த அளவுக்கு பேசத் தெரியவில்லை என்று கூறி அவர்களுக்கு பேச்சுக் கலையைச் சொல்லிக் கொடுக்குமாறு காசி ஆனந்தனிடம் வேண்டுகோள் விடுக்கப் பட்டது. இந்தியா மாதந்தோறும் கொடுப்பதாகச் சொன்ன பணத்தை வைத்து யாழ்ப்பாணத்தை மறு சீரமைக்கலாம் என்று பிரபாகரன் கவிஞரிடம் நம்பிக்கையாகப் பேசினார். யாழ் பல்கலைக் கழக வளாகத்தில் புலி உறுப்பினர்களிடம் விருப்ப முள்ளோர் குடும்பத்தோடு போய்ச் சேர்ந்து கொள்ளுங்கள் என்று உணர்ச்சி மேலிட அவர் சொன்னார்.

இதை உறுதிப்படுத்திக்கொண்ட இந்திய உளவு அமைப்பு 'ரா', மற்ற ஆயுதக் குழுக்களுக்கு மறைமுகமாக ஆயுதம் வழங்கியது. ஹர்கிரத் சிங் ஜூனியர் விகடனுக்கு அளித்த பேட்டி இதை உறுதி செய்கிறது.

விடுதலைப் புலிகள் ஆயுதங்களை ஒப்படைக்கக் கோரியும் அவர்களிடமிருந்து ஆயுதங்களைப் பறிக்கும் முயற்சியிலும் நாங்கள் ஈடுபட்டோம். 1987, ஆகஸ்ட் மாதம் அவர்கள் ஆயுதங் களை ஒப்படைத்தனர். அதேநேரம், நமது உளவு அமைப்பான 'ரா', மற்ற தமிழ்ப் போராளிகளுக்கு ஆயுதங்களைக் கொடுத்துக் கொண்டு இருந்தது. இதைப் புலிகள் வீடியோ எடுத்து என்னிடம் காட்டி முறையிட்டனர். இதை நான் நம்முடைய ஹைகமிஷ னுக்குக் கொண்டு சென்றேன்.

ஜே.என்.தீட்சித், 'இந்திய அமைதிப்படை மூலம் புலிகளைப் பற்றியஅவதூறுகளை அங்குள்ள தமிழ் மக்கள் மத்தியில் பரப்பச் சொன்னார். அதை நாங்கள் ஏற்க மறுத்தோம். நாங்கள் சொல்வதை நம்ப அங்கு யாரும் தயாராக இல்லை என்பதுதான் யதார்த்தம். அங்குள்ள தமிழ் மக்கள் தனி ஈழத்தை விடுதலைப் புலிகள் மூலமாக மட்டுமே அடைய முடியும் என்று உறுதியாக நம்பினார்கள். இதையெல்லாம் தீட்சித்திடம் நான் சொன்ன போது, 'ஜெனரல், நான் உங்களுக்குப் போடும் கட்டளைகள் எல்லாம் பிரதமரிடம் கலந்து கொண்டுதான் சொல்கிறேன். இதை நீங்கள் மனதில் வைத்துக்கொள்வது நல்லது' என்று அழுத்தமாகச் சொன்னார் தீட்சித்.'

எல்லாக் குழுக்களிடமும் இருந்து ஆயுதத்தைக் களைந்து அமைதியை நிலைநாட்டுவதற்காக ஏற்பட்ட ஒப்பந்தத்தின் போக்கில் போராளிக் குழுக்களுக்கு இடையே மோதல் ஏற்பட்டது. புதிதாக ஆயுதம் பெற்ற தெம்பில் மற்ற குழுக்கள் புலி ஆதரவாளர்களைத் தாக்கினர். புளோட், டெலோ மற்றும் EPRLF இயக்கங்கள் கூட்டாக இணைந்து 'திரீ ஸ்டார்' என்ற பெயருடன் புலிகளுக்கு எதிராக நின்றனர். அவர்களுக்கு இந்திய உளவுத் துறையின் ஆதரவு இருந்ததாகச் சொல்லப் பட்டது.

வெகு விரைவில், 'திரீ ஸ்டார்' குழுவினர் புலிகளின் எதிர்த் தாக்குதலுக்கு ஆளாயினர். ஒரு முறை இந்திய ராணுவத்தின ரும், புலிகளும் பயணம் செய்த ஜீப்பை டெலோ இயக்கத்தினர் தாக்கினர். புலிகளுக்கும், அமைதிப்படைக்கும் யுத்தம் வெடிப் பதற்கு வெகு முன்னதாக நடந்த இந்தச் சம்பவமே இந்தியத் துருப்புக்களின் மீது இலங்கை மண்ணில் நடத்தப்பட்ட முதல் தாக்குதலாகும்.

செப்டம்பர் 13ஆம் தேதி கிழக்குப் பிராந்தியத்தில் வன்முறை வெடித்தது. தமிழர்கள் சிங்களர்களால் தாக்கப்பட்டனர். அரசு உதவியுடன் சிங்களக் குடியேற்றமும் நின்றபாடில்லை.

இதற்கிடையில் இந்திய-இலங்கை ஒப்பந்தத்தில் குறிப்பிட்ட இடைக்கால நிர்வாகம் செயல் வடிவம் பெறாததையும், டெல்லியில் ராஜீவ் காந்தி - பிரபாகரன் இடையே ஏற்பட்டதாகச் சொல்லப்படுகிற ரகசிய ஒப்பந்தம் செயல்வடிவம் பெறாததை யும், சிங்களச் சக்திகளால் தமிழர்கள் தாக்கப்படுவதையும், ராஜீவ்-ஜெயவர்த்தனா உடன்படிக்கையின் படி அரசியல் கைதிகள் விடுதலை செய்யப்படாததையும் கண்டு விரக்தி யடைந்த திலீபன் செப்டம்பர் 14ஆம் தேதி உண்ணாவிரதப் போராட்டத்தைத் தொடங்கினார். ஜூலை இறுதியில் பிரபாகர னோடு டெல்லி சென்றவர்களின் திலீபனும் ஒருவர் என்பது குறிப்பிடத்தக்கது. அகிம்சையைப் போதிக்கும் இந்தியாவை நோக்கி அகிம்சை முறையில் சாகும் வரை உண்ணாவிரதப் போராட்டத்தில் அவர் இறங்கினார்.

திலீபனின் உண்ணாவிரதம் தொடங்கிய சமயத்தில் ஒரு அதிர்ச்சி கரமான சம்பவம் நடந்ததாக ஹர்கிரந்த் சிங் கிட்டத்தட்ட 20 வருடம் கழித்து ஒரு குண்டைத் தூக்கிப் போட்டார். 2007 ஜூனியர் விகடன் பேட்டியில் இருந்து ஒரு பகுதி:

'1987-ல் செப்டம்பர் 14, 15 தேதிகளில் எனக்கு தீட்சித்திடமிருந்து போன் வந்தது. 'இந்திய அமைதிப்படையிடம் பேச்சுவார்த்தை நடத்த பிரபாகரன் வரும்போது, அவரைத் துப்பாக்கியால் சுட்டுக் கொன்று விடுங்கள்... இல்லையென்றால் அவரை நீங்கள் கைது செய்தாவது இந்திய அரசிடம் ஒப்படை யுங்கள்' என்றார் தீட்சித்.

அதிர்ந்துபோன நான், 'ஓவர் ஆல் ஃபோர்ஸ் கமாண்டரான லெப்டினென்ட் ஜெனரல் டிபேந்தர் சிங்கிடம் பேசிவிட்டு, என் கருத்தை உங்களுக்குத் தெரிவிக்கிறேன்' என்று சொல்லி போனை வைத்துவிட்டேன். டிபேந்தர் சிங்கிடம் பேசியபோது, அவரும் ஆவேசமடைந்து, 'தீட்சித்திடம் சொல்லுங்கள்... நம்முடைய ராணுவம் ஒருபோதும் முதுகில் சுடுகிற கோழையல்ல. அதிலும் சமாதானப் பேச்சுவார்த்தைக்கு அழைத்து, அதன்படி வெள்ளைக் கொடியின்கீழ் வரும் ஒருவரை சுட்டுக்கொல்வது நமக்கு எந்த வகையிலும் அழகல்ல' என்றார்.

இதை நான் சொன்னதும், 'நான் உங்களுக்கு இடுகிற கட்டளை என்னுடையதல்ல. அவருடைய (ராஜீவ் காந்தி) உத்தரவின்படி தான். நீங்கள்தான் இந்திய அமைதிப்படைக்கு கமாண்டிங் ஆபீஸர். உங்களுக்கு தான் இதை நிறைவேற்றும் பொறுப்பு இருக்கிறது' என்றார் தீட்சித் கோபமாக. மறுநாள் காலையில் டெல்லியிலுள்ள தலைமையகத்தில் இருந்த ராணுவ ஆபரேஷன் களுக்கான இயக்குநர் ஜெனரல் லெப்.ஜெனரல் பி.சி. ஜோஷியைத் தொடர்பு கொண்டேன். அவர் என்னுடைய நிலைபாட்டுக்கே ஆதரவு தெரிவித்தார். ராணுவத் தளபதி சுந்தர்ஜியும் தீட்சித்மீது கோபத்தை வெளிப்படுத்தினார்.

பிரபாகரனைச் சுடச் சொன்ன தீட்சித்திடம், 'உங்களை என் வீட்டுக்கு வரவழைத்து நான் உங்களைத் துப்பாக்கியால் சுட்டால் எப்படியிருக்கும்?' என்றுகூட நான் திருப்பிக் கேட்டேன். அவர் அதிர்ச்சியில் உறைந்து போனார் என்பது எனக்கு நினை விருக்கிறது.'

இன்னொரு பக்கம் தமிழீழ மக்கள் திலீபனின் அறப் போராட் டத்தை முழுமையாக ஆதரித்தனர். உலகின் மிகப் பெரிய ஜனநாயக நாட்டிடம் நீதி கேட்டு தனி மனிதன் ஒருவன் நடத்தும் அகிம்சைப் போராட்டம் அது. தண்ணீரும், பருக்கையும் காணாத அந்த உதடுகள் உலர்ந்து வெடித்தன. அப்போதும் அவன் பொது மக்களை நோக்கி உரையாற்றுவான். பெருந்திரளான மக்கள் முன்பு அந்த இளைஞன் படிப்படியாகச் செத்துக்கொண்டிருந் தான்.

அமைதிப் படைத் தளபதி ஹர்கிரத் சிங் எப்படியாவது திலீபனைக் காப்பாற்ற முயன்றார். செப்டம்பர் 22ஆம் தேதி பலாலி விமான நிலையத்தில் வந்திறங்கிய தீக்ஷித்தை பிரபாகரனும், பாலசிங்க மும் சந்தித்து திலீபனைக் காப்பாற்றுமாறு வேண்டினார்கள். ஆனால் அவர் மறுத்துவிட்டார்.

செப்டம்பர் 26ஆம் தேதி தீக்ஷித் யாழ்ப்பாணத்தில் பிரபாகரனை மறுபடியும் சந்திப்பதாக ஏற்பாடு. பாலசிங்கத்தோடு பிரபாகரன் பலாலி விமான தளத்தில் அமைந்திருந்த இந்திய அமைதிப் படைத் தலைமையகத்தில் தீக்ஷித்தைச் சந்திப்பதற்கு இரண்டு நிமிடத்திற்கு முன் திலீபன் தனது இறுதி மூச்சைச் சுவாசித்தான். ஈழத்தமிழ் மக்களைப் பொறுத்த வரை இந்தியா மீதும், அமைதிப் படை மீதும் அவநம்பிக்கையும் வெறுப்பும் உருப்பெறுவதற்கு

அது காரணமாக அமைந்தது. யாழ் தீபகற்பம் கொந்தளித்தது. தனது இறுதி நாள்களை திலீபன் எண்ணிக்கொண்டிருந்த போதே டச்சுக்காரர் காலத்தில் கட்டிய யாழ்ப்பாணக் கோட்டையில் ஹெலிகாப்டரில் வந்திறங்கிய தீபேந்தர் சிங் (இந்திய, அமைதி காக்கும் படையின் தளபதியாக நியமிக்கப்பட்டிருந்தவர்) வெளியே சென்ற போது இருநூறுக்கும் மேற்பட்ட குழந்தைகள் அவரை வழி மறித்தனர். மரணச் செய்தி கேள்விப்பட்டவுடன் மக்கள் கட்டுப்பாடு இழந்தனர். இரண்டு பேருந்துகள் எரிக்கப் பட்டன. தீக்ஷித்தும், பிரபாகரனும் பேசிக்கொண்டிருந்த அமைதிப் படைத் தலைமையகத்தின் முன்பு பெருந்திரளான மக்கள் திரண்டனர்.

திலீபனின் மரணத்தினால் விடுதலைப் புலிகளின் தலைமை இந்தியா மீது கடும் சீற்றம் கொண்டது.

•

இந்தப் பின்னணியில் காந்தி பிறந்த நாளான அக்டோபர் 2 ஆம் தேதி இலங்கை ஹோம்கார்ட் (Home gaurd) துணை ராணுவத்தினர் சுட்டதில் கோரக் ராம் என்ற அமைதிப் படைச் சிப்பாய் உயிரிழந் தார். மற்றொருவர் காயமடைந்தார். இதைக் கண்டித்து இலங்கை ராணுவத்திடம் 'ஒப்பந்த மீறல்' புகாரை அமைதிப் படை பதிவு செய்தது. அன்றைய தினம் சிங்களர்கள் அன்பைப் போதிப்பதற்குக் கடைபிடிக்கும் தசராவுன் கூட. யாழ்ப்பாணத்தில் புலிகளின் தலைமையகத்தில் பிரபாகரனோடு பேசிக்கொண்டு இருந்தார் ஹர்கிரந்த் சிங். அப்போதுதான் அந்தச் செய்தி வந்தது.

பருத்தித்துறைக் கரையில் ஒரு படகை மறித்து அதிலிருந்த 17 விடுதலைப் புலிகளை இலங்கைக் கடற்படை கைது செய் திருந்தது. அதில் குமரப்பா, புலேந்திரன், ரகுவும் அடக்கம். குமரப்பாவின் சொந்த ஊர், வல்வெட்டித்துறை. 1983 இனப் படுகொலைக்குப் பிறகு புலிகள் இயக்கத்தின் தன்னை இணைத்து ஆயுதம் தூக்கியவர்; கிட்டு காலை இழந்த பிறகு அந்த அமைப்பின் யாழ்ப்பாணத் தளபதியாக உயர்வு பெற்றவர், அவருக்கு அப்போதுதான் திருமணம்வேறு நடந்திருந்தது. காதல் திருமணம்.

புலேந்திரனும் கூட புதிதாகக் கல்யாணம் ஆனவரே. அவர் திரு கோணமலை கமாண்டர். குமரப்பாவின் திருமணத்துக்குச் சில

வாரங்கள் முன்னதாக அவரது திருமணம் சென்னை திருப்போரூர் கோயில் நடந்தது. பிரபாகரன் தாலி கட்டிய அதே கோயில், அதே போலக் காதல் மணம்.

இந்திய-இலங்கை ஒப்பந்தத்தின்படி போராளிகள் அனைவருக்கும் பொது மன்னிப்பு வழங்கப்பட்டிருந்தது. மேலும் மூத்த தளபதிகள் தமது பாதுகாப்பிற்காக ஆயுதம் வைத்திருக்கலாம் என்றும் சொல்லப்பட்டது. அதன்படி குமரப்பாவும், புலேந்திரனும் துப்பாக்கி தரித்திருந்தனர். எனவே அவர்களைக் கைது செய்தது அடாத செயல் என்று புலிகள் வாதிட்டனர். 17 போராளிகளும் பலாலி ராணுவ முகாமில் அமைதிப் படையின் கட்டுப்பாட்டில் வைக்கப்பட்டனர். அவர்களை விசாரணைக்காகக் கொழும்பு கொண்டு செல்ல வேண்டுமென்று இலங்கை அரசாங்கம் பிடிவாதமாக இருந்தது. குறிப்பாக பாதுகாப்புத் துறை அமைச்சர் லலித் அதுலத்முதலி அதில் விடாப்பிடியாக நின்றார்.

கொழும்பு சென்றால் பெரும் சித்திரவதைக்கு ஆளாகிக் கொல்லப்படுவோம் என்று அந்தப் போராளிகளுக்குத் தெரியும். அவர்கள் முடிவெடுத்தார்கள். ஏனைய போராளிகள் ஒரு சயனைடு குப்பியைக் கடித்திருக்க, குமரப்பாவும் புலேந்திரனும் ஆளுக்கு இரண்டு குப்பிகளைக் கடித்திருந்தனர். அமைதியை நிலைநாட்ட வந்த இந்தியத் துருப்புகள் விடுதலைப் புலிகளோடு சண்டை போடுவதற்கு இந்த நிகழ்ச்சி முக்கியமான காரணங்களில் ஒன்றாக அமைந்தது.

15. இந்தியாவை வெறுக்கிறோம்

குமரப்பா, புலேந்திரன் உள்ளிட்ட பதினேழு விடுதலைப் புலிகள் ஒட்டுமொத்தமாகத் தற்கொலை செய்துகொண்ட செய்தி காட்டுத் தீயைப் போலப் பரவியது. முதலில் திலீபன் சாவதைத் தடுக்காமல் வேடிக்கை பார்த்த இந்திய நிர்வாகம் மீது உருவான அதிருப்தி இப்போது மேலும் அதிகரித்தது. அதிலும் முக்கியமாக அப்போராளிகள் மரணம் அமைதிப் படையின் தலைமையிடத்தில் நடந்த காரணத்தினால் இந்தியப் படையைத் தமிழ் மக்கள் வெறுத்தனர். எந்தச் சிப்பாய்களுக்கு மாலை அணிவித்து ஆரத்தி எடுத்து வரவேற்றார்களோ அந்தச் சிப்பாய்களை வெறுத்தனர்.

தாங்கள் இந்தியாவினால் வஞ்சிக்கப்பட்டதாக விடுதலைப் புலிகள் அமைப்பு கருதியது. 17 பேரின் மரணத்தைத் தொடர்ந்து தாம் கைது செய்து வைத்திருந்த எட்டு சிங்களச் சிப்பாய்களையும், நான்கு போலீஸ்காரர்களையும் புலிகள் கொன்றனர். சிங்களக் குடியேற்றங்கள் அதிகமாக நிகழ்ந்த மட்டக்களப்பு பகுதியில் சிங்களர்கள் தாக்கப்பட்டனர்.

பல முனைகளிலும் செல்வாக்கு சரிந்து கொண்டிருக்கும் ராஜீவ் காந்தி தான் கையெழுத்திட்ட ஒப்பந்தம் தோல்வியில் முடிந்ததை ஒப்புக்கொள்ள மாட்டார் என்றும் எப்பாடு பட்டாவது அதை நிறைவேற்றுவார் என்றும் ஜெயவர்த்தனாவுக்குத் தெரியும். புலிகளை இந்திய ராணுவம் உடனடியாக ஒடுக்க வேண்டு மென்று ஜெயவர்த்தனா நிர்வாகம் நிர்ப்பந்தித்தது. இதனை யடுத்து இந்திய ராணுவத் தளபதி சுந்தர்ஜியும் பாதுகாப்புத் துறை அமைச்சர் கே.சி.பந்தும் அக்டோபர் 7ஆம் தேதி கொழும்பு சென்றனர்.

புலிகளை ராணுவ நடவடிக்கை மூலம் ஒடுக்கி ஆயுதங்களைப் பறிமுதல் செய்வதென்ற முடிவு இலங்கை அதிபரிடம் தெரி விக்கப்பட்டது. அவர் அதைத்தான் எதிர்பார்த்துக் காத்திருந்தார்; அதற்காகத்தான் சாமர்த்தியமாகக் காய் நகர்த்தினார். புலிகளுக் கும் இந்திய ராணுவத்திற்கும் இடையே சண்டை மூளுவதை ஹர்கிரந்த் சிங்கும் விரும்பவில்லை. தீபேந்தர் சிங்கும் விரும்ப வில்லை. அவர்கள் போர் மூள்வதைத் தடுக்க முயன்றார்கள். தமிழக முதலமைச்சர் எம்.ஜி.ஆர் அமெரிக்காவில் சிகிச்சை பெற்று வருவதால் அமைச்சர் பண்ருட்டி ராமச்சந்திரனைத் தொடர்புகொண்டு பேசிப்பார்த்தார். டெல்லி நிர்வாகத்தோடு பேசிப் பார்த்துவிட்டு தன்னால் எதுவும் செய்ய இயலாது என்று அவர் கையை விரித்துவிட்டார்.

அக்டோபர் 8 ஆம் தேதி பலாலி வந்த ராணுவத் தளபதி சுந்தர்ஜி இந்திய அமைதிப் படை புலிகளை போரிட்டு அழிக்க வேண்டு மென்று அறிவுறுத்தினார். அமைதிப்படை விடுதலைப் புலிகளை இரண்டே வாரத்தில் ஒடுக்கி விடும் என்று சுந்தர்ஜி ராஜீவ் நிர்வாகத்திடம் எடுத்துச் சொல்லி கடுமையான நடவடிக்கைக்கு அடிகோலினார் என்று ஹர்கிரத் சிங் குறிப்பிட்டுள்ளார். 1971 இல் இந்திய ராணுவத் தளபதியாக இருந்த சாம் மானெக்ஷா, பங்களா தேஷ் போரின் போது அவசரப்படுத்திய இந்திரா காந்தியிடம் எடுத்துச் சொல்லி சரியான தருணம் வரும் வரையில் இந்தியத் துருப்புக்களை நேரடியாகப் போரில் ஈடுபடுத்தாமல் இருந்தார். ஆனால் சுந்தர்ஜி அப்படிப் பொறுமை காக்கவில்லை. பொற் கோயிலில் ஒளிந்திருந்த ஆயுதமேந்திய சீக்கியர்கள் மீது 'ஆபரேஷன் புளூஸ்டார்' தொடுப்பதில் வேகம் காட்டினார். அதன் விளைவாக இந்திரா காந்தியின் உயிர் பறிபோனது. விடுதலைப் புலிகளை இரண்டே வாரத்தில் அழித்து விடுவோம் என்று மார்தட்டி அமைதிப் படையை விடுதலைப் புலிகளுக்கு

எதிராகத் திருப்பதிலும் வேகம் காட்டினார். இரண்டு வாரம் என நினைத்த போர் இரண்டு வருடம், ஏழு மாத காலம் நீடித்தது. ஆபரேஷன் புளூ ஸ்டார் இந்திராவின் உயிரைக் குடித்தது போல புலிகளுக்கு எதிராக ஆபரேஷன் பவான் அவரது மகன் ராஜீவ் காந்தியின் உயிருக்கு உலை வைக்கும் என்பது சுந்தர்ஜிக்குத் தெரிந்திருக்காது.

அக்டோபர் 10ஆம் தேதி புலிகளின் டி.வி. நிலையமும், வானொலி நிலையமும் இந்திய அமைதிப்படையால் தகர்க்கப் பட்டன. புலிகளுக்கு ஆதரவான ஈழமுரசு மற்றும் முரசொலி ஆகிய பத்திரிகை அலுவலகங்களும் தாக்கியழிக்கப்பட்டன. போர் முழு அளவில் தொடங்கியது. போர் வேண்டாம் என்று அக்டோபர் 12ஆம் தேதி பிரபாகரன் இந்தியப் பிரதமர் ராஜீவ் காந்திக்குக் கடிதம் எழுதினார். கூடவே எம்.ஜி.ஆருக்கும் ஒரு மடல். 14ஆம் தேதி மறுபடியும் ஒரு கடிதத்தை ராஜீவுக்கு அனுப்பினார். போர் மூண்ட ஓரிரு நாள்களுக்குள் 150 சிவிலியன் கள் இறந்து போனதாகவும், 500-க்கும் மேற்பட்டோர் காயமுற்ற தாகவும் அதில் எழுதப்பட்டிருந்தது.

ஆக போர் தவிர்க்க முடியாத ஒன்றாக உருவெடுத்தது. 1984ஆம் வருடம் தனது முதல் பேட்டியின் போது பத்திரிகையாளர் அனிதா பிரதாப்பிடம் குறிப்பிட்டது போல வேலுப்பிள்ளை பிரபாகரன் உலகின் நான்காவது மிகப் பெரிய ராணுவமாகிய இந்தியாவை போர் முனையில் எதிர்கொள்ள வேண்டிய கட்டம் வந்து விட்டது.

•

யாழ் பல்கலைக் கழகத்துக்கு அருகில் கொக்குவில் பகுதியில் பிரம்படி வீதியில் விடுதலைப் புலிகளின் முக்கியத் தலைவர் நிலைகொண்டிருப்பதாக அவர்களது ரேடியோ தொலைத் தொடர்பை ஒட்டுக்கேட்ட இலங்கை ராணுவத்தின் உளவுத் துறை இந்திய அமைதிப் படைக்குத் தகவல் தந்தது. தலையை அகற்றி விட்டால் புலிப் போராளிகள் சீர்குலைந்து, மனம் தளர்ந்து எதிர்ப்பு இல்லாமல் சரணடைந்து விடுவார்கள் என்று கணிக்கப்பட்டது. விமானப் படையைக் கொண்டு வந்து பிரபாகரன் உள்ளிட்ட புலிகளை அழிப்பதாகத் திட்டம். யாழ் பல்கலைக்கழக மருத்துவ பீடத்துக்குப் பக்கத்தில் அமைந்திருந்த வளாகத்தை இந்திய ராணுவம் தேர்ந்தெடுத்தது.

அதை பிரபாகரன் முன்கூட்டியே கணிக்கத் தவறவில்லை. இந்திய ராணுவம் தன்னை எப்படியும் கைது செய்யும் என்று அவருக்குத் தெரியும். அப்படிக் கைது செய்ய முயற்சிக்கும் பட்சத்தில் மருத்துவ பீட மைதானம் அவர்களது தேர்வில் இருக்கும் என்று பிரபாகரனின் போர்த்தந்திர அறிவு சொல்லி யது. அக்டோபர் 12ஆம் தேதி அதிகாலை, 72 பேரைக்கொண்ட காலாட்படை ஒரு வழியாகவும், 91 பேரைக் கொண்ட காலாட்படை இன்னொரு வழியாகவும் பிரபாகரனின் தளத்தை நெருங்கிய அதே சமயத்தில் ஹெலிகாப்டர் மூலம் 303 அதிரடிப் படையினரும் 33 பேர் கொண்ட சீக்கியப்படை கமாண்டோக் களும் இறக்கப்பட்டனர்.

மைதானத்தைச் சுற்றியிருந்த கட்டடங்களில் தாமே தேர்ந் தெடுத்த ஆட்களை பிரபாகரன் நிறுத்தியிருந்தார். மாத்தையா, ஜானி, பொட்டம்மான், யோகி, நடேசன் ஆகியோர் அதில் குறிப்பிடத்தக்கவர்கள். வீரர்கள் கீழே இறங்க இறங்க புலிகள் அவர்களைச் சுட்டுக்கொண்டே இருந்தனர். பிரபாகரனைப் பிடிக்க வந்த 296 இந்திய ராணுவத்தினரில் இருவர் தவிர மற்றவர்கள் கொல்லப்பட்டனர். நாற்பது ஆண்டு கால சுதந்தர இந்தியாவின் வரலாற்றில் இந்திய ராணுவத்துக்குப் பெரும் தலைகுனிவை ஏற்படுத்திய கறுப்புத் தினமாக அந்த நாள் உருமாறியது.

புலிகள் தரப்பில் பொட்டு அம்மான் கடுமையாகக் காயமுற்றார். அவர் விடுதலைப்புலி உளவுப் பிரிவின் தலைவர். வயிற்றில் காயம் பட்டு உயிர் போகும் நிலையில் இருந்த இவரை யாழ்ப்பாண அரசு மருத்துவமனைக்குக் கொண்டுசென்று அவசர அறுவைச் சிகிச்சை நடத்தியிருக்கிறார்கள். அதன் பிறகு வல்வெட்டித்துறையில் உள்ள கிட்டுவின் தாயார் வீட்டில் வைத்து அவர் பராமரிக்கப்பட்டார். இலண்டனில் தாதி வேலை பார்த்து அனுபவப்பட்ட அடேல் பொட்டு அம்மானையும், வேறு சிலரையும் கவனிக்கும் பொறுப்பை ஏற்றுக்கொண்டார்.

மே மாதம் ஆபரேஷன் லிபரேஷனின் போது பொதுமக்களைப் பாரபட்சமின்றிக் கொல்வதாக சிங்கள ராணுவத்தைக் குற்றம் சாட்டிய இந்தியா இப்போது அதே காரியத்தைச் செய்வதாக தமிழர்கள் குற்றம் சாட்டினர். மக்களை முன்னுக்கு நிறுத்தி அவர்களுக்குப் பின்னால் நின்று புலிகள் தாக்குகிறார்கள் என்று இலங்கை சொன்ன அதே நொண்டிச் சாக்கை அமைதிப்படை

கூறியது. பத்திரிகையாளர்களை யாழ்ப்பாணத்துக்கு இந்திய ராணுவம் அனுமதிக்கவில்லை.

வன்செயல், சாவு, அழிவு என்ற புதிய முன்னெப்போதும் காணாத ஒரு நச்சுச் சுழலுக்குள் தமிழினம் தள்ளப்பட்டது. பெரும்பாலான பொதுமக்கள் யாழ் நகருக்குக் கிழக்குப் புறம் அமைந்துள்ள நல்லூர் கந்தசாமி கோயிலில் தஞ்சம் புகுந்தனர். அக்டோபர் 30 ஆசியா வீக் இதழ் அந்தக் கோயிலுக்குள் 50,000 பேர் அகதிகளாக அடைக்கலம் புகுந்துள்ளதை உறுதிப்படுத்தியது. பிரபாகரனின் மனைவி மதிவதனியும், அவரது குழந்தைகளும் கூட இந்திய ராணுவத்தின் கட்டுப்பாட்டுப் பகுதியில் இருந்த அந்தக் கோயிலில் இருந்தனர்.

அக்டோபர் 21ஆம் தேதி யாழ்ப்பாண மருத்துவமனையை அமைதிப் படை மூர்க்கத்தனமாகத் தாக்கி நூற்றுக்கு மேற்பட்டவர்களைக் கொன்றது. இறந்தவர்களில் 21 பேர் மருத்துவர்களும், தாதிமார்களும் ஆவர். 27ஆம் தேதி சாவகச்சேரி சந்தைக்கு மேலே வட்டமிட்ட ஹெலிகாப்டரில் இருந்து சீறிய குண்டுகளால் முப்பதுக்கும் மேற்பட்ட பொதுமக்கள் கொல்லப்பட்டனர்; 75 பேர் கடுங்காயம் அடைந்தனர். கொல்லப்பட்டதெல்லாம் புலிகள் என்றது இந்திய அமைதிப்படை.

பெருமளவில் பொருட்சேதமும் உயிர்ச்சேதமும் பொதுமக்களுக்கு நிகழ்ந்த பிறகு, இந்திய ராணுவமும் புலிகளும் சேதங்களைச் சந்தித்த பிறகு யாழ் தீபகற்பத்தில் இருந்து புலிகள் விரட்டியடிக்கப்பட்டனர். போர் தொடங்கிய 16 நாள்களில், அதாவது அக்டோபர் 25ஆம் தேதி, யாழ்ப்பாணம் தனது முழுக்கட்டுப்பாட்டில் வந்துவிட்டதாக அமைதிப் படை அறிவித்தது. ஆபரேஷன் பவான் முடிந்தது.

யாழ்ப்பாண நகரத்தையும், யாழ் தீபகற்பத்தையும் புலிகளிடமிருந்து கைப்பற்றுவதே இந்த நடவடிக்கை. இந்த ஆபரேஷனில் பின் வாங்கிய புலிகள் வன்னி காடுகளில் அடைக்கலம் புகுந்தனர். அங்கிருந்து அவர்கள் நெடியதொரு கெரில்லாப் போரை நடத்தினார்கள். சில போராளிகள் ஆயுதத்தைக் காட்டுக்குள் ஒளித்து வைத்துவிட்டு மக்களோடு ஊடுருவி அகதிகள் முகாமில் அடைக்கலமாயினர்.

வலிமை வாய்ந்த இந்திய ராணுவத்தால் எண்ணிக்கையிலும், தளவாடத்திலும் சிறிய புலிகளை ஒடுக்க முடியாமல் போனதை

மறுக்க முடியாது. தெரியாத ஊர், புரியாத நிலப்பரப்பு (அமைதிப் படை இலங்கையில் இறங்கிய போது டூரிஸ்ட் மேப்பை எடுத்துச் சென்றது), புலிகளின் வலிமையைப் பற்றிக் குறைத்து மதிப் பிட்டது, போதுமான உளவுத் தகவல் கிடைக்காமை, மக்க ளோடு மக்களாக ஊடுருவி மக்கள் ஒத்துழைப்புடன் போராடும் புலிகள், எந்தக் காரணத்துக்காகச் சண்டை போடுகிறோம் என்று புரியாத குழப்பம் ஆகிய காரணிகள் இந்திய ராணுவத்துக்குப் பாதகமாக அமைந்தன. நினைத்த வேகத்தில் அல்லது ராஜீவ் காந்தியிடம் வாக்களித்த வேகத்தில் புலிகளை அழிக்க முடி யாமல் போனதற்காக மேஜர் ஜெனரல் ஹர்கிரத் சிங் அமைதிப் படையின் பொறுப்பிலிருந்து விடுவிக்கப்பட்டு அக்டோபரில் இந்தியாவுக்கு அனுப்பப்பட்டார்.

இந்திய ராணுவம் ஈழத் தமிழர்களைக் கொல்வதைக் கண்டித்து நவம்பர் முதல் வாரம் சென்னையில் மாபெரும் மனிதச் சங்கிலிப் போராட்டம் நடத்தப்பட்டது. அகதிகள் முகாம் மீது இந்திய ராணுவத்தின் ஷெல் விழுந்ததை நவம்பர் 9ஆம் தேதி டைம் பத்திரிகை அம்பலப்படுத்தியது. போரில் உயிரிழந்த சிப்பாய் களின் படத்தை இந்தியா டுடே இதழ் அட்டையில் வெளி யிட்டது. ராஜீவ் காந்தியின் இலங்கைக் கொள்கையைக் கண்டித்து நாடாளுமன்றத்தில் எதிர்க்கட்சிகள் வெளிநடப்புச் செய்தன. அரசியல் பிரச்னைகளைத் திசை திருப்புவதற்காகக் கையில் எடுத்த இலங்கை ஒப்பந்தமே அவருக்கு எதிராகத் திரும்பியது அவரது துரதிர்ஷ்டம்; ஜெயவர்த்தனாவின் ராஜதந்திரம்.

•

தாற்காலிகமாக அமைதி திரும்புவது போன்ற தோற்றம் நவம்பரின் பிற்பகுதியில் உருவானது. சிறைப் பிடித்த 18 சிப்பாய்களை 19ஆம் தேதி விடுதலைப் புலிகள் விடுவித்தனர். அதைத் தொடர்ந்து நவம்பர் 21ஆம் தேதி தொடங்கி 48 மணி நேர போர்நிறுத்தத்தை அமைதிப் படை அறிவித்தது. ஆனால் நிரந்தரப் போர் நிறுத்தம் ஏற்படாமல் போனது.

இதற்கிடையில் 1988, ஜனவரி இரண்டாவது வாரம் பாரதப் பிரதமர் ராஜீவ் காந்திக்கு பிரபாகரன் மூன்றாவது கடிதம் எழுதினார். போரை நிறுத்திக்கொள்ளலாம் என்று அவர் கெஞ்சியிருந்தார். இந்திய-இலங்கை ஒப்பந்தத்தில் கண்டபடி இடைக்கால நிர்வாக சபை அமைக்கப்பட்டவுடன் மீதமுள்ள

ஆயுதங்களை எல்லாம் ஒப்படைத்து விடுவதாக அவர் எழுதினார். போர் நிறுத்தத்தை வேண்டிய பிரபாகரன் புலிகளுக்கும் அதன் ஆதரவாளர்களுக்கும் பொது மன்னிப்பு வழங்குமாறு கோரினார். ஆனால் ராஜீவ் காந்தியிடமிருந்து சாதகமான பதில் ஏதும் இந்த முறையும் வரவில்லை. அதன் பிறகு கடிதம் எழுதுவதை அவர் நிறுத்திக்கொண்டார்.

16. மாறும் காட்சிகள்

இலங்கை அரசியல் களத்தில் பங்கேற்ற ஒரு கதாநாயகனின் கதை இது. அவர் பெயர் விஜய குமாரதுங்கா. 1970-களில் பிரபலமான சிங்கள சினிமா நடிகர். 1977இல் சிறீலங்கா சுதந்தரக் கட்சி சார்பில் நாடாளுமன்றத் தேர்தலில் போட்டியிட்டுத் தோற்ற வர்; 1978இல் பண்டாரநாயகாவின் மகள் சந்திரி காவைக் காதலித்து மணந்தவர்; அரசியலில் தீவிர மாக இறங்கி இயங்கியவர். தமிழ்ப் போராளிகளைச் சந்தித்துப் பரபரப்பை ஏற்படுத்தி தனது அரசியல் செல்வாக்கை 80களில் வெகுவாக உயர்த்தியவர். 1986 அக்டோபர் மாதம் 21ஆம் தேதி தனது இளம் மனைவி சந்திரிகாவுடன் பயணித்து யாழ்ப்பாணம் சென்ற விஜயன், புலிகளின் தளபதி கிட்டுவைச் சந்தித்தார். அப்போது யாழ் தீபகற்பம் முழுவதும் புலிகளின் கட்டுப்பாட்டில் இருந்தது. அந்தச் சந்திப்பின் முடிவில் போர்க் கைதியாகப் பிடித்து வைத்திருந்த சில சிங்களச் சிப்பாய்களை நல்லெண்ணத்தின் அடிப்படையில் கிட்டு விடுதலை செய்தார்.

சந்திரிகாவைப் போலன்றி அவரது கணவர் ஆயுதக் குழுக்களை நிஜமான அக்கறையோடு அவதானித்த

மனிதராகக் கருதப்பட்டார். போராளிகள் ஆயுதம் தூக்குகிறார்கள் என்று மட்டும் நினைக்காமல் அவர்கள் ஏன் எந்த நிலைக்குத் தள்ளப்பட்டனர் என்று சிந்தித்த வெகு சில சிங்களர்களில் ஒருவராக அவர் கருதப்பட்டார்.

சிங்கள அரசியல் வட்டாரத்தில் வன்மையாக எதிர்க்கப்பட்ட இந்திய-இலங்கை ஒப்பந்தத்தை ஆதரித்த வெகு சில சிங்களர் களில் விஜயாவும் ஒருவர். ஆனால் ஜே.வி.பி ஒப்பந்தத்தைக் கண்மூடித்தனமாக எதிர்த்தது. இந்திய மருந்துகளை இறக்குமதி செய்த சுகாதாரத்துறை அதிகாரியையே சுட்டுக்கொல்லும் அளவுக்கு இந்திய எதிர்ப்பு வெறியில் இருந்தது ஜேவிபி. அப்படிப்பட்ட வெறி ஊட்டி வளர்க்கப்பட்ட சிங்கள இனவாதம் விஜய குமாரதுங்காவை மட்டும் விட்டு வைக்குமா என்ன! அவர் 1988 பிப்ரவரி 16ஆம் தேதி சுட்டுக் கொல்லப்பட்டார்.

இந்தியாவும் புலிகளும் ஈழத்தில் போர் புரிந்து வந்தாலும் 'எப்போதுமே போலீஸ் சூழ்ந்திருந்த' புலிகளின் சென்னை அரசியல் அலுவலத்தை கிட்டு நிர்வகித்து வந்தார். இச்சூழலில் முடிவில்லாமல் இழுத்துச் செல்லும் போரை முடிவுக்குக் கொண்டு வரும் முயற்சிகள் இந்தியாவில் இருந்தும் மேற் கொள்ளப்பட்டன. இந்திய அதிகாரிகளும், கிட்டுவும் பேசினார் கள். அந்தப் பேச்சின் விவரத்தை பிரபாகரனிடம் தெரிவிப்பதற் காக ஜானியை பிரபாகரன் தலைமறைவாக ஒளிந்திருக்கும் வன்னி காட்டுக்கு இந்தியாவின் அனுமதியோடு கிட்டு அனுப்பி வைத்தார். காட்டுப் பகுதியில் புலிகளின் தலைவரை நோக்கி சைக்கிளில் சென்ற ஜானி தெரிந்தோ தெரியாமலோ இந்திய அமைதிப் படையின் துப்பாக்கிக் குண்டுக்குப் பலியானார். இறுதி அமைதி முயற்சியும் தோல்வியில் முடிந்தது.

சமாதான முயற்சி வீணானதை அடுத்து தமிழகத்தில் செயல்பட்டு வந்த விடுதலைப் புலிகளின் 12 அரசியல் அலுவலகங்களை 1988 ஆகஸ்ட்டில் தமிழக போலீஸால் மூடப்பட்டன. கிட்டு உட்பட அந்த இயக்கத்தைச் சேர்ந்த 154 பேர் கைது செய்யப்பட்டனர். தம்மை விடுவிக்காவிட்டால் சாகும் வரை உண்ணாவிரதம் அனுசரிக்கப் போவதாக அக்டோபர் 10 ஆம் தேதி கிட்டு பயமுறுத்திய பிறகு அம்மாத மத்தியில் 154 பேரும் இந்தியாவில் இருந்து வெளியேற்றப்பட்டு இலங்கைக்கு அனுப்பி வைக்கப் பட்டனர். கிட்டு வன்னிக்குச் சென்று பிரபாகரனோடு இணைந்தார்.

1989 ஜனவரி 2ஆம் தேதி பிரேமதாசா அதிபராகப் பொறுப் பேற்றார். அதைத் தொடர்ந்து காலியாக இருந்த பிரதமர் பதவி காமினி அல்லது அதுலத்முதலிக்கு வழங்கப்படும் என்று எதிர்பார்க்கப்பட்டது. ஆனால் பிரேமதாசா அவர்கள் இருவரை யும் ஒதுக்கி விட்டு செல்வாக்கு அதிகம் இல்லாத ஈ.ஆ.விஜய துங்காவை நியமித்தார். அதை விட முக்கியமாக லலித் அதுலத் முதலி வகித்த பாதுகாப்புத் துறையைப் பறித்து தனது ஆதர வாளரான ரஞ்சன் விஜயரத்னேவிடம் ஒப்படைத்தார். ஜெய வர்த்தனாவின் மருமகன் முறையினரான ரணில் விக்ரமசிங்கே அவைத் தலைவராக நியமிக்கப்பட்டார்.

பிரேமதாசா அதிபராகப் பொறுப்பேற்று புதிய அமைச் சரவையை நியமிப்பதற்குள் நாடாளுமன்றத்துக்கான தேர்தலும் பிப்ரவரி தொடக்கத்தில் நடந்து முடிந்திருந்தது. 12 வருடங் களுக்குப் பிறகு அந்தத் தீவில் நடந்த நாடாளுமன்றத் தேர்தலில் ஐக்கிய தேசியக் கட்சியே வெற்றி பெற்றது. ஜெயவர்த்தனாவின் அரசியல் சதுரங்கத்தில் தாக்குப் பிடிக்க முடியாமல் போன அமிர்தலிங்கமும், யோகேஸ்வரனும் தமிழர் பிரதேசத்தில் தோற்றனர். இருந்தாலும் தமிழர் விடுதலைக் கூட்டணி, ஈ.பி.ஆர்.எல்.எஃப், டெலோ, ENDLF ஆகிய அமைப்புகள் கூட்டாகச் சேர்ந்து அனுபவம் மிக்க அமிர்தலிங்கத்தை நியமிக்கப்பட்ட உறுப்பினராக முன்மொழிந்தன.

கொழும்பில் ஏற்பட்ட அரசியல் மாற்றத்தைப் போல சென்னை யிலும் ஆட்சி மாற்றம் ஏற்பட்டது. ஒரு வருட காலம் குடியரசுத் தலைவர் ஆட்சி நிலவிய தமிழகத்தில் நடைபெற்ற தேர்தலில் தி.மு.க. வென்றதையடுத்து மு.கருணாநிதி 1989 ஜனவரி 27 அன்று முதலமைச்சரானார். இலங்கையில் போர் நடந்து கொண்டிருக்கும் போது தமிழகத்தில் பிரபாகரனின் செல்வாக்கு வெகுவாக உயர்ந்திருந்தது.

பிற்காலத்தில் தமிழக அரசியல் சதுரங்கத்தில் வெட்டுப்பட்ட சிப்பாயாக ஆக்கப்பட்ட வைகோ என்ற வை.கோபால்சாமி தி.மு.க. ஆட்சிக்கு வந்த உடனேயே பெரும் பரபரப்பு ஒன்றை ஏற்படுத்தினார். தி.மு.க. நாடாளுமன்ற உறுப்பினராக இருந்த அவர் தோணி ஏறி ரகசியமாக இலங்கைக்குச் சென்று திரும்பி னார். பிப்ரவரி 15ஆம் தேதி அவர் பிரபாகரனைச் சந்தித்தார். 24 நாள்கள் அவர் புலிகளின் மறைவிடத்தில் தங்கினார். தனது

வாழ்க்கையின் 'பெஸ்ட் பீரியட்' என்று இந்த 24 நாள்களைப் பற்றி அவர் பேட்டி ஒன்றில் தெரிவித்தார்.

இதற்கிடையில் ஆட்சிக்கு வந்த உடனேயே தனது இந்திய எதிர்ப்பு நிலைப்பாட்டை பிரேமதாசா வெளிப்படுத்தினார். அமைதிப் படையை இலங்கையை விட்டு வெளியேற்றுவதற்கு ஆர்வம் காட்டினார். அதிபர் தேர்தலின் போதும், நாடாளுமன்றத் தேர்தலின் போதும் ஜே.வி.பி நூற்றுக்கணக்கான அப்பாவிச் சிங்களப் பொது மக்களைச் சுட்டுக் கொன்றிருந்தது. வன்முறையைக் கைவிடுமாறு ஜே.வீ.பியினருக்கு அவர் அழைப்பு விடுத்தார். விடுதலைப் புலிகளுக்கும் அழைப்பு விடுத்தார். அரசுப் பேருந்துகள் மீது குண்டு வீசி இந்த அழைப்பை ஜே.வி.பி கௌரவித்தது. புலிகள் மௌனம் காத்தனர்.

●

பிரேமதாசா அடிப்படையில் பவுத்த சிங்கள இனவாதி. ஒற்றை யாட்சி என்ற போர்வையில் சிங்கள மேலாண்மையை நிலை நிறுத்தும் நோக்கத்தை அவர் என்றுமே மறைத்ததில்லை. இந்திய அமைதிப் படை இலங்கை மண்ணில் நீண்ட காலம் காலூன்றி னால் அந்த ஒற்றையாட்சிக்கு பாதகம் ஏற்பட்டு இந்தியாவில் உள்ளது போல கூட்டாட்சி நிலை பெற்று விடுமோ என்று அவர் அஞ்சினார். எனவே கூடிய விரைவில் இந்திய ராணுவத்தை வெளியேற்றி விட்டால் பேச்சு வார்த்தை அல்லது போர் மூலம் உரிமைக்காகப் போராடும் தமிழ்ப் போராளிகளைச் சமாளித்துக் கொள்ளலாம் என்பது அவரது கணக்கு.

அமைதிப் படை இலங்கையைவிட்டு வெளியேறவேண்டும் என்பதுதான் பிரபாகரனின் விருப்பமும். இந்தியப் படைகள் உள்ளே இருக்கும்வரை தனிஈழக் கோரிக்கைக்கு மதிப்பிருக்காது என்று அவருக்குத் தெரியும். ஆக மொத்தம் இருவருமே அமைதிப் படையை வெளியேற்ற வேண்டும் என்பதில் ஆர்வம் காட்டினர். அந்தப் பொது நலனை நோக்கியே அவர்கள் நகர்ந்தனர்.

ஏப்ரல் 12ஆம் தேதி இலங்கை ராணுவம் புலிகளுடன் ஒருதலைப் பட்ச போர் நிறுத்தத்தை அறிவித்தது. இலங்கை-புலிகள் பேச்சு வார்த்தை தொடங்கியது. இந்தியத் துருப்புகள் உடனடியாக இலங்கையைவிட்டு அகலவேண்டும் என்று கேட்டுக்

கொண்டார் பிரேமதாசா. உடனடியாக முடியாது என்று பதில் வந்தபோது, சரி படிப்படியாக விலக்கிக்கொள்ளுங்கள் என்றார்.

இது ராஜீவ் காந்திக்கு எரிச்சலூட்டியது. பிரேமதாசா ஒரு முடிவுக்கு வந்தார். விடுதலைப் புலிகளுக்கு ஆயுதம் வழங்கி இந்திய ராணுவத்துக்கு எதிராகப் போராட ஊக்குவித்தார். ஜெயவர்த்தனா தலைமையிலான இலங்கை அரசு அமைதிப் படையை வைத்து புலிகளை நசுக்க முயற்சித்தது. இப்போது பிரேமதாசா நிர்வாகம் புலிகளை வைத்து அமைதிப் படையை வெளியேற்ற முயற்சிக்கிறது.

ஜூலை மாதக் கடைசிக்குப் பிறகு அமைதிப் படை முகாமை விட்டு வெளியே வந்தால் இலங்கை ராணுவம் பதிலடி கொடுக்கும் என்று பிரேமதாசா மிரட்டினார். ஆனால் அப்படி ஒரு காரியம் நடந்தால் இந்திய ராணுவம் திருப்பித் தாக்குமென்று அமைதிப் படையின் தளபதி அமர்ஜித் சிங் கல்கத் (Amarjit Singh Kalkat) கூறியதும் அடங்கிக்கொண்டார். இந்தியத் துருப்புகள் மீது வெளிப்படையாகக் கை வைக்கும் தைரியம் எந்தக் காலத்திலும் சிங்கள வீரர்களுக்கு இருக்காது. இலங்கை அரசு விடுதலைப் புலிகளுக்கு மறைமுகமாக ஆயுதம் அளித்ததற்கு இந்த இயலாமையும் ஒரு காரணம் ஆகும்.

•

தமிழர் விடுதலைக் கூட்டணியின் தலைவர்களான அமிர்த லிங்கம், சிவசிதம்பரம், யோகேஸ்வரன் ஆகியோர் கொழும்பு நகரின் அடுக்குமாடிக் குடியிருப்பு ஒன்றில் வாடகைக்கு வசித்து வந்தனர். ஜூலை 13ஆம் தேதி முக்கியமான விஷயங்களைப் பற்றிப் பேசுவதற்காக விடுதலைப் புலிகளைச் சேர்ந்த இளைஞர் கள் சிலர் வருவார்கள் என்று போலீஸ் சப்-இன்ஸ்பெக்டர் கந்தசாமியிடம் யோகேஸ்வரன் சொல்லி வைத்திருந்தார். எனவே அவர்களை போலீஸ் சோதனை போடாமல் உள்ளே அனுமதித்தது. வந்தவர்களில் இருவர் மட்டும் உள்ளே சென்ற பிறகு ஒரு நபர் கேட் அருகிலேயே நின்று கொண்டார்.

மேல் மாடியில் இருந்த யோகேஸ்வரன் வீட்டில் அவர்கள் பேசிக்கொண்டிருந்தனர். அவரது மனைவி சரோஜினி பரிமாறிய உணவை உண்டு, பானத்தைக் குடித்து விட்டு டம்ளரை மேசை மீது வைப்பதற்கு எழுந்த போது அந்த இளைஞர்கள் துப்பாக்கியை வெளியே எடுத்தனர். அமிர்தலிங்கம் தலையிலும்,

யோகேஸ்வரன் மார்பிலும் வயிற்றிலும் குண்டுகளைப் பெற்று உயிரிழந்தனர். தோளில் காயமடைந்த சிவசிதம்பரம் உயிர் தப்பினார்.

துப்பாக்கிச் சத்தம் கேட்ட காவலர்கள் ஓடி வந்து கொலை செய்த இரு இளைஞர்களையும் தாக்கியழித்தனர். வெளியே நின்றிருந்த மூன்றாவது இளைஞனும் உயிரோடு தப்ப முடியவில்லை. உள்ளே வந்து சுட்டுக் கொன்ற இளைஞர்கள் விசு மற்றும் அலோசியஸ் என்று அடையாளம் காணப்பட்டது. வெளியே நின்ற இளைஞனின் பெயர் விக்னன். விசு விடுதலைப் புலிகளின் வவுனியா அரசியல் பிரிவுக்கு முன்னாள் பொறுப்பாளராக இருந்தவர். மாத்தையாவின் தூண்டுதலின் பேரின் கிட்டுவின் கார் மீது குண்டு வீசி அவரது காலைப் போக்கடித்தவர்.

அமைதிப் படையைத் திரும்ப அழைக்க முடியாது என்று இந்தியா ஆணித்தரமாக அடித்துச் சொல்வதற்கு அமிர்தலிங்கத் தின் கொலை உதவியது. அமிர்தலிங்கத்தை துரோகி என்று ஒரு காலத்தில் புலிகள் குற்றம் சாட்டி, ஈழக் குறிக்கோளில் இருந்து விலகினால் உயிருக்கே ஆபத்து என்று மிரட்டியதை இந்தியா நினைவுபடுத்தியது. இந்திய ராணுவம் இருக்கும் போது இந்த நிலை என்றால், அது வெளியேறிய பிறகு தமிழர்களுக்குப் பாதுகாப்பே இல்லாமல் போய் விடும் என்று பரப்புரை செய்யப்பட்டது.

புலிகளின் லண்டன் அலுவலகம் கொலையில் தமக்குத் தொடர்பில்லை என்று கூறியதோடு மட்டுமல்லாமல், அரசுக்கும் தங்களுக்கும் நடக்கும் பேச்சுவார்த்தையைச் சீர்குலைக்கும் நோக்கத்தில் சில சக்திகள் செய்த வேலை என்று அதைக் கண்டிக்கவும் செய்தது.

பிரபாகரனை விமர்சிப்பதற்காக மட்டுமே அமிர்தலிங்கத்தின் கொலையை சிங்கள ஊடகங்களும், அரசியல்வாதிகளும் பயன்படுத்துகின்றனர். அவர்களில் யாராவது அமிர்தலிங்கம் உயிரோடு இருந்த காலத்தில் ஈழ மக்களின் உரிமைக்காக மேற் கொண்ட ஜனநாயக அறப் போராட்டங்களை அங்கீகரிக்கவும், அதற்குப் பதில் சொல்ல முன் வரவும் இல்லை. ஜெயவர்த்தனா அமிர்தலிங்கத்தின் ஜனநாயகக் கோரிக்கைகளை ஒதுக்கித்தள்ளி அவரை அரசியல் ரீதியாக ஓரங்கட்டி ஆயுதப் போராட்டத்திற்கு வழி வகுக்காமல் இருந்திருந்தால் அமிர்தலிங்கம் இன்றைக்கு

உயிரோடு இருந்திருப்பார் என்று தந்தை செல்வாவின் மரு மகனும் அரசியல் அறிஞருமான பேராசிரியர் வில்சன் கூறினார்.

அமிர்தலிங்கத்தின் கொலை நடந்த மூன்று நாளில் புளோட் இயக்கத்தின் தலைவர் உமா மகேஸ்வரன் கொழும்பில் சுட்டுக் கொல்லப்பட்டார். இயக்கத்துக்குள் ஏற்பட்ட பூசல் காரணமாக அவரைக் கொன்றதாகச் சொல்லப்படுகிறது. இதில் கவனிக்க வேண்டிய விஷயம் இரண்டு மாதங்களுக்கு முன்னர் அவர் டைம் பத்திரிகைக்கு அளித்திருந்த பேட்டி. 1985 ஆம் வருடம் விக்டர் தலைமையிலான விடுதலைப் புலிகள் அனுராதபுரம் நகரின் சிங்களப் பொதுமக்களைப் படுகொலை செய்யத் தூண்டியது இந்தியாதான் என்று அந்தப் பேட்டியில் அவர் கூறியிருந்தார். சிங்கள மக்கள் கூடும் திரையரங்கில் குண்டு வீசச் சொல்லியும், பஸ் அல்லது மார்க்கெட்டில் குண்டு வைக்குமாறும் ராதங்களைத் தூண்டியதாக அந்தப் பேட்டியில் உமா குறிப்பிட்டிருந்தார். அது இந்திய உளவுத் துறையைக் கலவரப்படுத்தியிருக்க வேண்டும்.

பிரபாகரனுக்கும், மாத்தையாவுக்கும் ஏற்பட்ட தகராறில் பிரபாகரனை மாத்தையா சுட்டுக் கொன்று விட்டதாக ஜூலை 24ஆம் தேதி இந்து பத்திரிகை செய்தி வெளியிட்டது. இலங்கை யின் வட-கிழக்கு மாநில முதலமைச்சராக இருந்த வரதராஜப் பெருமாள், பிரபாகரன் கொல்லப்பட்டதை உறுதிசெய்தார். விடுதலைப் புலிகள் அமைப்பின் உளவுப் பிரிவின் தலைவர் பொட்டு அம்மான் விழித்துக்கொண்டார். அமிர்தலிங்கம் கொலை நடந்த உடனேயே அவர் மாத்தையாவைக் கவனிக்கத் தொடங்கினார். ஒரே சமயத்தில் நேர்ந்த அமிர்தலிங்கம், யோகேஸ்வரன் ஆகியோரது கொலையும், புளோட் தலைவர் உமாவின் கொலையும், பிரபாகரன் மாத்தையாவினால் கொல்லப்பட்டார் என்ற செய்தியும் ஒன்றுக்கொன்று தொடர் பில்லாதவை என்று ஒதுக்கிவிட முடியாது. ஒரு மாத கால இடை வெளியில் மூன்று முக்கிய அமைப்புகளின் தலைவர்களைத் தீர்த்துக் கட்டும் திட்டம் இருந்திருக்கலாம். அதில் பிரபாகரன் மட்டும் சாமர்த்தியமாகத் தப்பினார்.

•

1989 செப்டம்பர் இறுதிக்குள் அமைதிப் படை இந்தியா திரும்ப வேண்டும் என்ற இலங்கையின் கோரிக்கைக்கு 1990 பிப்ரவரியில் இந்தியா ஒப்புக்கொண்டது. இதற்கு ஒரு காரணம் இருந்தது. 1989

இறுதியில் நாடாளுமன்றத் தேர்தல் நடக்கவிருந்தது. அதற்கு முன்பாக அமைதிப் படை திரும்பினால் 1987 ஒப்பந்தமே தவறு என்ற அர்த்தத்தைக் கொடுத்து விடும். அது காங்கிரஸ் கட்சியின் தேர்தல் முடிவுகளைப் பாதிக்கும். எனவே பிப்ரவரி முதல் படைகள் திரும்பும் என்று ராஜீவ் நிர்வாகம் ஏற்றுக்கொண்டது.

இந்திய ராணுவத்தின் நடவடிக்கையால் ஆயிரக்கணக்கில் பொதுமக்கள் கொல்லப்பட்டதாகவும், நூற்றுக் கணக்கில் பெண்கள் பாலியல் வன்முறைக்கு ஆளானதாகவும் பல முனைகளிலும் இருந்து குற்றம் சாட்டப்பட்டது.

தமிழ் பேசும் மக்களின் ஆதரவைப் பெருமளவில் பெற்றிருந்த புலிகள் வடகிழக்கு மாகாணத்தின் நிர்வாகத்தை வேண்டினர். அதைத் தொடர்ந்து அமைச்சர் அமீதும், பாலசிங்கமும் பேசிக் கொண்டதற்கு இணங்க விடுதலைப் புலிகள் அரசியல் கட்சி ஒன்றை நிறுவினார்கள். அதற்கு 'விடுதலைப் புலிகள் மக்கள் முன்னணி' (People's Front of Liberation Tigers - PFLT) என்று பெயர் சூட்டப்பட்டது. அதன் தலைவராக மாத்தையாவும், பொதுச் செயலாளராக யோகரத்தினம் யோகியும் நியமிக்கப்பட்டனர். தேர்தல் கமிஷன் இந்தப் புதிய கட்சியைப் பதிவு செய்தது. 'பாயும் புலி' சின்னம் அதற்கு வழங்கப்பட்டது. பிரேமதாசாவின் அழைப்பை ஏற்று ஆகஸ்ட் 12ஆம் தேதி கொழும்பில் நடந்த அனைத்துக் கட்சிக் கூட்டத்தில் PFLT பார்வையாளராகக் கலந்துகொண்டது. வன்முறையில் நம்பிக்கை கொண்டிருந்த புலிகள் ஜனநாயகப் பாதையைத் தேர்ந்தெடுத்தது முக்கியமான வரலாற்று நிகழ்ச்சியாகும்.

விடுதலைப் புலிகள் ஜனநாயகப் பாதையைத் தேர்ந்தெடுத்த போது இரண்டு முக்கிய நிபந்தனைகளை பாலசிங்கம் முன்வைத்தார். முதலாவதாக மக்கள் ஆதரவில்லாமல் இயங்கும் வடகிழக்கு மாகாண அரசைக் கலைக்க வேண்டும் என்பது. இரண்டாவதாக பிரிவினைவாதம் பேசினால் தடை, சொத்து முடக்கம் என்ற அரசியல் சாசனத்தின் ஆறாவது திருத்தத்தை ஒழிக்க வேண்டும் என்பது. இந்த இரண்டுக்கும் அமீது கொள்கை யளவில் ஒப்புக்கொண்டிருந்தார்.

1989 நவம்பர் முற்பகுதியில் விடுதலைப் புலிகள் கிழக்கு மாகாணத்தில் தாக்குதலை நடத்தினார்கள். சில வாரங்களில் தமிழ்த் தேசிய ராணுவத்தின் நிலைகள் புலிகள் வசம் வந்தது.

வரதராஜப் பெருமாள் கதறிப் பார்த்தார். பொதுத் தேர்தலைச் சந்திக்கும் தலைவலியில் இருந்த ராஜீவும் சரி, எதிர்பார்த்த வேகத்தில் அமைதிப் படை வெளியேறவில்லை என்ற விசனத்தில் இருந்த பிரேமதாசாவும் சரி, இந்தக் கதறலைப் பெரிதுபடுத்தவில்லை.

இந்தப் பின்னணியில் 1989 நவம்பர் 27ஆம் தேதி விடுதலைப் புலிகளின் முதல் மாவீரர் தினத்தை பிரபாகரன் தொடங்கி வைத்தார். 1983ஆம் ஆண்டு மதுரையில் பிரபாகரன் மடியில் சங்கர் உயிர் விட்ட அதே நவம்பர் 27-ஐ தேர்ந்தெடுத்திருந்தார் அவர். விடுதலைப் போரில் உயிர்த் தியாகம் செய்த 1307 போராளி களையும் நினைவில் வைத்து வீர வணக்கம் செலுத்தும் நிகழ்ச்சி யாக அதை ஆரம்பித்து வைத்தார். போரில் பலியான போராளி களுக்கு பண்டைய தமிழ் மரபுப் படி நடுகல் நட்டு மரியாதை செலுத்துவதை புலிகள் கடைபிடிக்கலாயினர்.

இந்தப் பின்னணியில் இந்தியாவில் நடைபெற்ற நாடாளுமன்றத் தேர்தலில் காங்கிரஸ் தோல்வியைத் தழுவியது. டிசம்பர் 2ஆம் தேதி வி.பி.சிங் பாரதப் பிரதமராகப் பொறுப்பேற்றார். அமைதிப் படையை இலங்கைக்கு அனுப்பியது தவறென்று கருதிய புதிய பிரதமர் இந்திய ராணுவத்தின் கடைசி நபர் 1990 மார்ச் இறுதிக்குள் திரும்ப வேண்டும் என்று இலக்கு நிர்ணயித்தார். அதோடு படைகள் திரும்பும் வேகத்தையும் கூட்டினார்.

•

1990 ஜனவரி 10ஆம் தேதி கொழும்பு கட்டுநாயகா விமான நிலையத்தில் பிரபாகரனின் மனைவி மதிவதனியும், அவரது குழந்தைகளும் சிங்கப்பூர் விமானத்தில் வந்திறங்கினர். அதற்குச் சில நாள்கள் முன்பு சிங்கப்பூர் சென்றிருந்த அடேல் அவருக்குத் துணையாகப் பயணம் செய்தார். விடுதலைப் புலிகளின் முதன்மை ஆயுதக் கொள்முதல் நிபுணர் குமரன் பத்மநாபனும் கூட வந்தார். 1987 அக்டோபரில் புலிகள்-இந்திய யுத்தம் ஆரம்பித்த போது நல்லூர் கந்தசாமிக் கோயிலில் ஒளிந்திருந்த மதிவதனி எந்த நாட்டுக்குச் சென்றார், எங்கிருந்து திரும்பினார் என்பதெல்லாம் புரியாத புதிராகவே உள்ளது. ஆஸ்திரேலியா வில் இருந்தார், டென்மார்க்கில் இருந்தார், ஸ்வீடனில் இருந்தார், நார்வேயில் இருந்தார் என்று பல தரப்பட்ட செய்திகள் உலவுகின்றன. எது எப்படியோ பிரேமதாசாவுடன்

நல்லிணக்கம் நிலவியதையடுத்து பிரபாகரன் தனது குடும்பத்தோடு மீண்டும் சேர வழி ஏற்பட்டது. கொழும்பில் இருந்து சென்ற பிரத்யேக இலங்கை அரசு ஹெலிகாப்டரில் மதி, பாலசிங்கம், அடேல் ஆகியோர் அலம்பில் காட்டுப் பகுதியில் தரை இறக்கப்பட்டனர்.

மதிவதனியை மனைவியாக அடைந்தது பிரபாகரன் செய்த புண்ணியம் என்றுதான் சொல்ல வேண்டும். நிலையில்லாமல் ஓடித் திரியும் கொரில்லாத் தலைவனைக் கைபிடிக்கப் போவதை அறிந்தேதான் திருமணத்திற்கு அவர் சம்மதித்திருந்தார். அமைதிப் படை தளபதி ஹர்கிரத் சிங் குறிப்பிட்டது போல அவர் மூன்று சேலைகளுடன் வாழ்ந்தார். பிரபாகரனின் முதல் குழந்தை 1985ஆம் ஆண்டு பிறந்தது. அந்தக் குழந்தைக்கு சார்லஸ் ஆன்டனி என்று பெயர் சூட்டினார். ஒரு காலத்தில் புலிகள் இயக்கத்தில் நம்பர் 2 ஆக விளங்கிய சீலனின் பெயர் அது. இந்து மதத்தில் ஆழ்ந்த நம்பிக்கை உடையவராக இருந்தாலும், தனது கணவரின் நட்பையும் விசுவாசத்தையும் மதித்து கிறித்துவப் பெயரைத் தன் மகனுக்கு வைக்கச் சம்மதித்தார். 1986 ஜூன் மாதம் மதிவதனி இரண்டாவது குழந்தையைப் பெற்றெடுத்தார். இந்த முறை பெண் குழந்தை. துவாரகா என்று பிரபாகரன் பெயரிட்டார். காலஞ்சென்ற துவாரகா பிரபாகரனின் மெய்க் காப்பாளராக இருந்தவர். குறி பார்த்துச் சுடுவதில் பிரபாகரனுக்கு நிகரானவர் என்று அறியப்பட்டவர்.

●

இந்திய அமைதிப் படையின் கடைசி அணி 1990 மார்ச் 23ஆம் தேதி திருகோணமலைத் துறைமுகத்தில் கப்பல் ஏறியது. நடந்து முடிந்த போரில் சுமார் 1,500 ராணுவ வீரர்களை இந்தியா இழந்திருந்தது. ஆயிரக் கணக்கான ஈழத் தமிழர்களும் இறந்தனர்.

அமைதிப் படை முழுமையாக வெளியேறிய மூன்று நாள்களுக்குப் பிறகு மார்ச் 26ஆம் தேதி வன்னி காட்டில் இருந்து பிரபாகரன் அனிதா பிரதாப்புக்குப் பேட்டியளித்தார். 26 மீது பிரபாகரனுக்கு ஒரு சென்டிமென்ட். அவர் பிறந்ததும் (நவம்பர்) 26ஆம் தேதிதான். எந்த மாதமாக இருந்தாலும் 26ஆம் தேதி அவர் ராணுவ நடவடிக்கைகளை மேற்கொள்வதில்லை. காரணம் 26 உட்பட கூட்டுத்தொகை எட்டு வரும் நாள்கள் ராசியில்லாதது

என்பது அவரது கணிப்பு. எனவே அந்த நாள்களில் பேட்டி கொடுப்பது போன்ற காரியங்களில் ஈடுபடுவார்.

அவசர அவசரமாக ஈழ சுதந்திரப் பிரகடனம் ஒன்றை அறிவித்து விட்டு அதன் எதிர் விளைவுகளைக் கண்டு பயந்த வடகிழக்கு மாகாண முதலமைச்சர் வரதராஜப் பெருமாள் இலங்கையை விட்டு ஒட்டு மொத்தமாக வெளியேறிய பின், அந்த அரசைக் கலைத்து விட்டு தேர்தலை நடத்துவார் என்று பிரேமதாசாவை புலிகள் எதிர்பார்த்தனர். மக்கள் மத்தியில் செல்வாக்கோடு திகழும் புலிகள் எப்படியும் வெற்றியடைவார்கள் என்று அஞ்சிய பிரேமதாசா, அப்படி நடந்தால் புலிகள் சட்டப் பூர்வமாக அரசு அமைத்து வடகிழக்கு நிர்வாகத்தைக் கையில் எடுத்து சர்வதேச அரங்கில் ஜனநாயக அங்கீகாரம் பெறுவார்கள் என்று கணித்தார். ஆகவே வடகிழக்கு மாகாணத் தேர்தலை நடத்தாமல் காலம் கடத்தினார்.

பிரேமதாசாவுக்கு இரண்டு சாய்ஸ் இருந்தது. ஒன்று, புலிகளை ஜனநாயகப் பாதைக்கு இழுப்பது. அல்லது, அவர்களைப் போரினால் அழிப்பது. ஏற்கனவே இந்திய ராணுவத்தோடு போராடிச் சோர்ந்து போயிருந்த புலிகளை புத்துணர்ச்சியோடு இருக்கும் சிங்கள ராணுவம் எளிதாக அழித்து விடும் என்று இந்த இரண்டாவது திட்டத்தில் அவர் நம்பினார். புலிகளின் ஆயு தத்தைக் களைவோம் என்று அறிக்கை விடச் செய்தார். புலிகள் மறுத்தனர்.

இப்படியாக இந்திய-இலங்கை ஒப்பந்தத்தினால் கட்டமைக்கப் பட்ட வடகிழக்கு மாகாணத்தின் தேர்தலைத் தடுத்ததன் மூலம் இலங்கையில் கூட்டாட்சியை ஒழித்து விட்டு ஒற்றையாட்சியை நிலைப்படுத்தும் தனது நோக்கத்தை இலங்கை அதிபர் தந்திர மாக நிறைவேற்றத் துடித்தார். புலிகளைப் பொறுத்தவரை சிங்களர்களோடு இணைந்து வாழ முடியுமா என்று பரீட்சித்துப் பார்ப்பதற்குக் கிடைத்த மற்றுமொரு வாய்ப்பு மறுக்கப்பட்டது.

புலிகள் இந்திய ராணுவத்தோடு போரிட்ட சமயத்தில் இலங்கை ராணுவத்தை வைத்து ஜே.வி.பியினரைப் பூண்டோடு அழித் திருந்தார் பாதுகாப்புத் துறை அமைச்சர் ரஞ்சன் விஜயரத்னே. அதே வேகத்தில் புலிகளையும் அழிக்கலாம் என்ற நோக்கத்தில் இலங்கை ராணுவத்தைக் கட்டவிழ்த்து விட்டார். பல பகுதி களில் விடுதலைப் புலிகளை இலங்கை ராணுவம் சீண்டியது.

பிரபாகரன் யாழ்ப்பாணத்தில் நிலை கொண்டிருந்தார். வரலாற்றுச் சிறப்பு மிக்க அந்த நகரம் புலிகளின் தலைமையகமாக மறுபடியும் மாறியது. தமது கட்டுப்பாட்டுப் பகுதியில் சிவில் நிர்வாகத்தை அந்த இயக்கம் அமைத்தது. வரி வசூல் செய்தது. போலீஸ் படையை அமைத்து சட்டம் ஒழுங்கைப் பேணியது. தனி அரசாங்கமே நடத்தியது. 'புலிகளின் குரல்' வானொலி மீண்டும் நிறுவப்பட்டது. தொலைக்காட்சியும் மறுபடியும் நிர்மாணம் செய்யப்பட்டது. போராளிகளுக்கு அரசியல் வகுப்புகள் நடத்தப்பட்டன. ஆன்டன் பாலசிங்கம், காசி ஆனந்தன் முதலியோர் இந்த வகுப்புகளை எடுத்தனர்.

ஜூன் 10 ஆம் தேதி மட்டக்களப்பு காவல் நிலையத்தில் பெண் ஒருவர் தொந்தரவு செய்யப்பட்டதாக ஒரு கதை சொல்கிறது. இன்னொரு கதை, அகதிகள் முகாமில் முஸ்லிம் இளைஞனும் சிங்களப் பெண் ஒருவரும் உடலுறவு கொண்ட இடத்தில் இருந்து தொடங்குகிறது. அதைக் கண்ட கணவன் அந்த இளைஞனை அடித்துக் கொண்டு போய் காவல் நிலையத்தின் விட்டதாகவும், அங்கே போலீஸார் அவனைப் பெரும் சித்திரவதைக்கு ஆளாக்கித் துன்புறுத்தியதாகவும் அது தொடர்கிறது. அந்த இளைஞனை விடுவிக்குமாறு புலிகள் வலியுறுத்தினர். ஆனால் அவனை ஏற்கனவே மருத்துவமனையில் அனுமதித்து விட்டதாக போலீஸார் கூறினர். இந்த இரு கதைகளில் எது உண்மையோ தெரியாது. ஆனால் விடுதலைப் புலிகள் மட்டக்களப்பு காவல் நிலையத்தைக் குறி வைக்க இது வித்திட்டது.

விடுதலைப் புலிகளுக்கும் காவல்துறையினருக்கும் ஏற்பட்ட இந்த முரண்பாடு முழுமையான சண்டையாக வெடிக்காமல் தடுக்கும் நோக்கத்துடன் 1990, ஜூன் 11ஆம் தேதி ஹமீது விமானம் மூலம் யாழ்ப்பாணம் வந்தார். அப்போது ஹமீது பயணித்த வண்டியை நோக்கி ராணுவத்தினர் சுட்டனர். போர் நிறுத்தம் ஒன்றை ஏற்படுத்த வேண்டும் என்ற நோக்கத்தில் ஹமீது மேற்கொண்ட முயற்சிகள் அமைச்சரவையில் இடம் பெற்றிருந்த கடும் போக்காளர்களால் அடக்கப்பட்டது. குறிப்பாக பாதுகாப்பு அமைச்சர் ரஞ்சன் விஜயரத்னே போரையே நாடினார். ஓராண்டு காலமாகப் புலிகளோடு அமைதிப் பேச்சு வார்த்தை நடத்துவதாகச் சொல்லி மேற்குலக நாடுகளிடம் பிரேமதாசா நிர்வாகம் பெற்றிருந்த நிதியைக்கொண்டு

ராணுவத்துக்குப் புதிய தளவாடங்களையும், ஆயுதங்களையும் வாங்கிக் குவித்தார். அமைதிப் படை இலங்கையில் நிலை கொண்டிருந்த சமயத்தில் முடங்கிக் கிடந்த ராணுவத்தினர் புகுந்து விளையாட விரும்பினர்.

இரண்டாம் ஈழப் போர் வெடித்தது.

சர்ச்சைக்குரிய அந்த முஸ்லிம் இளைஞனின் கைதைத் தொடர்ந்து ஜூன் 11ஆம் தேதி காலை ஆறு மணிக்கு பொழுது விடிந்த போது 250 புலிப் போராளிகள் மட்டக்களப்பு காவல் நிலையத்தைச் சுற்றி வளைத்துத் தாக்கி அதைத் தமது கட்டுப் பாட்டுக்குள் கொண்டு வந்தனர். அதே நாளன்று கிழக்கு மாகாணத்தில் உள்ள அனைத்து காவல் நிலையங்களையும் காலி செய்யுமாறு போலீஸ்காரர்களுக்கு புலிகள் உத்தரவிட்டனர். அநேக ஸ்டேஷன்களில் போலீஸார் சண்டையே போடாமல் சரணடைந்தனர். எனினும் அந்த நடவடிக்கையில் 135 போலீ ஸார் சுட்டுக் கொல்லப்பட்டனர். யாழ் மாவடத்தில் காவல் நிலையங்களை விடுதலைப் புலிகள் தமது கட்டுப்பாட்டுக்குள் விரைவாகக் கொணர்ந்தனர். காவல் நிலையத்தின் ஆயுதங்களை யும் அவர்கள் கைப்பற்றினர்.

EPRLF எம்.பி யோகசங்கரி கொழும்பில் இருந்தார். அதே நேரம் அந்த இயக்கத்தின் தலைவர் பத்மநாபா, வரதராஜ பெருமா ளோடு சேர்ந்து ஈழ சுதந்தரப் பிரகடனம் செய்த கையோடு தப்பியோடி சென்னையில் அடைக்கலம் புகுந்திருந்தார். இந்தச் சூழலில் இலங்கை ராணுவத்தோடு EPRLF சேர்ந்து புலிகளை எதிர்த்துப் போரிடுமா என்று யோகசங்கரி மூலமாக பிரேமதாசா நிர்வாகம் கேட்டது.

முதலில் புலிகளை எதிர்ப்பதற்காக இந்திய ராணுவத்தைப் பயன்படுத்தியது; பிறகு புலிகளை வைத்து அமைதிப் படையை எதிர்த்தது; அதன் பிறகு அந்த அமைதிப் படைக்கு நெருக்கமாக இருந்த EPRLF - ஐ வைத்து புலிகளைத் திரும்ப எதிர்ப்பது என சிங்கள ராஜதந்திரம் வரம்புகளைக் கடந்து பயணித்தது. இலங்கையின் யோசனையை பத்மநாபா ஏற்றார்.

சண்டை என்றால் முதலில் அடிப்பதும், சமாதானம் என்றால் முதலில் கை நீட்டுவதும் நாமாக இருக்க வேண்டுமென்பது பிரபாகரனின் தத்துவம். பத்மநாபாவுக்குக் கட்டம் கட்டப் பட்டது. சென்னை சூளைமேட்டில் சக்காரியா காலனியில் ஒரு

அடுக்கு மாடிக் கட்டிடத்தில் பத்மநாபாவும் அவரது மனைவி ஆனந்தியும் மெய்ப்பாதுகாவலர்களுடன் வசித்தனர். அந்த வீட்டுக்கு அருகே உள்ள வீட்டில் பொறியியல் படிப்பதற்காக இலங்கைத் தமிழ் மாணவர் ஒருவர் புதிதாகக் குடி வந்தார். சாந்தன் என்ற பெயருள்ள அந்த மாணவர் வெகு விரைவில் பத்மநாபாவுடன் நெருக்கமானார். அவர் விடுதலைப் புலிகளின் உளவுப் பிரிவைச் சாந்தவர் என்பதும், தனது நடமாட்டம் குறித்து தகவல் சேகரிக்கப் போகிறார் என்றும் பத்மநாபாவுக்குத் தெரிந்திருக்காது. இப்படிப்பட்ட சூழலில் டெல்லியில் இருந்து சென்னைக்கு வந்த பத்மநாபா EPRLF இயக்கத்தின் முக்கியமான கூட்டம் ஒன்று நடப்பதை முன்னிட்டு திருப்பதி சென்று வேண்டி விட்டுத் திரும்பினார்.

பத்மநாபா தனது இயக்கத்தினருடன் அடுக்கு மாடிக் கட்டிடத்தில் உரையாடிக்கொண்டிருந்த போது ஏகே 47 துப்பாக்கி, கிரானைட் குண்டுகளோடு ஐந்து பேர் காரில் வந்திறங்கி வீட்டுக்குள் நுழைந்தனர். கதவைத் திறந்ததும் பத்மநாபா அதிர்ந்தார். அவரையும் சேர்த்து 13 தோழர்களைத் துப்பாக்கிக் குண்டு சல்லடையாகத் துளைத்தது. தனது தந்தையின் வீட்டுக்குப் போயிருந்ததால் ஆனந்தி இந்தக் கொலையில் இருந்து தப்பினார். காரியம் முடிந்ததும் சாந்தன் அந்தக் கும்பலோடு சேர்ந்து காரில் ஏறிப் பறந்தார். அந்தக் கார் தஞ்சாவூர் மாவட்டம் வரை சென்றது. அதன் பிறகு அவர்கள் படகில் யாழ்ப்பாணத்துக்கு விரைந்தனர்.

●

யாழ் தீபகற்பத்தின் பெரும்பகுதி புலிகளின் கட்டுப்பாட்டில் இருந்தாலும், அங்கே அவர்கள் நிர்வாகம் நடத்தினாலும் யாழ்ப்பாணக் கோட்டை சிங்கள ராணுவத்தின் பிடியில் இருந்தது. ஆழமான அகழிகளால் சூழப்பட்ட இந்தக் கோட்டை எவரும் உள்ளே ஊடுருவ முடியாத பலம்பொருந்திய கட்டமைப்பாக விளங்கியது. போர் மூண்ட ஒரு வார காலத்தில் ஜூன் 18ஆம் தேதி புலிகள் கோட்டையை முற்றுகையிட்டனர். முற்றுகையிடப்பட்ட கோட்டைக்குள் இருந்து சிங்கள ராணுவத்தினருக்கு விமானம் மூலம் விநியோக நடந்தால் அதைச் சமாளிக்கவும் புலிகள் திட்டமிட்டிருந்தனர். எனினும் விமானக் குண்டு வீச்சு புலிகளையும், பொது மக்களையும் சேதப்படுத்தியது. கோட்டைத் தளம் புலிகளிடம் விழுவதை

எப்படியாவது தடுக்க வேண்டும் என்று உறுதி பூண்டு நின்ற பிரேமதாசா விமானக் குண்டுவீச்சை தீவிரப்படுத்தினார். அது தவிர பலாலி ராணுவ முகாமில் இருந்தும் ஏவுகணைத் தாக்குதல் நடத்தப்பட்டது.

யாழ்ப்பாணக் கோட்டைக்காக விடுதலைப் புலிகள் நடத்திய சண்டை 107 நாள்கள் நீடித்தது. இறுதியில் செப்டம்பர் 26ஆம் தேதி திலீபன் நினைவு நாளன்று கோட்டை அவர்கள் வசம் வந்தது. ஜூலை 10ஆம் தேதி கொக்குவில் ராணுவ முகாமைப் புலிகள் முற்றுகையிட்டனர். மூன்று நாள்களில் அந்த முகாமை அவர்கள் கைப்பற்றினர். 72 ராணுவத்தினர் இதில் கொல்லப் பட்டனர்; மற்றவர்கள் பயந்து ஓடி மண்குளம் முகாமில் ஒளிந்து கொண்டனர்.

கெரில்லா இயக்கமாக விளங்கிய விடுதலைப் புலிகள் மரபு வழி ராணுவமாக மாறி கோட்டையை முற்றுகையிட்டு அதை மீட்டதையும் ராணுவ முகாமைக் கைப்பற்றியதையும் பிரேம தாசாவாலும், ரஞ்சன் விஜயரத்னேவாலும் சகித்துக்கொள்ள இயலவில்லை. வடகிழக்குப் பிராந்தியத்தில் பொது மக்கள் மீதான தாக்குதல் பெருமளவில் கட்டவிழ்த்து விடப்பட்டது. கிழக்குப் பகுதி அதிகமாகப் பாதிக்கப்பட்டது. பொது மக்கள் மீது வெறித் தாக்குதல் நடந்த போதெல்லாம் படையினருக்கு அச்சுறுத்தலே இருக்கவில்லை என்பதை சர்வதேச மனித உரிமை அமைப்புகளில் அறிக்கைகள் ஊர்ஜிதப்படுத்தின. திடகாத்திர மான இளைஞர்கள் பலர் காணாமல் போயினர். அவர்களில் பெரும்பாலானோர் ஊருக்கு மட்டுமல்லாமல் உலகத்துக்கே திரும்பவில்லை. 'கூட்டுத் தண்டனை' மூலம் தமிழ் பேசும் மக்கள் அனைவரையும் தண்டிப்பதற்காக மின்சாரம், தொலைத் தொடர்பு, எரிபொருள் மற்றும் உணவுப் பொருட்கள் உள்ளிட்ட நூற்றுக்கும் மேற்பட்ட பொருட்களுக்குப் பொருளாதாரத் தடை விதித்தது அரசு.

ஈரோஸ் இயக்கத்தின் அரசியல் பிரிவான ஈழவர் ஜனநாயக முன்னணியில் 13 நாடாளுமன்ற உறுப்பினர்கள் இருந்தனர். இலங்கை ராணுவத்தினரின் மனித உரிமை மீறலையும், போரில் அப்பாவி மக்கள் பாதிக்கப்படுவதையும் கண்டித்து அவர்கள் அத்தனை பேரும் ஜூலை 25ஆம் தேதி பதவி விலகினர். இலங்கை அரசோடு நெருக்கமாகத் திகழ்ந்த EPRLF இயக்கம்கூட பொங்கி எழுந்தது.

பிரேமதாசா நிர்வாகத்தின் ராணுவ அட்டூழியங்கள் வரலாற்று முக்கியத்துவம் வாய்ந்த கால கட்டத்தில் ஏற்பட்டதைக் குறிப்பிட வேண்டும். அமைதிப் படைக்கும், புலிகளுக்கும் இடையே போர் ஏற்பட்டதைத் தொடர்ந்து இந்திய ராணுவம் வெளியேற வேண்டும் என்று இலங்கை வாழ் தமிழ் பேசும் மக்கள் போராடியதால், இனி இந்தியா இந்த விஷயத்தில் தலையிடாது என்ற துணிச்சல் சிங்கள ராணுவத்துக்குக் கூடுதல் பலம் சேர்த்திருந்தது.

கிழக்குப் பகுதியில் தமிழர்களை மட்டும் தேர்ந்தெடுத்துத் தாக்கிக் கொன்றதன் மூலம் முஸ்லிம்களுக்குக் கூடுதல் சலுகை காட்டி பிரித்தாளும் சூழ்ச்சியைத் தொடர்ந்தது. அக்டோபர் மாதத்துக்குள் அம்பாறை மாவட்டத்தில் பொட்டுவில் தொடங்கி திருகோணமலை மாவட்டத்தில் தென்மாரவடி (Thenmaravadi) வரை ஏறத்தாழ அத்தனை தமிழ்க் குடும்பங்களும் விரட்டி யடிக்கப்பட்டதாக புலிகள் தரப்பு சொல்லியது.

போர் மிகவும் உக்கிரம் அடைந்திருந்த சமயத்தில் அக்டோபர் 23ஆம் தேதியன்று யாழ்ப்பாணம், கிளிநொச்சி, முல்லைத்தீவு, வவுனியா மாவட்டங்களில் உள்ள 14,000 முஸ்லிம் குடும்பங் களை வடக்குப் பகுதியில் இருந்து வெளியேறுமாறு விடுதலைப் புலிகள் அறிக்கை விடுத்தது.

மன்னார் மாவட்டத்தில் 20,000 குடும்பங்கள் நவம்பர் முதல் தேதிக்குள் வெளியேற வேண்டும். வேறு வழியில்லாமல் அவர்கள் வெளியேறி புத்தளம், திருகோணமலை, அனுராதபுரம் மாவட்டங்களில் அடைக்கலம் புகுந்தனர். இந்த நடவடிக்கை பிரபாகரனுக்குக் கடுமையான கண்டனங்களைச் சம்பாதித்துக் கொடுத்தது.

•

1990 நவம்பர் 10ஆம் தேதி வி.பி.சிங்கின் இருக்கைக்கு சந்திரசேகர் வந்து சேர்ந்தார். புதிய பிரதமர்.

1991 ஜனவரி முதல் தேதி விடுதலைப் புலிகள் ஒருதரப்புப் போர் நிறுத்தத்தை அறிவித்தனர். இதை பலவீனத்தின் அறிகுறியாகக் கருதிய இலங்கை அரசு அதை மறுத்தது. அதாவது புலிகள் ஒட்டுமொத்தமாக ஆயுதங்களை ஒப்படைத்தால் மட்டுமே போர்நிறுத்தம் என்று கூறி நிராகரித்தது.

1991 ஜனவரி 20ஆம் தேதி வடமராட்சிப் பிரதேசம் மிகக் கடுமையான விமானக் குண்டு வீச்சுக்கு ஆளானது. பிரபாகரன் பிறந்த வல்வெட்டித்துறை தரை மட்டம் ஆக்கப்பட்டது. பிரபாகரனின் முன்னோரால் கட்டப்பட்டதும், 200 ஆண்டுப் பாரம்பரியம் மிக்கதுமான வலவை சிவன் கோயில் வான் குண்டுகளால் தகர்க்கப்பட்டது வல்வெட்டித்துறை மக்களின் உணர்வுகளைப் பெருமளவில் காயப்படுத்தியது.

ஆனால் யாரைக் காரணம் காட்டி இந்தத் தாக்குதல் நடத்தப் பட்டதோ அந்த விடுதலைப் புலிகளின் முகாமுக்கு (ஒரு கிலோ மீட்டர் சுற்றளவில் அமைந்திருந்தது) எவ்விதச் சேதமும் ஏற்பட வில்லை.

வவுனியா நகருக்கு வடக்கே உள்ள பகுதியில் பலாலி விமானத் தளம், காங்கேசன்துறை கடற்படைத் தளம் மற்றும் ஆனையிறவு முகாம் ஆகிய மூன்றைத் தவிர எதுவுமே இலங்கை ராணுவத்தின் கட்டுப்பாட்டில் இல்லை. எனவே அது தரை வழிப் போரை மேற்கொள்ள இயலாத நிலையிலும், இந்தியா உள்ளிட்ட சர்வதேச சமுதாயம் கண்டுகொள்ளாது என்பதாலும் வான் தாக்குதலில் இறங்கியது. சினிமாவில் காண்பது போல வாயில் திரியைக் கடித்து வீசும் குண்டுகளை அவர்கள் போடவில்லை. இலங்கையில் ஸ்பெஷலாக வடிவமைத்த பீப்பாய்க் குண்டுகளை இலங்கை விமானப் படை பயன்படுத்தியது. எண்ணெய் பீப்பாய்க்குள் ஜெலட்டின் வெடிமருந்து, எரிவாயு, கண்ணாடித் துகள்கள், ரப்பர் டியூப் ஆகியவற்றைப் போட்டு அந்தக் குண்டை அவர்கள் வடிவமைத்தனர்.

ராணுவத்தின் ஆட்பலத்தை 60,000 பேரில் இருந்து 1991 இறுதிக்குள் ஒரு லட்சம் பேராக உயர்த்துவதென்று நம்பிக்கை யோடு பாதுகாப்பு அமைச்சர் ரஞ்சன் விஜயரத்னே இருந்தார். ஜெயவர்த்தனாவின் ஆட்சிக் காலம் முடிந்த பிறகு அதுலத் முதலி மற்றும் காமினி திசநாயகா இருவரையும் ஓரங்கட்டி விட்டு பிரேமதாசாவை அதிபராக்குவதற்கு விஜயரத்னே மிகவும் உழைத்திருந்தார். அதை மதித்து மிக முக்கியமான பாதுகாப்புத் துறையை அவருக்கு வழங்கியிருந்தார் பிரேமதாசா. ஆனால் காலப் போக்கில் விஜயரத்னேவின் புகழும், செல்வாக்கும் உயர்வதைக் கண்டு 1990-ன் இரண்டாம் பகுதியில் பிரேமதாசா எச்சரிக்கையானார்.

ரஞ்சன் விஜயரத்னேவின் உயிரைப் பறிப்பதற்கு நடந்த இரு முயற்சிகள் தோல்வியில் முடிவடைந்தன. முதலாவதாக அவருக்கு விஷம் வைத்துக் கொல்லும் திட்டம். இரண்டாவதாக வெடிகுண்டு பொருத்திய காரை அவரது காரின் மீது மோதி வெடிக்கச் செய்வது. ஆனால் 1991 மார்ச் 2ஆம் தேதி நடந்த மூன்றாவது முயற்சி வெற்றியடைந்தது. சுமார் 100 கிலோ வெடிபொருள் நிரப்பி மினிபஸ் ஒன்றுக்கு அருகே அவரது மெர்சிடிஸ் பென்ஸ் கார் சென்ற போது அந்த மினி பஸ் வெடித்தது. அருகிலிருந்த காருக்குள் இருந்த ரஞ்சன் விஜயரத்னே சிதறிப் போய் விழுந்தார்.

இலங்கை அரசியல் சாசனப்படி எல்லா நடவடிக்கைகளையும் அமைச்சர்கள் அதிபருக்குத் தெரிவிக்க வேண்டும். ஆனால் கொலை நடப்பதற்கு முந்தைய நாள் ராணுவத் தளபதிகளின் ரகசியக் கூட்டம் ஒன்றை ரஞ்சன் விஜயரத்னே கூட்டியிருந்தார், பிரேமதாசாவுக்குத் தெரியாமல். இருந்தாலும் கூட்டத்துக்கு பிரேமதாசா வந்தார். அதிகாரிகளுக்கு அதிர்ச்சி. அனைவரும் வாயடைத்துப் போய் செய்வதறியாது உட்கார்ந்திருந்தனர். சற்று நேரத்தில் பிரேமதாசா திரும்பிச் சென்றுவிட்டார். அடுத்த நாள் விஜயரத்னே கொலையுண்டார்.

விசாரணை நடக்கும் முன்னரே புலிகள்தான் இதற்குக் காரணம் என்று கொழும்பு சிங்கள வட்டாரத்தில் பேசப்பட்டது. புலிகளின் லண்டன் அலுவலகத்தில் கிட்டு வெளியிட்ட அறிக்கை அந்தக் கொலைக்கு புலிகள் காரணமில்லை என்று கூறியது. அப்படியே புலிகள் கொன்றிருந்தாலும் அதை தமிழ் பேசும் மக்கள் கொண்டாடக் காத்திருந்தனர் என்ற தொனியில் அந்த அறிக்கை அமைந்தது.

17. துன்பியல் சம்பவம்

மே 21, 1991. இரவு 8.30 மணிக்கு சென்னை மீனம்பாக்கத்தில் வந்து இறங்கினார் ராஜீவ் காந்தி. குண்டு துளைக்காத அம்பாசிடர் காரில் ஏறி ஸ்ரீபெரும்புதூருக்குச் சென்றார். போரூரிலும் பூந்தமல்லியிலும் வண்டியைச் சில நிமிடங்கள் நிறுத்தி உறையாற்றினார். இந்த முறை காங்கிரஸ் ஆட்சிக்கு வரும் என்றன கருத்துக் கணிப்புகள். எனவே நம்பிக்கையுடன் இருந்தார் ராஜீவ் காந்தி. உற்சாகத்துடனும். ஸ்ரீபெரும்புதூரில் இந்திரா காந்தி சிலைக்கு மாலை அணிவித்து விட்டு 500 மீட்டர் தொலைவில் பொதுக் கூட்டம் நடக்கவிருந்த இடத்தை நோக்கி நடக்க ஆரம்பித்தார்.

ராஜீவுக்குக் கை கொடுப்பதற்கு பலரும் முண்டியடிக்க ஆரம்பித்தனர். மேடைக்குச் செல்லும் பாதையில் காத்துக்கொண்டிருந்த சிலர் பொன்னாடை போர்த்தினார்கள். அவர்களைக் கடந்து ராஜீவ் முன்னேறினார். மேடைக்கு ஐந்து மீட்டர் தான் பாக்கி. மரகதம் சந்திரசேகரின் மகள் லதா பிரியகுமார் காத்திருந்தார். அவருக்கு அருகில் லதா கண்ணன். அவர் மகள் கோகிலா. ராஜீவ்

காந்தியைப் புகழ்ந்து சிறுமி கோகிலா ஒரு இந்திக் கவிதை எழுதி வைத்திருந்தார். அதைப் படித்துக் காட்டியதும் ராஜீவ் அவள் முதுகில் தட்டிக்கொடுத்தார்.

சப்-இன்ஸ்பெக்டர் அனுசூயா அப்போதுதான் அந்தப் பெண்ணைக் கவனித்தார். கையில் சந்தன மாலையுடன் ராஜீவை நெருங்கிக்கொண்டிருந்தார் அந்தப் பெண். தடுக்க முயன்றார் அனுசூயா. 'பரவாயில்லை விடுங்கள்' என்றார் ராஜீவ். அந்தப் பெண் ராஜீவை நெருங்கினார்.

அவ்வளவுதான். பெரும் வெடிச்சத்தம். ராஜீவ் காந்தியின் உடலைத் தேடித்தான் கண்டுபிடித்தார்கள். ராஜீவ், சந்தன மாலைப் பெண் உள்பட 18 பேர் வெடித்துச் சிதறியிருந்தனர்.

•

சி.பி.ஐ. கூடுதல் இயக்குனர் கார்த்திகேயன் தலைமையில் சிறப்புப் புலனாய்வுக் குழு (SIT - Special investigating team) அமைக்கப்பட்டது. அவர்களுடைய முதல் இலக்கு விடுதலைப் புலி. லண்டனில் இருந்த புலிகளின் பிரதிநிதி கிட்டுவைத் தொடர்பு கொண்டு கேட்டபோது ராஜீவ் காந்தி கொலைக்கும் தங்கள் இயக்கத்துக்கும் சம்பந்தம் இல்லையென்று கூறிவிட்டார்.

கொலை நடந்த இடத்தில் ஒரு காமிரா கண்டெடுக்கப்பட்டது. அதை இயக்கிய ஹரிபாபு என்ற புகைப்படக்காரரை கொலைகாரர்களே அமர்த்தியிருந்தனர். ராஜீவ் காந்தியின் இறுதி வினாடிகளைப் பதிவு செய்வதற்காக அந்த ஏற்பாடு. குண்டு வெடிப்பில் ஹரிபாபுவும் இறந்துபோனார். ஆனால், கண்டெடுக்கப்பட்ட காமிராவில் இருந்து எடுக்கப்பட்ட புகைப்படங்கள் அந்தப் பெண்ணைக் காட்டிக்கொடுத்தது. அவர் பெயர் தனு என்று பின்னர் தெரியவந்தது. எடுத்த படங்களில் குர்தா பைஜாமா அணிந்துகொண்டு பத்திரிகையாளரைப் போலத் தோற்றமுடைய இன்னொரு நபரும் காணப்பட்டார். துல்லியமாகத் திட்டம் போட்டு தனுவை வைத்துக் காரியத்தை முடித்தது இவர்தான் என்று கார்த்திகேயன் டீம் சந்தேகித்தது.

ஆனால் தனுவும், அந்தப் பைஜாமா நபரும் விடுதலைப் புலிகளா என்று தெளிவாகத் தெரியவில்லை. சி.பி.ஐ. இயக்குனர் விஜய் கரண் புகைப்படங்களை எடுத்துக்கொண்டு, கார்த்திகேயனையும் அழைத்துக்கொண்டு மே 30 அன்று கொழும்பு விரைந்தார். ஐந்து

நாள்கள் அங்கே தங்கியிருந்தும் ஒரு துப்பும் கிடைக்கவில்லை. அவர் சென்னை திரும்பிய போது போட்டோவில் காணப்பட்ட நபரின் பெயர் தெரிந்தது. சிவராசன். ஒற்றைக் கண் சிவராசன்.

கொலையை விசாரிக்க SIT மட்டும் போதாது, இன்னொரு விசாரணைக் கமிஷனும் அமைக்கப்பட வேண்டும் என்று எழுந்த வேண்டுகோளுக்கு இணங்க நீதிபதி வர்மாவின் தலைமையில் வர்மா கமிஷன் அமைக்கப்பட்டது. அதன் முக்கிய நோக்கம் ராஜீவ் காந்தியின் பாதுகாப்பு ஏற்பாடுகளில் ஏதேனும் குறைபாடு இருந்ததா என்று ஆராய்வதாகும். அது மட்டுமன்று ராஜீவ் கொலைச் சதியின் பின்னணியில் யாரெல்லாம் இருக்கிறார்கள் என்று ஆராய்வதற்காக ஆகஸ்ட் 23ஆம் தேதி ஜெயின் கமிஷன் நிறுவப்பட்டது.

ஆகஸ்ட் 19ஆம் தேதி பெங்களூரில் சிவராசன் ஆட்கள் தங்கி யிருந்த வீட்டை போலீஸ் வளைத்து முற்றுகையிட்டது. அவரோடு தங்கியிருந்த கூட்டாளிகள் ஆறு பேர் சயனைட் உட் கொண்டு உயிரை மாய்த்துக்கொண்டனர். அதில் சிவராசனின் உதவியாளர் சுபாவும் ஒருவர். சிவராசன் தன்னைத் தானே சுட்டுக் கொண்டார். பாக்கியச்சந்திரன், ரகுவரன் என்று பல பெயர்களில் அறியப்பட்ட சிவராசனைப் பற்றிய செய்திகள் ஒவ்வொன்றாக வெளிவந்தன. விடுதலைப் புலிகளின் உளவுப் பிரிவைச் சேர்ந்தவர். தவிரவும், இலங்கை அரசாங்கத்தின் ஊழியர். 1983இல் டெலோ இயக்கத்தில் இணைந்தவர். 1986 வரை அந்த இயக்கத்தில் இருந்து விலகிப் புலிகளோடு சேர்ந்தவர்.

இங்கே ரங்கநாத்தைப் பற்றிக் குறிப்பிடாவிட்டால் பெங்களூர் சம்பவம் முழுமை அடையாது. ஆகஸ்ட் 2ஆம் தேதி பெங்க ளூரில் ரங்கநாத்தின் வீட்டுக் கதவு தட்டப்பட்டது. திறந்து பார்த்த போது துப்பாக்கியோடு சிலர் நின்றிருந்தனர். சுபா, சிவராசன் முதலியோரை அழைத்துக்கொண்டு சுரேஷ் மாஸ்டர் என்பவர் வந்திருந்தார். உயிருக்குப் பயந்துகொண்டு சிவராசன் குழுவின ருக்கு அவர் அடைக்கலம் அளித்தார். ராஜீவ் கொலையாளி களைத் தங்க வைத்திருக்கிறோம் என்பது சில நாள்களிலேயே ரங்கநாத்துக்குத் தெரிந்து விட்டது. ஆகஸ்ட் 18 வரை அவர்கள் ஒரே வீட்டில் இருந்தனர். அதன் பிறகு வெளியே வந்த ரங்கநாத் போலீஸில் உண்மையைச் சொல்லி சரணடைந்தார். சிவராசன் சுற்றி வளைக்கப்பட்டதற்கு ரங்கநாத் கொடுத்த தகவல் முக்கிய மானதாகக் கருதப்படுகிறது.

செப்டம்பர் 1ஆம் தேதி பிபிசி வானொலிக்கு பிரபாகரன் பேட்டி யளித்தார். ராஜீவ் காந்தி கொலைக்கும், விடுதலைப் புலிகளுக் கும் எவ்விதத் தொடர்பும் இல்லையென்று ஆணித்தரமாக அதில் கூறினார். அது 4ஆம் தேதி ஒலிபரப்பானது. அதற்குள்ளாக செப்டம்பர் 2ஆம் தேதி அவனியபுரம் அகதிகள் முகாமில் இருந்த ஒற்றைக்கால் ராஜாராமன் கைது செய்யப்பட்டார். அவர் புலி களின் தற்கொலைப் படையைச் சேர்ந்தவர் என்றும் பெங் களூரில் இறந்த சிவராசனோடு தொடர்புடையவர் என்றும் எஸ்.ஐ.டி. கூறியது. ஆனால் ராஜாராமன் EPRLF இயக்கத்தைச் சேர்ந்தவர் என்று பின்னர் தெரியவந்தது.

செப்டம்பர் 7 அன்று ஒரு முக்கியமான அறிவிப்பு வந்தது. பெரிய சாந்தன் அல்லது குண்டு சாந்தன் என்ற புலிகளின் தமிழ்நாடு ஒருங்கிணைப்பாளர் பிரபாகரனுக்கு எழுதியதாகச் சொல்லப் படும் கடிதத்தை போலீஸ் கைப்பற்றியது. பிரபாகரனுக்கு ராஜீவ் கொலையில் தொடர்பு இருப்பதாகக் குற்றம் சாட்டுவதற்கு முதன்மையான சாட்சியாக இந்தக் கடிதம் முன்வைக்கப்பட்டது. ஆனால் போலீஸால் ஜோடிக்கப்பட்ட போலி ஆவணம் என்று இதை விடுதலைப் புலிகளின் ஆதரவு வட்டங்களும் சில பத்திரிகைகளும் பகிரங்கமாக எழுதின.

1992 மே 20ஆம் தேதி, அதாவது கொலை நடந்து முடிந்த ஒரு வருடத்தில், SIT 449 பக்க குற்றப் பத்திரிகையை பூந்தமல்லி சிறப்பு நீதிமன்றத்தில் தாக்கல் செய்தது. 41 பேரை குற்றவாளி களாக அது கை காட்டியது. முதலாவதாக பிரபாகரன். இரண்டாவதாக புலிகளின் உளவுப் பிரிவுத் தலைவர் பொட்டு அம்மான். மூன்றாவதாக உளவுப் பிரிவின் துணைத் தலைவர் அகிலா. நீண்ட பட்டியல் அது.

1992 ஜூன் 12ஆம் தேதி வர்மா கமிஷன் தனது அறிக்கையை இந்திய உள்துறை அமைச்சரிடம் சமர்ப்பித்தது. அதில் கூறப் பட்ட விஷயங்கள் நரசிம்ம ராவ் அரசுக்கு ஏற்புடையதாக இல்லை. போலீஸ் அதிகாரிகள் சிறப்பான பாதுகாப்பு ஏற்பாடு செய்திருந்த போதும் காங்கிரஸ் பிரமுகர்களின் அஜாக்கிரதையும் முன்னாள் பிரதமரின் மரணத்துக்கு ஒரு காரணம் என்று அதில் குறிப்பிட்டிருந்ததுதான் காரணம்.

இன்னொரு பக்கம் கார்த்திகேயன் டீம் கண்டுபிடிப்பை அடிப்படையாகக் கொண்டு சிறப்பு நீதிமன்றம் விசாரணையை ஆரம்பித்தது. 1994 ஜனவரி முதல் 1997 நவம்பர் வரை அது

நீடித்தது. SIT அடையாளம் காட்டிய 1044 சாட்சிகளில் 288 பேர் விசாரிக்கப்பட்டனர். 1998 ஜனவரி 28 அன்று நீதிபதி நவநீதம் 2000 பக்கத்துக்கு மேல் நீண்ட தீர்ப்பை வாசித்தார். 26 பேருக்கு மரண தண்டனை.

மேல் முறையீட்டு வழக்கை எடுத்துக்கொண்ட சுப்ரீம் கோர்ட் 1999 மே மாதம் தீர்ப்பு வழங்கியது. சிறப்பு நீதிமன்றத்தின் தீர்ப்பை மாற்றி எழுதி 26 பேரில் 19 பேரின் மரண தண்டனையை ரத்து செய்தது. ரத்து ஆகாதவர்களில் நளினியும், முருகனும் அடக்கம். புலிகளுக்கு ஆதரவாக இயங்கிய பதிப்பகங்களைப் பற்றி விசாரித்த போது சிக்கியவர் பாக்கியநாதன். அவரது தங்கை நளினி. சென்னையில் ஒரு தனியார் நிறுவனத்தில் சுருக்கெழுத்த ராகப் பணியாற்றி வந்தார். ஹரிபாபு எடுத்த படத்தில் அவரது உருவமும் இருந்தது. முருகன் விடுதலைப் புலிகளில் உளவுத் துறையில் இருந்தார். நளினி முருகனை முன்னரே காதல் திருமணம் செய்துகொண்டிருந்தார். (சிறைக்குள் இருந்த போது நளினிக்குக் குழந்தை பிறந்தது. சோனியா காந்தியின் வேண்டு தலால் இவர்களது தண்டனை ஆயுள் தண்டனையாகக் குறைக்கப் பட்டது. 2008ஆம் வருடம் ராஜீவ் காந்தியின் மகள் பிரியங்கா வேலூர் சிறைக்குச் சென்று நளினியோடு தனிமையில் உரை யாடிவிட்டு வந்தார்).

வழக்கும் விசாரணையும் முடிந்து தீர்ப்புகள் வெளிவந்தபின்பும் பல்வேறு சர்ச்சைகள் இன்றுவரை நீடிக்கின்றன.

அந்த சர்ச்சைகளுக்கான விடை நிச்சயமாகக் கிடைக்கப் போவதில்லை. அந்த வகையில், ராஜீவின் மரணம் இன்றுவரை ஒரு புதிர்.

அமைதிப் படைக் காலத்தில் ஈழத்தமிழ் மக்களுக்கு இழைக்கப் பட்ட கொடுமைகளுக்குப் பழி வாங்குவதற்காக அல்லாமல், ராஜீவ் இனி ஆட்சிக்கு வந்தால் தனக்கும் தனது இயக்கத்துக்கும் இடைஞ்சல் கொடுக்காமல் இருப்பதற்காகவே அவரைத் தீர்த்துக் கட்டியதாக பிரபாகரனைப் பற்றி ஊடகங்களில் பேசப் படுகிறது. ஆனால் ராஜீவ் உயிரோடு இருந்திருந்தால் புலி களுக்கு ஏற்பட்டிருக்கும் பிரச்சினைகளை விட அவர் இறந்ததால் ஏற்பட்ட இழப்பே அதிகம். இந்தியாவில் உள்ள ஆறு கோடி தமிழர்களின் ஒட்டுமொத்த வெறுப்பு அவருக்குப் பரிசளிக்கப் பட்டது. 30 கிலோமீட்டர் தொலைவில் அவரது இயக்கத்திற்கு இருந்துவந்த பாதுகாப்பான சரணாலயம் மறுக்கப்பட்டது.

18. ஓயவில்லை

1991 ஜூன் மாதம் ஆனையிறவு ராணுவ முகாம் மீது புலிகள் மாபெரும் தாக்குதலைத் தொடுத்தனர். யாழ் தீபகற்பத்தையும், இலங்கையின் பெருநிலப் பரப்பையும் இணைக்கும் குறுகிய பகுதிதான் ஆனையிறவு. கேந்திர முக்கியத்துவம் வாய்ந்தது. அங்கு பெரும் எண்ணிக்கையில் சிப்பாய்களைக் குவித்து முகாமை நிறுவியிருந்தனர். யாழ்ப் பாணத்தையும் கண்டியையும் இணைக்கும் ஏ9 நெடுஞ்சாலை மற்றும் ரயில்வே பாதை ஆகிய வற்றை ஆனையிறவில் ராணுவத்தினர் துண்டித் திருந்தனர். ஏற்கனவே பொருளாதாரத் தடைக்கு ஆளாகியிருந்த யாழ் தீபகற்ப மக்கள் ஆனையிறவுப் பாதையும் மூடப்பட்டதைத் தொடர்ந்து அவதிக்கு ஆளாயினர். எனவே அந்த முகாமைத் தகர்ப்பதன் முக்கியத்துவத்தை உணர்ந்த பிரபாகரன் ஆக் ரோஷமாகத் தாக்குதலுக்கு உத்தரவிட்டார்.

நாலாப் பக்கமும் முற்றுகையிட்டுத் தாக்கினர். இந்த ஆனையிறவுப் போரை Mother of all Battles என்று பிரபாகரன் அறிவித்தார். உணவு, ஆயுதம், மருந்து ஆகியவற்றின் பற்றாக்குறையால் உள்ளே

மாட்டிக்கொண்டுள்ள ராணுவத்தினர் தவித்தனர். நான்கு நாள்களுக்கு புலிகளின் கை ஓங்கியிருந்தது. அதற்குள்ளாக பத்தாயிரத்துக்கும் மேற்பட்ட துருப்புகளை கடல் மார்க்கமாகக் கொண்டு வந்து இறக்கியது ராணுவம்.

ஆனாலும் புலிகளுக்கு அனுகூலமற்ற திறந்த வெளி நிலப்பரப்பில் 12 கிலோ மீட்டர் தூரத்தில் உள்ள முகாமை அடைய அவர்களுக்கு 18 நாள் பிடித்தது. இத்தனைக்கும் அவர்கள் முன்னேறுவதற்கு விமானப் படையின் குண்டுகள் உதவின. பல்லாயிரக்கணக்கான துருப்புக்கள் ஆகஸ்ட் 3ஆம் தேதி முகாமுக்கு அருகில் வந்து சேர்ந்தன. அப்போதும் கூட எண்ணிக்கையில் சிறிய புலிகள் ஆகஸ்ட் 9 வரை தாக்குப் பிடித்த பிறகுதான் பின்வாங்கினர். 31 நாள்கள் நீடித்த இந்தச் சண்டையில் முன்னெப்போதும் காணாத வகையில் பாரிய இழப்பை பிரபாகரன் சந்தித்தார். இந்த ஆபரேஷனில் ஈடுபட்ட 3000 பேரில் 123 பெண் போராளிகள் உட்பட 573 புலிகள் கொல்லப்பட்டனர்.

இந்தப் போர் பிரபாகரனுக்குப் படிப்பினையைக் கொடுத்தது. கெரில்லா இயக்கம் ஒன்று மரபு வழி ராணுவமாக மாறுவதானால் அதற்குரிய கட்டமைப்பை உருவாக்க வேண்டும் என்று உணரவைத்தது. வெறும் துப்பாக்கி ஏந்திய போராளிகளை வைத்துக்கொண்டு இலங்கை அரசின் விமானப் படையையும், போர்க் கப்பல்களையும் எதிர்ப்பது சுலபமல்ல என்று புரியவைத்தது.

பொருளாதாரத் தடை இறுகியது. ஏறத்தாழ எல்லாப் பொருட்களுக்கும் பற்றாக்குறை உருவானது. வடக்குப் பிராந்தியத்தில் ஒரு லிட்டர் பெட்ரோலின் விலை 2000 ரூபாய் வரைக்கும் உயர்ந்தது. உணவுப் பொருட்களின் விலையும் விண்ணை முட்டியது.

•

அக்டோபர் 1, 1992 அன்று கடைக்காடு (Kaddaikadu) ராணுவ முகாம் மீது எதிர்பாராத வகையில் புலிகள் தாக்கினர். ராணுவத்தினரின் கண்காணிப்புப் புள்ளிகளையும், புதைத்து வைத்திருந்த நிலக்கண்ணி வெடிகளையும், கம்பி வேலியையும் சத்தமில்லாமல் கடந்து முகாமில் மையப் புள்ளிக்கு முன்னேறினார்கள். பயந்து போன சிப்பாய்கள் நாலாப்புறமும் சிதறி ஓடினர். அந்த முகாம் புலிகளின் கைக்கு வருவதற்கு நீண்ட நேரம்

பிடிக்கவில்லை. 50 மில்லியன் டாலர் பெறுமானமுள்ள ஆயுதங்களையும், வெடி மருந்துகளையும் அவர்கள் கைப் பற்றினர்.

மாவீரர் தின வாரத்தையொட்டி 1993 நவம்பர் 23 ராணுவ வளாகம் மீது பிரபாகரனின் பார்வை திரும்பியது. ராணுவம், கடற்படை மற்றும் விமானப்படையைச் சேர்ந்த சுமார் 5,000 துருப்புக்கள் அங்கே நிலைகொண்டிருந்தனர். ஏராளமான ஆயுதங்களைக் கைப்பற்றிக்கொண்டு திரும்பிச் சென்றிருந்தனர்.

•

1989இல் இலண்டனுக்குப் பறந்த கிட்டு 1991 ஆகஸ்ட் 7ஆம் தேதி அங்கிருந்து வெளியேற்றப்பட்டார். ஆஸ்திரியாவின் வியன்னா நகரில் இருந்தபோது ஊருக்குத் திரும்புமாறு பிரபாகரன் அறிவுறுத்தியிருந்தார். எனவே அவர் சிங்கப்பூருக்கு விமானம் பிடித்தார். அருகில் உள்ள தாய்லாந்தில் இருந்து கடல் மார்க்க மாக இலங்கை செல்லத் திட்டமிட்டிருந்தார். அவர் பயணித்த MV Ahat கப்பல் 1993 ஜனவரி 13ஆம் தேதி இந்தியக் கடற் படையினரால் வழிமறிக்கப்பட்டது. அதற்கு 'ஆபரேஷன் ஜபர்தஸ்த்' என்று பெயரிடப்பட்டது. நிலைமையை உணர்ந்த கிட்டு கப்பலோடு சேர்த்து தன்னையும் வெடி வைத்துத் தகர்த்துக்கொண்டார். இந்தியக் கடல் எல்லைக்குள் அத்துமீறி நுழைந்த கப்பலை வழிமறிப்பது தங்கள் உரிமை என்றது இந்தியா. கப்பல் வெடித்த போது சென்னையில் இருந்து 12 கடல் மைல் தொலைவில் நிலைகொண்டிருந்ததாக அறிவித்தது.

ஆனால் புலிகள் தரப்பு சர்வதேச கடல் எல்லையில் சென்ற கப்பலை இந்தியா தேவையில்லாமல் வழிமறித்ததாகக் குற்றம் சாட்டியது. அந்த அமைப்பு ஜனவரி 18 ஆம் தேதி தொடங்கி மூன்று நாள்கள் துக்கம் அனுசரித்தது. கிட்டுவுக்கு யாழ்ப் பாணத்தில் ஏற்பாடு செய்யப்பட்டிருந்த நினைவு நிகழ்ச்சியில் மாத்தையா கலந்துகொள்ளவில்லை. இந்தியாவின் அடாவடித் தனத்தினால் உயிரிழந்த திலீபன், குமரப்பா, புலேந்திரன், ஜானி ஆகியோர் வரிசையில் கிட்டுவும் சேர்ந்து விட்டார் என்று புலிகள் வேதனைப்பட்டனர். (இதில் ஜானி அமைதிப் படைக் காலத்தில் சமாதானச் செய்தியை சென்னையில் இருந்து இலங்கைக்குக் கொண்டு சென்ற போது இந்திய ராணுவத்தால் சுட்டுக் கொல்லப்பட்டார்)

இறந்தவர்கள் தவிர கப்பலில் இருந்து உயிர் தப்பியவர்களை இந்தியக் கடற்படை விசாகபட்டினம் அழைத்துச் சென்றது. அவர்கள் மீது பயங்கரவாதத் தடுப்புச் சட்டம் 'தடா'வில் வழக்குப் பதிவு செய்யப்பட்டு நீதிமன்றத்தில் நிறுத்தப்பட்டனர். அதன் பிறகு நடந்ததை ஜூன் 29, 1996 இந்து பத்திரிகையில் வெளியான செய்தி விளக்கியது. நீதிபதி லக்ஷ்மண ரெட்டி அந்த ஒன்பது புலி உறுப்பினர்களையும் குற்றமற்றவர்கள் என்று விடுவித்தார். இந்தியக் கரையில் இருந்து 440 கடல் மைல்களுக்கு அப்பால் பயணித்த கப்பலை கடற்படையினர் சுற்றி வளைத்து இந்தியாவை நோக்கிச் செலுத்தச் செய்திருக்கிறார்கள். சென்னையை நெருங்கிய போது கிட்டுவும், அவரது கூட்டாளிகளும் உயிரை மாய்த்துக்கொண்டனர். உயிர் பிழைத்த மற்றவர்களை கடற்படையினர் பலவந்தமாக இந்தியக் கரைக்குக் கொண்டு வந்ததால் அவர்கள் மீது தடா சட்டத்தைச் செலுத்துவதற்கு எந்த முகாந்திரமும் இல்லையென்று ரெட்டி கூறினார்.

தமிழக மீனவர்கள் அடிக்கடி இலங்கைக் கடற்படையினரால் சுடப்படுவதைத் தடுக்க முடியாத இந்தியா சர்வதேச எல்லையில் பயணித்த கிட்டுவின் மரணத்திற்கு வித்திட்டது விந்தையாக உள்ளது. இத்தனைக்கும் பிரபாகரன், பொட்டு அம்மான் ஆகியோரைப் போல ராஜிவ் காந்தி கொலையில் குற்றம் சாட்டப்பட்டவரும் அல்ல. அப்படி இருந்தால் கூட விசாரணைக்காக இடைமறித்து அழைத்து வந்தோம் என்று நியாயப் படுத்தலாம்.

கிட்டுவின் மரணம் மாத்தையாவின் மீதான சந்தேகத்தை அதிகப்படுத்தியது. அமிர்தலிங்கம் கொலையின் போதே அந்தச் சந்தேகம் பொட்டு அம்மானுக்கு உதித்ததாகச் சொல்லப் படுகிறது. அந்தக் கொலைக்கும் தங்களுக்கும் தொடர்பு இல்லை என்று புலிகள் மறுத்தபோது, 'எங்களோடு கருத்து முரண்பாடு இருப்பதால் அவர்களைக் கொல்லவில்லை. மாறாக அவர்கள் இந்தியாவின் கையாளாக, துரோகிகளாகச் செயல்பட்டார்கள்' என்று பேட்டியளித்தவர் மாத்தையா. ஆனால் அவரே இந்தியாவின் உளவாளியாக மாறியிருக்கலாம் என்ற சந்தேகம் ராஜீவ் காந்தியின் கொலையில் மாத்தையாவின் பெயரைச் சேர்க்காத போது வலுத்தது.

இத்தனைக்கும் குற்றம் சாட்டப்பட்ட ஆதிரை என்ற பெண் தான் மாத்தையாவுக்குக் கீழே பணியாற்றியதை வாக்குமூலமாகப்

பதிவு செய்தும் கூட SIT அவரை குற்றவாளியாகச் சேர்க்காமல் விட்டபோது கூடிய சந்தேகம் கிட்டுவின் மரணத்தின் போது மேலும் அதிகரித்தது. ஆரம்பத்தில் இருந்தே கிட்டுவையும், அவரது வளர்ச்சியையும் பிடிக்காத மாத்தையாதான் கிட்டு வருகை புரியும் கப்பலைப் பற்றி இந்தியாவுக்குத் தகவல் தந்திருக்க வேண்டுமென்று பொட்டுவின் ஆட்கள் கணித்தனர்.

மாத்தையாவைப் பற்றி உளவுப் பிரிவு எச்சரித்ததைத் தொடர்ந்து விடுதலைப் புலிகள் அமைப்பின் துணைத் தலைவர் பொறுப்பில் இருந்து மாத்தையா நீக்கப்பட்டார். அந்த இடத்துக்கு பேபி சுப்பிரமணியத்தை பிரபாகரன் உயர்த்தினார். மாத்தையா தலைவராக இருந்த மக்கள் முன்னணி என்ற அரசியல் பிரிவையும் கலைத்து விட்டார். வடக்குப் பிராந்தியத்தில் வைத்திருக்காமல் கிழக்கே அவரை அனுப்பி வைத்திருந்தார். 1992 ஆகஸ்ட் மாதம் Denzil Kobbekaduwa இறந்த பிறகு வடக்குப் பிராந்தியம் புலிகளின் முழுக் கட்டுப்பாட்டுக்கு வந்த பிறகே அவர் திரும்ப அழைக்கப்பட்டார். அப்போது கூட அகதிகள் மறுவாழ்வு, காயமடைந்த போராளிகளைப் பேணுதல் முதலிய டம்மி பொறுப்புகளே மாத்தையாவுக்கு வழங்கப்பட்டன.

மாத்தையாவின் மீது வேறு பல குற்றச்சாட்டுகளும் முன் வைக்கப்பட்டன. அனைத்தையும் பரிசீலித்துப் பார்த்த பிரபாகரன் ஒரு முடிவுக்கு வந்தார். இயக்கத்துக்கு முற்றிலும் நேர் மாறான பாதையில் மாத்தையா பயணம் செய்துகொண்டிருக்கிறார். ஆகவே, அவரை நீக்கிவிடவேண்டும். இயக்கத்தில் இருந்தும். இந்த உலகத்தில் இருந்தும். முறைப்படி மரண தண்டனை விதிக்கப்பட்டது.

•

பத்தாவது திருமண நாளுக்கு நான்கு நாள் முன்பாக தனது கணவர் கொல்லப்பட்ட பிறகு லண்டனுக்குச் சென்று வசித்த சந்திரிகா குமாரதுங்கா 1992இல் இலங்கைக்குத் திரும்பினார். செல்வாக்கு இழந்து வரும் தனது குடும்பச் சொத்தாகிய சிறீலங்கா சுதந்தரக் கட்சியைத் தூக்கி நிறுத்தும் பொறுப்பை ஏற்றுக்கொண்டார். 1993இல் நடக்கவிருந்த மாகாண சபைத் தேர்தலில் பலப் பரீட்சை செய்ய மேற்கு மாகாண முதலமைச்சர் பதவியை மனதில் வைத்துக் களத்தில் குதித்தார். அவருக்கு எதிராக லலித் அதுலத் முதலி நின்றார். பிரேமதாசாவினால் ஐக்கிய தேசியக் கட்சியில்

இருந்து ஓரங்கட்டப்பட்ட அதுலத் முதலி மற்றும் காமினி திசநாயகே ஆகிய இருவரும் தமது பகைமையை மறந்து தனிக் கட்சி துவங்கியிருந்தனர் என்பதை இங்கே குறிப்பிட வேண்டும். ஐக்கிய தேசியக் கட்சியும் ஒரு ஆளை நிறுத்தியது.

ஏப்ரல் 23ஆம் தேதி அதுலத் முதலி பேசவிருந்த கூட்டத்தின் பந்தோபஸ்துக்கு போலீஸை அனுப்பக் கூடாதென்று உயரதிகாரி ருக்மன் டிசில்வா உத்தரவிட்டிருந்தார். ஆனால் அவர் பேசுவதைப் பதிவு செய்ய மட்டும் ஆள் அனுப்பியிருந்தார். ஆயிரம் பேருக்கும் மேல் அதுலத் முதலி பேசுவதைக் கேட்கக் காத்திருந்தனர். மழை லேசாகத் தூறியது, ஆனாலும் கூட்டம் கலையவில்லை. அதற்கு மாறாக மேடைக்கு அருகில் குவிந்தனர். அவர் பேச ஆரம்பித்தார். சிறிது நேரத்துக்கெல்லாம் துப்பாக்கி குண்டுக்குப் பலியானார்.

வழக்கம் போல், விடுதலைப் புலிகளின் மீது இந்தப் பழி வந்து சேர்ந்தது. இல்லை, இது இலங்கையின் சதிதான் என்பது பின்னரே தெரியவந்தது.சந்திரிகாவின் காலத்தில் நிறுவப்பட்ட ஒரு விசாரணை கமிஷன் இதனை அழுத்தம் திருத்தமாக நிரூபித்தது.

•

பிரேமதாசாவை நோக்கி வேகவேகமாக வந்துகொண்டிருந்தது அந்த சைக்கிள். மே முதல் தேதி. தொழிலாளர் தினம். கொழும்பு நகரில் ஐக்கிய தேசியக் கட்சியின் மே தினப் பேரணி நடந்தது. போக்குவரத்தைச் சரிசெய்கிறேன் என்று காரைவிட்டு கீழே இறங்கியிருந்தார் பிரேமதாசா. அவரருகில் வந்து நின்றது அந்த சைக்கிள். சத்தம். புகை. களேபரம். பிரேமதாசா உயிருடன் இருக்கிறாரா என்பதைக் கண்டறியவே சில மணி நேரம் தேவைப்பட்டது. இல்லை, அவர் உடல்தான் கிடைத்தது. சிதறலாக.

விடுதலைப் புலிகள்தான் என்று ஒருசேர அனைவரும் அடித்துச் சொன்னார்கள். 1987ஆம் வருடம் ஆபரேஷன் லிபரேஷனின் போது கேப்டன் மில்லர் ஆரம்பித்து வைத்த தற்கொலைத் தாக்குதல் படை 'கரும்புலிகள்.' தமிழீழத்துக்காக, பிரபாகரனுக்காக தமது உயிரையே அர்ப்பணிக்கத் தயங்காத இவர்களே பிரபாகரின் மிகப் பெரிய பலம். கரும் புலிகள் மட்டுந்தான் என்றில்லை, அந்த அமைப்பில் அத்தனை பேருமே தமது

உயிரைத் தியாகம் செய்ய யோசிப்பதே இல்லை. எதிரியின் கையில் சிக்குவதை விட உயிரை மாய்த்துக்கொள்வதே சிறந்த தென்று அத்தனை போராளிகளும் சயனைட் குப்பியைக் கழுத்தில் தரித்திருக்கிறார்கள். பிரபாகரனும் இதற்கு விதி விலக்கல்ல. சயனைட் சாப்பிட்டுச் செத்த புலிகளின் எண்ணிக்கை மட்டும் ஆயிரத்துக்கும் மேல் என்று சொல்லப்படுகிறது.

பயிற்சி முடிந்து தயாராக இருக்கும் போராளிகளில் 200 பேரை கரும் புலிகளாகப் பயன்படுத்துவதற்கு எப்போதும் தயார் நிலையில் வைத்திருப்பார் பிரபாகரன். இந்தக் குழுவில் தேர்ந்தெடுக்கப்படுவது அவர்களுக்கு கௌரவமான விஷயம். வீடு, வாசல், உற்றார், உறவினர் எல்லாவற்றையும் மறந்து விட்டு வரும் போராளிகளுக்கு பிரபாகரன் வழங்கும் அங்கீகாரமும், மரியாதையும் இதுதான். இதைப் பெருமையான விஷயமாக புலிகள் கருதுகின்றனர்.

தேர்ந்தெடுக்கப்பட்டவுடன் ஆறு மாத காலத்துக்கு கூடுதல் பயிற்சியும், வகுப்புகளும் இவர்களுக்கு நடத்தப்படுகிறது. தனது மரணம் தமிழீழத்துக்கான போராட்டத்தை ஒரு அடியாவது முன்னெடுத்துச் செல்லும் என்று அவர்கள் ஆணித்தரமாக நம்புகின்றனர். நிறையப் புலிப் போராளிகளுக்குப் பிரபா கரனைக் காண்பதே சிரமம். ஆனால் கரும் புலிகளுக்கு மட்டும் சிறப்புச் சலுகை. ஆபரேஷனுக்கு முந்தைய நாள் பிரபாகரனோடு விஷேச இரவு உணவு. அதனைத் தொடர்ந்து பிரபாகரனுடன் சேர்த்து புகைப்படம் எடுக்கப்படும்.

‘நான் உயிருக்குயிராக நேசித்த தோழர்கள், என்னோடு தோளோடு தோள் நின்று போராடிய தளபதிகள், நான் பல்லாண்டு காலமாக வளர்த்தெடுத்த போராளிகள் களத்தில் வீழும் போதெல்லாம் என் இதயம் வெடிக்கும். ஆயினும் சோகத்தால் நான் சோர்ந்து போவதில்லை. இந்த இழப்புகள் எனது லட்சிய உறுதிக்கு மேலும் உரமூட்டியிருக்கின்றன’ என்று ஒரு மாவீரர் உரையில் பிரபாகரன் குறிப்பிட்டார்.

•

பிரேமதாசாவின் மறைவையடுத்து பிரதமர் விஜேதுங்கா அதிபராகப் பொறுப்பேற்றார். பிரதமர் பதவிக்கு ரணில் விக்கிர மசிங்கே வந்தார். ஆனால் போர் என்னவோ நடந்துகொண்டு

தான் இருந்தது. தமிழர் பிரதேசத்தின் மீதான பொருளாதாரத் தடையும் தொடர்ந்து கொண்டுதான் இருந்தது. பிரேமதாசா வாவது தமிழர்களிடம் அனுதாபம் காட்டுவது போல ஒரு பக்கம் நடித்துக்கொண்டு இன்னொரு பக்கம் அரச வன்முறையை ஏவினார். ஆனால் விஜேதுங்கா தீவிரமான சிங்கள இனவாதி. அதை அவர் மறைக்கவில்லை. போர் ஓய்வதற்கான சாத்தியமும் இருக்கவில்லை.

1977 தேர்தலில் ஜெயவர்த்தனே வென்ற பிறகு ஐக்கிய தேசியக் கட்சியின் பிடியில் இலங்கை 17 ஆண்டுகள் இருந்தது. ஜெய வர்த்தனே, பிரேமதாசா, விஜேதுங்கா என யார் ஆண்டாலும் நாடு போரின் கோரத்தில் சிக்கித் தவித்தது. மக்கள் வெறுத்துப் போனார்கள். இந்தப் பின்னணியில்தான் 1994ஆம் வருடத்திய நாடாளுமன்றத் தேர்தல் நடந்தது. அதில் சிறீலங்கா சுதந்தரக் கட்சி வெற்றி பெற்று சந்திரிகா குமாரதுங்கா பிரதமர் பதவிக்கு வந்தார். 'சமாதானத்தை நாடுவேன், அமைதியை ஏற்படுத்து வேன், புலிகளோடு பேசுவேன்' என்று பிரச்சாரம் செய்து சந்திரிகாவை கடவுளாகப் பார்த்து அனுப்பிய அமைதி தேவதை என்று மக்கள் நம்பி ஓட்டுப் போட்டார்கள். இலங்கைத் தீவில் இனவெறியை, இனப் பிரச்னையை பூதாகரமாக்கிய பண்டார நாயகா தம்பதியினரின் மகளாகிய சந்திரிகா குடும்ப ஆட்சியை மீண்டும் நிறுவினார்.

சந்திரிகாவின் ஆட்சியில் தமக்கு விடிவு காலம் ஏற்படுமா என்று மக்கள் ஆவலோடு எதிர்பார்த்தனர். அவர்களது உடமைகள் அரசு ராணுவத் தாக்குதலில் அழிக்கப்பட்டிருந்தன. வீடுகள் சிதைக்கப் பட்டிருந்தன. உணவும், மருந்துப் பொருட்களும் தடை செய்யப் பட்டிருந்தன. எரிபொருளுக்கான தடை போக்குவரத்தையும், தொழில்களையும் பாதித்தது. மின்சாரம் இல்லை. மின் உற்பத்தி நிலையம் மீது விமானக் குண்டுகள் வீசப்பட்டிருந்தன. தொலைத் தொடர்பும் துண்டிக்கப்பட்டிருந்தது. விவசாயத்துக்கான உரம் தடை செய்யப்பட்டிருந்தது. மீனவர்கள் மீன் பிடிக்கத் தடை.

பொறுப்பேற்ற இரண்டே வாரங்களில் அத்தியாவசியப் பொருட் களின் மீதான தடையை ஓரளவுக்கு அகற்றுவதாக அறிவித்தார். வருகிற அதிபர் தேர்தலில் மக்களின் ஆதரவைத் தக்க வைக்கும் நாடகமோ என்ற சந்தேகம் பிரபாகரனுக்கு இருந்தது. சந்திரிகா வின் நேர்மை குறித்து அவருக்கு நம்பிக்கை ஏற்பட்டிருக்க

வில்லை. இருந்தாலும் தமிழ் மக்களின் இடர்பாடுகளைக் குறைப்பதாக அறிவித்த சந்திரிகாவுக்கு ஒரு வாய்ப்புக் கொடுத்துப் பார்க்கலாம் என்று பாலசிங்கம் பிரபாகரனுக்கு ஆலோசனை கூறினார். சந்திரிகாவின் நடவடிக்கையை வரவேற்று கடிதம் எழுதிய பிரபாகரன் புலிகளால் பிடித்து வைக்கப்பட்டிருந்த 10 போலீஸாரை விடுவித்தார். பொருளா தாரத் தடையை முழுமையாக அகற்ற வேண்டும் என்றும் அந்த செப்டம்பர் 2 கடிதத்தில் வேண்டுகோள் விடுத்தார்.

சந்திரிகா செப்டம்பர் 9 அன்று பதில் அனுப்பினார். பொருளா தாரத் தடையை முற்றிலுமாக அகற்றுவது பற்றி அவர் எதுவும் குறிப்பிடவில்லை. மாறாக 'நாம் பேச்சுவார்த்தை நடத்தலாம். உங்கள் தரப்பில் யாரை பிரதிநிதிகளாக முன்மொழிகிறீர்கள்?' என்ற தொனியில் அவர் கேட்டிருந்தார். மக்களின் அன்றாடப் பிரச்னைகள் தீரும் வரை இனப் பிரச்னைக்கான நிரந்தரத் தீர்வு பற்றிப் பேசுவதில் பிரபாகரனுக்கு ஈடுபாடு கிடையாது. பொருளாதாரத் தடைகள் நீக்கப்பட்டு, போர் நிறுத்தம் அமலில் இருக்கும் போது பேச்சுவார்த்தை நடத்தினால்தான் அது பலன் தரும் என்று நம்பினார். இருந்த போதிலும் சந்திரிகாவின் வேண்டுகோளுக்கு இணங்கி புலிகளின் போலீஸ் பிரிவின் துணைத்தலைவர் கரிகாலன் தலைமையில் ஒரு குழுவை அவர் 12ஆம் தேதி முன்மொழிந்தார். இரு தரப்புக் குழுவினரும் பேச்சு வார்த்தைக்காகக் கூடும் போது பொருளாதாரத் தடை பற்றிய பிரச்னையை எழுப்பலாம் என்று அவர் காத்திருந்தார்.

பிரபாகரனின் இந்தக் கடிதத்துக்கு சந்திரிகா உடனடியாகப் பதில் அனுப்பவில்லை. சண்டை ஒரு பக்கம் நடந்துகொண்டிருந்து. ராமேஸ்வரத்துக்கும் தலைமன்னாருக்கும் இடையேயுள்ள மன்னார் வளைகுடாவில் நடந்த மோதல் ஒன்றில் கடற் படையின் கப்பல் ஒன்றைக் கடற்புலிகள் மூழ்கடித்தனர். அதன் கேப்டனையும், மற்ற இரண்டு அதிகாரிகளையும் சிறை பிடித்தனர். இந்தச் சம்பவம் நடந்த இரண்டே நாளில் அரசுத் தரப்புப் பிரதிநிதிக் குழுவின் அங்கத்தினர்கள் பற்றி சந்திரிகா பதில் போட்டார். அவ்வளவுதான், மற்ற கேள்விகளுக்குப் பதிலே இல்லை.

அரசுத் தரப்புக் குழுவில் அடங்கியோர் பெயர்கள் பிரபாகரனுக்கு பெரும் ஏமாற்றத்தைக் கொடுத்தது. ஒரு வழக்கறிஞர், ஒரு அரசு ஊழியர், ஒரு வங்கியாளர், ஒரு கட்டடக் கலை நிபுணர். தமிழர்

உரிமைப் பிரச்னையின் தீவிரத்தையும், ஆழத்தையும் இவர்கள் நன்கறிந்து வைத்திருப்பார்கள் என்று சொல்ல முடியாது. மேலும் இவர்களால் பேசத்தான் முடியுமே தவிர பேச்சு வார்த்தையின் மூலம் தீர்வு காணும் அதிகாரம் இவர்களுக்கு இல்லை.

எதைப் பற்றி பேசலாம் என்பதையும் சந்திரிகாவே கூறியிருந்தார். அதில் பொருளாதாரத் தடை பற்றி மூச்சு விடவில்லை. மின்சாரம் மறுக்கப்பட்ட மக்களுக்கு மெழுகுவர்த்தியும் மறுக்கப்பட்டது. குடை, சட்டை, பேப்பர் முதலியவை தடை செய்யப்பட்டிருந் தன. பல பொருள்களை பாதுகாப்புக் காரணங்களுக்காக அனுமதிக்கவில்லை என்று அரசாங்கம் கூறியது.

பிரேமதாவின் மறைவுக்குப் பிறகு செல்வாக்கு இல்லாத விஜேதுங்காவினால் வெல்ல முடியாது என்பதற்காக காமினி திசநாயகாவை ஐக்கிய தேசியக் கட்சி அதிபர் தேர்தலில் நிறுத்தி யது. பிரதமர் சந்திரிகா, சிறீலங்கா சுதந்தரக் கட்சி வேட்பாளர். தேர்தல் நவம்பர் மாதம் நடைபெறவிருந்தது. இந்த நிலையில் அக்டோபர் 23ஆம் தேதி தேர்தல் பேரணி ஒன்றில் கலந்து கொண்ட காமினி மனித வெடிகுண்டு மூலம் கொல்லப்பட்டார். அவரது கட்சிக்காரர்கள் இது புலிகளின் வேலை என்று கூச்ச லிட்டனர். ஆனால் சந்திரிகா அவசரப்படவில்லை. அவரைப் பொறுத்தவரை முக்கியமான அரசியல் எதிரி கொல்லப்பட்டு விட்டார். அதனால் புலிகளை அவர் குற்றம் சாட்டவில்லை. புலிகள் கொலையை மறுக்கவும் இல்லை, அதற்குப் பொறுப் பேற்கவும் இல்லை.

காமினியின் மரணத்தைத் தொடர்ந்து அவரது மனைவி சிறீமா திசநாயகே ஐக்கிய தேசியக் கட்சி சார்பில் நின்றார். நவம்பர் 9ஆம் தேதி தேர்தல். சந்திரிகாவே வென்றார். 12ஆம் தேதி அவர் இலங்கையின் அதிபராகப் பொறுப்பேற்றார். பிரபாகரன் மீண்டும் முன்வைத்த ஒரு வார கால போர் நிறுத்தத்தை சந்திரிகா அரசு உதாசீனம் செய்தது.

புலிகள் அமைதி காத்த ஒரு வாரத்தில் ராணுவத்தினர் தமிழ் சிவிலியன்களையும், புலிகளையும் தாக்கினார்கள். அமுதன் (மல்லி) என்ற போராளியைக் கொன்று அவரது தலையை வெட்டி எடுத்துச் சென்றார்கள்.

இரு தரப்பினரும் 1995 ஜனவரி 2ஆம் தேதி ஒரு உடன்பாட்டுக்கு வந்தனர். இரண்டு தரப்பினரில் யார் மறுபடியும் போருக்குத்

திரும்புவதாக இருந்தாலும் 72 மணி நேரத்துக்கு முன்பே தெரிவித்து விடவேண்டும் என்று சொன்ன அந்த உடன்பாட்டில் பிரபாகரன் யாழ்ப்பாணத்தில் இருந்தும், சந்திரிகா கொழும்பில் இருந்தும் ஒரே நேரத்தில் கையெழுத்திட்டனர். பிறகு செஞ்சிலுவைச் சங்கத்தினர் மூலம் பரிமாறப்பட்டது.

போர் நிறுத்தத்தைக் கண்காணிப்பதற்கு ஒரு குழுவை அமைப்ப தென்றும் முடிவானது. தமிழரின் தாயகமாகிய வடகிழக்குப் பிராந்தியத்தை யாழ்ப்பாணம், மன்னார், வவுனியா, முல்லைத் தீவு, திருகோணமலை, மட்டக்களப்பு-அம்பாறை என ஆறாகப் பிரித்து ஒவ்வொரு பிரிவுக்கும் ஒரு கண்காணிப்புக் குழுவை அமைப்பதென்று தீர்மானிக்கப்பட்டது. ஒவ்வொரு குழுவிலும் இரு அரசுப் பிரதிநிதிகள், இரு புலிகளின் பிரதிநிதிகள் மற்றும் ஒரு வெளிநாட்டுப் பிரதிநிதி இருப்பர். அந்த வெளிநாட்டுப் பிரதிநிதியே குழுவின் தலைவராக இருப்பார்.

ஆறு பகுதிகளுக்கு மொத்தம் நான்கு வெளிநாட்டுக் கண்காணிப் பாளர்களே வந்தனர். அதில் இருவரை அவர்கள் புலிகளைச் சந்திப்பதற்கு முன்பாகவே திருகோணமலை மற்றும் மட்டக் களப்பு-அம்பாறைப் பகுதிக்கு அரசாங்கம் அனுப்பியது. தமிழ்ச்செல்வன் இதற்கு ஆட்சேபம் தெரிவித்தார். நடுநிலையாக வந்த கண்காணிப்பாளர்கள் இரு தரப்பினரையும் சந்தித்துப் பேசிய பிறகு பணியைத் தொடங்குவதுதான் முறை என்றார். சரி என்ற சந்திரிகா ஜனவரி 17 அன்று அவர்களை அனுப்பி வைப்பதாகச் சொன்னார். அதை எதிர்பார்த்துக் காத்திருந்த புலிகள் ஏமாந்து போயினர்.

போர் ஏற்பட்டதன் பின்னணி குறித்தும், இப்போது அமைதிப் பேச்சுக்கான தேவை குறித்தும் தன் தரப்புக் கருத்தை நடுநிலைக் கண்காணிப்பாளர்களுக்கு விளக்கிய பிறகு அவர்கள் கண்காணிப்புப் பணியில் ஈடுபடுவது நல்லதென்று தமிழ்ச் செல்வன் மறுபடியும் எழுதினார். அதற்கு 'வெளி நாட்டு யுத்த நிறுத்தக் கண்காணிப்புக் குழுவினர் செயல்படுவதை புலிகள் எதிர்க்கின்றனர்' என்ற பிரசாரத்தில் அரசாங்கம் ஈடுபட்டது. அந்தக் குற்றச்சாட்டுக்கு மறுப்பும், கண்டனமும், தன்னிலை விளக்கமும் புலிகள் அளித்தனர். முடிந்த வரை இழுத்தடித்த பிறகு யாழ்ப்பாணம் வருவதற்கு பிப்ரவரி 5ஆம் தேதிதான் அரசாங்கம் அனுமதித்தது.

மீதமுள்ள இரண்டு பகுதிகளுக்கு கனடா மற்றும் நெதர்லாந்து நாட்டினரை நியமிக்கலாம் என்ற யோசனையை புலிகள் முன்வைத்தனர். ஆனால் அதைப் பற்றி அலட்டிக் கொள்ளாத சந்திரிகா, 'இனப் பிரச்னையைத் தீர்ப்பது பற்றிப் பேசும் வேளை வந்து விட்டது. அதற்கு நடுவராக பிரெஞ்சுக்காரர் ஒருவரைத் தேர்ந்தெடுத்து வைத்திருக்கிறேன். பேச்சு வார்த்தையை ரகசியமாக வைத்துக் கொள்ளலாம். சரியா, அப்போது பேசி பிரச்னையைத் தீர்க்கலாம்?' என்று பிப்ரவரி 20ஆம் தேதி கேட்டார்.

'முதலில் எமது மக்களின் அன்றாடப் பிரச்னைக்குக் காரணமாக இருக்கும் தடைகளை அகற்றுங்கள். மீன் பிடிக்க அனுமதி கொடுங்கள். அமைதிக் கண்காணிப்புக் குழுவை நெறிப்படுத்து வோம். அதன் பிறகு இனப் பிரச்னைக்குப் பேசலாம். அதற்குக் கூட பிரெஞ்சுக்காரர் வேண்டாம். இருவருக்கும் ஏற்புடைய யாரையாவது வைத்துக்கொள்ளலாம்' என்று புலிகள் தெரிவித்தனர்.

சிங்களத் தலைவர்கள் பேச்சுவார்த்தை நடத்துவதும், உடன்பாடு போடுவதும், அதைக் கிழித்துப் போடுவதும் புதிதல்ல என்றும் அவருக்குத் தெரியும். சந்திரிகா அமைதியான தீர்வை நாட வில்லை என்றும், அமைதிப் பேச்சு என்ற வலையில் சிக்க வைத்து ஆயுதமேந்திய தனது ஈழப் போராட்டத்தை அவர் தள்ளிப் போடுகிறார் என்று உணர்ந்தார்.

தனது முதல் கடிதத்திலேயே குறிப்பிட்டதுபோல மக்களின் அன்றாடப் பிரச்னைகளையும், அவசரத் தேவைகளையும் மார்ச் 28-க்குள் தீர்க்க ஆவன செய்யாவிட்டால் பேச்சு வார்த்தையில் இருந்து விலக நேரிடும் என்று 16ஆம் தேதி எழுதினார்.

பிரபாகரன் விடுத்த கெடுவை சந்திரிகா புறக்கணித்தார். கடிதம் எழுதுவதை நிறுத்திக்கொண்டார் பிரபாகரன். அடுத்து என்ன செய்யவேண்டும் என்று அவர் முடிவுசெய்திருந்தார்.

•

திருகோணமலைத் துறைமுகத்தில் நிறுத்தி வைத்திருந்த இரண்டு போர்க் கப்பல்கள் வெடித்துச் சிதறியிருந்தன. கடற்புலிகளின் தற்கொலைப் பிரிவினர் படகு நிறைய வெடி

பொருளை ஏற்றிச் சென்று கப்பலில் மோதியிருக்கிறார்கள். ஒரு கப்பல் சீன அரசாங்கம் பரிசளித்தது. மற்றது 20.85 கோடி ரூபாய் கொடுத்து வாங்கியது. இப்படியாக மூன்றாம் ஈழப் போர் தொடங்கியது.

அதிர்ச்சியைக் காட்டிலும் அவமானம். சந்திரிகா தலை குனிந்தார். பழிக்குப் பழி வாங்கியே தீரவேண்டும். உடனடியாக, ஆகாய மார்க்கமாகவும், கடல் வழியாகவும் ஏராளமான படைகள் பலாலியில் குவிக்கப்பட்டன. 1995 ஜூலை 9ஆம் தேதி யாழ்ப்பாணம் மீதான படையெடுப்பின் முதல் கட்டம் ஆரம்பித்தது. 'முன்னோக்கிய பாய்ச்சல்' என்ற பெயரிடப்பட்ட இந்த நடவடிக்கையில் விமானத் தாக்குதல், ஏவுகணைத் தாக்குதல் ஆகியவற்றின் உதவியுடன் ஆயிரக் கணக்கான ராணுவத்தினர் யாழ் நகரை நோக்கி முன்னேறினர்.

ஜூலை 14ஆம் தேதி பிரபாகரன் 'புலிப் பாய்ச்சல்' என்ற பெயரில் திருப்பி அடித்தார். இந்த எதிர்த்தாக்குதலின் போது விமானப் படையின் 'புக்காரா' குண்டு வீச்சு விமானம் ஒன்றை புலிகள் சுட்டு வீழ்த்தினர். காங்கேசன்துறை துறைமுகத்துக்கு அருகில் 'எடித்தேரா' என்ற பெயருடைய போர்க்கப்பல் கடற் கரும் புலிகளால் மூழ்கடிக்கப்பட்டது.

'புலிப்பாய்ச்சல்' ராணுவ வெற்றியைத் தொடர்ந்து யாழ்ப்பாணத்தில் நிலவிய நிம்மதி நீண்ட காலத்துக்கு நீடிக்கவில்லை. ஜூலை மாத இறுதியில் சிங்களப் படைகள் பீரங்கி ஏவுகணை வீச்சையும், விமானக் குண்டுத் தாக்குதலையும் தீவிரப்படுத்தியது. பெரும்பாலான மக்கள் பதுங்கு குழிகளுக்குள் ஒளிந்து கொண்டனர். விடுதலைப் புலிகளின் பாசறை மீது குண்டு வீசுவதாக உலகத்துக்குச் சொன்ன அரசாங்கம் யாழ் நகரை பாரபட்சமின்றித் தாக்கியது. பெரும்பாலான குண்டுகள் குடிமக்கள் மீதே விழுந்தன.

புலிகள் யாரும் கொல்லப்படவில்லை, அனைவருமே பொது மக்கள் என்பதை செஞ்சிலுவைச் சங்கத்தினர் உறுதிப்படுத்தினர். செப்டம்பர் 22ஆம் தேதி நாகர்கோயில் மகாவித்தியாலயத்தின் மீது நிகழ்ந்த குண்டு வீச்சுச் சம்பவம் தமிழ் மக்களை மேலும் அதிர்ச்சிக்கு உள்ளாக்கியது. இதில் 24 மாணவ மாணவிகள் கொல்லப்பட்டனர். 35 பேர் படுகாயமடைந்தனர்.

‘நேர்மையாக அமைதித் தீர்வுக்கு முயலும் சந்திரிகாவின் நோக்கத்துக்கு புலிகள் ஒத்துழைப்புத் தரவில்லை. அவர்களை போர் மூலம் மட்டுமே அழிக்க முடியும்’ என்று சர்வதேச அரங்கில் கதிர்காமர் மேற்கொண்ட ஊடகப் பரப்புரை நன்றாகப் பயன்பட்டது. தாக்குதலைத் தீவிரப்படுத்தினார் சந்திரிகா. யாழ்ப்பாணம் ராணுவத்தின் கட்டுப்பாட்டுக்குள் படிப்படியாக வந்தது.

19. யுத்தம், அமைதி, யுத்தம்

யாழ் தீபகற்பம் மூன்று பகுதிகளை உள்ளடக்கியது. முதலாவதாக யாழ்ப்பாண நகரம் அமைந்திருக்கும் வலிகாமம் பகுதி. இரண்டாவதாக பருத்தித்துறை, வல்வெட்டித்துறை ஆகிய பகுதிகளை உள்ளடக்கிய வடமராட்சி பகுதி. மூன்றாவதாக சாவகச்சேரி, முகமாலை ஆகியவற்றை உள்ளடக்கிய தென்மராட்சி பகுதி.

யாழ்ப்பாணத்தைக் கைப்பற்றிய ராணுவம் விரைவில் தென்மராட்சி மீதும், வடமராட்சி மீதும் படையெடுத்து குடாநாடு முழுவதையும் கைப்பற்றுமென்று பிரபாகரன் கணித்தார். எனினும் இடம் பெயர்ந்து வந்துள்ள லட்சக்கணக்கான மக்களை வைத்துக்கொண்டு சாவகச்சேரில் நின்று தற்காப்புப் போரை நடத்துவதென்பது தற்கொலைக்கு ஒப்பானது. எனவே அவர் வன்னிக்கு இடம் பெயர்ந்தார். விடுதலைப் புலிகளின் ஒட்டு மொத்தப் படையணியும் பின்வாங்கியது. சில போராளிகள் மட்டும் அவ்வப்போது ஊடுருவி யாழ் தீபகற்பத்தில் கெரில்லாத் தாக்குதல் நடத்தினாலும், அவர்களது தலைமையிடம் கிளிநொச்சியில் அமைக்கப்பட்டிருந்தது.

1996 ஏப்ரல் 18ஆம் தேதி எவ்வித மோதல்களுமின்றி 'சூரியக் கதிர் 2' என்ற ஆபரேஷன் மூலம் இலங்கை ராணுவம் தென்மராட்சிப் பகுதியைக் கைப்பற்றியது. பயங்கரவாதிகளின் பிடியில் இருந்து யாழ்ப்பாண மக்களை இலங்கை ராணுவம் விடுவித்து விட்டதாக சிங்கள, ஆங்கில ஊடகங்கள் செய்தி வெளியிட்டன. ஆனால் யாழ்குடா நாட்டை சிங்கள ராணுவம் ஒரு திறந்தவெளிச் சிறையாக மாற்றுகிறது என்று புலிகள் குற்றம் சாட்டினர். சுற்றி வளைத்து விசாரணைக்குக் கொண்டு செல்லப்பட்டவர்களில் ஆயிரத்துக்கும் மேலானோர் காணாமல் போயினர்.

இந்தக் காலகட்டத்தில் அடர்ந்த வன்னி காட்டுப் பகுதியில் பாசறைகள் அமைத்து போராளிகளுக்குப் பயிற்சியளித்து தயார் நிலையில் வைத்திருந்த பிரபாகரன் 1996இல் மோதலுக்குத் தயாரானார். ஜூலை 18ஆம் தேதி 'ஓயாத அலைகள்' என்ற பெயரில் முல்லைத்தீவு ராணுவத் தளம் மீது விடுதலைப் புலிகள் இயக்கம் பெரியதொரு தாக்குதலை நிகழ்த்தியது. முல்லைத்தீவு கடலோரமாக 2900 மீட்டர் நீளமும், 1500 மீட்டர் அகலமும் கொண்ட இந்தத் தளத்தின் மீது நவீன ஆயுதங்களைத் தரித்த புலிகள் தரை மார்க்கமாகவும், கடல் மார்க்கமாகவும் வந்து தாக்குதல் தொடுத்தனர். 24 மணி நேரத்துக்குள் இந்த ராணுவப் பெருந்தளம் புலிகளிடம் வீழ்ந்தது.

இதை மறுபடியும் கைப்பற்றுவதற்காகக் கரையேறிய படைகள் புலிகளைச் சுற்றி வளைத்துத் தாக்கின. ஜூலை 24 வரை சண்டை நீடித்தது. இறுதியில் புலிகளின் கையே மேலோங்கியது. 1200 சிங்கள ராணுவத்தினர் கொல்லப்பட்டனர். இந்திய அமைதிப்படை இரண்டரை ஆண்டுகள் போராடி எத்தனை வீரர்களைப் பலிகொடுத்ததோ அத்தனை பேரை இலங்கை ராணுவம் மூன்றே நாள்களில் இழந்தது. இந்த வெற்றியில் 122 பீரங்கிகள், ஏராளமான ஏவுகணைகள் உட்பட பல மில்லியன் டாலர் மதிப்புள்ள ராணுவத் தளவாடங்களைப் புலிகள் கைப்பற்றினர்.

மரணமடைந்த 1,200 சிங்கள வீரர்களின் உடலையும் அரசாங்கம் பெற்றுக்கொள்ள மறுத்தது. அத்தனை பேரைப் பறிகொடுத்ததை ஒப்புக்கொண்டால் அவமானம் என்று கருதி வெறும் 55 உடல்களை மட்டும் பெற்றுக்கொண்டது. எஞ்சிய உடல்களை செஞ்சிலுவைச் சங்கமே தகனம் செய்ததாகக் கூறப்படுகிறது.

வலிகாமம், வடமராட்சி, தென்மராட்சி ஆகிய பகுதிகளை உள் ளடக்கிய யாழ் தீபகற்பத்தை இலங்கையின் பெருநிலப்பரப் போடு இணைப்பது ஆனையிறவு. புலிகள் யாழ் தீபகற்பத்தை விட்டு வெளியேறி முல்லைத்தீவு, கிளிநொச்சி, வவுனியா ஆகிய பகுதிகளை உள்ளடக்கிய வன்னி பிரதேசத்தில் நிலை கொண்டிருந்தனர். முல்லைத் தீவு முகாமை இழந்ததற்குப் பதிலடி கொடுக்கும் விதமாக ஆனையிறவு முகாமிலிருந்த ராணு வம் 'ஆபரேஷன் சத்ஜெய' என்ற பெயரில் பரந்தன் என்ற ஊரின் மீது படையெடுத்துக் கைப்பற்றியது. அதனையடுத்து 1996 ஆகஸ்ட் 4ஆம் தேதி கிளிநொச்சி நகரைக் கைப்பற்றுவதற்காக 'சத்ஜெய 2' ஆபரேஷனை முடுக்கி விட்டது. முல்லைத் தீவில் சந்தித்த பேரிழப்புக்குப் பழிவாங்கும் நோக்கத்துடன் அரசுப் படைகள் பீரங்கிக் குண்டுகளைச் சரமாரியாகப் பொழிந்தும், விமானத் தாக்குதல் நடத்தியும் கிளிநொச்சி நகரையும் அதைச் சுற்றியுள்ள பகுதிகளையும் நொறுக்கியெடுத்தனர். எனினும் புலிகளின் உக்கிரமான எதிர்த்தாக்குதல் காரணமாக அந்நகரை முழுமையாகக் கைப்பற்ற முடியவில்லை. ஒரு பகுதி மட்டும் ராணுவத்தின் கையில் சிக்கியது.

இதற்கிடையில் வன்னி நிலப்பரப்பில் வவுனியாவில் இருந்து கிளிநொச்சி வரையான 80 கிலோ மீட்டர் நீளமுள்ள நெடுஞ் சாலையைக் கைப்பற்றி அந்த நிலப்பரப்பை இரண்டாகப் பிளவுபடுத்தி புலிகளின் ராணுவத் தளங்களை அழிக்கும் நோக்கத்தில் 1997 மே 13ஆம் தேதி ஜெயசிக்குறு (வெற்றி நிச்சயம்) ஆபரேஷனை இலங்கை ராணுவம் தொடங்கியது. முக்கியமாக பிரபாகரனின் தளம் வன்னியின் மையப் பகுதியில் அமைந்திருப்பதாக யூகித்திருந்தார்கள்.

முல்லைத்தீவு ராணுவத் தளத்தில் இருந்து கைப்பற்றிய கனரக ஆயுதங்களைக் கொண்டே ஜெயச்சிக்குறு படையை பிரபாகரன் எதிர்த்தார். இந்த வன்னிக் காட்டுப் பகுதியில் இருந்துதான் உலகின் நான்காவது பெரிய ராணுவமாகிய இந்தியப் படையுடன் புலிகள் சண்டை போட்டிருந்தனர். தமக்கு நன்கு பழக்கப்பட்ட காட்டுப் பகுதியில் நின்று களமாடிய புலிகள் ஜெயசிக்குறு ஆபரேஷனில் நேரடியாக ஈடுபட்ட 30,000 இலங்கை ராணுவத் தினருக்குப் பெரும் சவாலாக அமைந்தனர். குறிப்பாக மட்டக்களப்பு-அம்பாறைப் பகுதி கமாண்டர் கருணாவின் தலைமையிலான படை ஆற்றிய பங்களிப்பு குறிப்பிடத்தக்கது.

அப்படையின் துணிச்சலும், வேகமும் பிரபாகரனுக்கு மிகப் பெரிய பலமாக அமைந்தது.

18 மாதங்களாகப் போராடியும் சிங்கள ராணுவத்தால் நெடுஞ்சாலையைக் கைப்பற்ற முடியவில்லை. இந்த நிலையில் புலிகள் 1998 செப்டம்பர் 27ஆம் தேதி திலீபன் நினைவுநாளை ஒட்டி 'ஓயாத அலைகள் - 2' ஆபரேஷனை நடத்தி கிளிநொச்சி நகரத்தையும், அதன் சுற்றுப் பகுதிகளையும் முழுமையாகக் கைப்பற்றினர்.

•

1998ஆம் வருடம் விடுதலைப் புலிகள் இயக்கத்தை சந்திரிகா குமாரதுங்கா அரசு தடை செய்தது. அந்த இயக்கம் இலங்கையில் தடை செய்யப்படுவது இது முதல் முறையல்ல. 1978 நெருக்கடி நிலையின் கீழ் அது தடை செய்யப்பட்டது. ஐந்தாண்டுகள் கழித்து 1983ஆம் வருடம் பயங்கரவாதத் தடுப்புச் சட்டத்தின்கீழ் அது தடை செய்யப்பட்டது. அதெல்லாம் அந்த இயக்கத்தின் செயல்பாட்டை, அதன் வளர்ச்சியைப் பாதிக்கவில்லை. ஆனால் 1992இல் இந்தியா தடை செய்த போது புலிகளின் முடிவு நெருங்கி விட்டது என்று கணிக்கப்பட்டது. விடுதலைப் புலி களையும், ஈழத்தமிழ் மக்களின் சுயநிர்ணயக் கோரிக்கைகளை யும் தமிழ் நாட்டில் யாரும் ஆதரித்துப் பேச முடியாத நிலை உருவானது.

இதற்கிடையில் மூவாயிரத்துக்கும் மேற்பட்டோரை இழந்து ஏழாயிரத்துக்கும் மேற்பட்ட வீரர்கள் படுகாயமடைந்த பிறகு ராணுவத்தினர் 1998 டிசம்பர் 4ஆம் தேதி ஜெயசிக்குறு ஆப ரேஷனை நிறுத்திக்கொண்டனர்.

ஓயாத அலைகள்-3 ராணுவ நடவடிக்கை 02-11-1999இல் ஆரம்பமாகி வன்னி நிலப்பரப்பு மீட்கப்பட்டது. புலிகளின் மின்னல் வேகத் தாக்குதல் ராணுவத்தினரை நிலை குலையச் செய்தது. தன்னம்பிக்கை இல்லாமல் சோர்ந்து போயிருந்த சிங்கள ராணுவத்தினர் பயந்து பின்வாங்கினார்கள். ராணுவ முகாம்கள் ஒன்றன் பின் ஒன்றாக விழுந்தன. சிங்கள ராணுவம் அடையும் தோல்விகளை அப்படியே வெளியிடுவதற்குப் பத்திரிகைகளுக்கு அனுமதி கிடையாது என்று சந்திரிகா உத்தரவு போட்டார்.

1999 டிசம்பரில் சந்திரிகா இரண்டாவது முறையாக அதிபராகத் தேர்ந்தெடுக்கப்பட்டார். தேர்தல் பிரசாரத்தின் போது அவர் மீது மனித வெடிகுண்டுத் தாக்குதல் நடத்தப்பட்டது. நடத்தியவர்கள் புலிகள் என்பதில் சந்தேகம் இல்லை. இந்தக் கொலை முயற்சியில் தனது வலது கண்ணை மட்டும் அவர் இழந்தார். அதற்கு முன்பாக ஜூலை மாதம் CIA உளவாளி என்று கருதப்பட்ட தமிழர் விடுதலைக் கூட்டணியைச் சேர்ந்த நீலன் திருச்செல்வம் கொல்லப்பட்டார்.

•

குமார் பொன்னம்பலத்தின் மரணச் செய்தியோடு விடிந்தது 2000ம் ஆண்டு. தமிழர்கள் என்றாலே தூர விலகி நின்ற நீலன் திருச்செல்வம் மற்றும் கதிர்காமரைப் போல அல்லாது குமார் பொன்னம்பலம் புலிகளைப் பகிரங்கமாக ஆதரித்தார். மிகப் பிரபலமான வழக்கறிஞரும், தமிழர் காங்கிரஸை தோற்றுவித்தவருமான ஜி.ஜி.பொன்னம்பலத்தின் மகனாகிய குமாரும் ஒரு வழக்கறிஞர். தமிழர்களுக்கு எதிராக ராணுவத்தினரும் போலீஸாரும் நடத்தும் மனித உரிமை மீறல்களுக்காக நீதிமன்றத்தில் வாதாடியவர்.

பயங்கரவாத கலாசாரத்தை அகற்றுவதுதான் எங்கள் பணி என்று சந்திரிகா அறிவித்தபோது, குமார் பொன்னம்பலம் பகிரங்கமாக ஒரு கடிதம் எழுதினார். இந்தத் தீவில் பயங்கரவாதம் என்றால் என்னவென்று 1956இல் அறிமுகப்படுத்தியது சிங்களர்கள்தான் (நாடாளுமன்றத்துக்கு முன்பு சத்தியாகிரகம் இருந்தவர்களை சந்திரிகாவின் தந்தை குண்டர்களை வைத்துத் தாக்க வைத்த நிகழ்ச்சி).

ஜனவரி 5ஆம் தேதி குமார் பொன்னம்பலம் சுட்டுக் கொல்லப் பட்டார். சந்திரிகாவுக்கு அவர் எழுதிய பகிரங்கக் கடிதமே அவரது மரணத்துக்குக் காரணம் என்று நம்பப்பட்டது.

இலங்கை ராணுவத்தின் தோல்விகளுக்கு மகுடம் வைத்தது போன்ற ஒரு நிகழ்ச்சி 2000 ஏப்ரலில் நடந்தது. அந்த மாதம் 22ஆம் தேதி வெற்றி கொள்ளவே முடியாதது என்று கருதப்பட்ட ஆனையிறவு ராணுவப் பெருந்தளம் விடுதலைப் புலிகளின் கடுமையான தாக்குதலுக்கு ஆளானது. 48 மணி நேரச் சண்டையில் ஆயிரத்துக்கும் மேற்பட்ட ராணுவத்தினர் கொல்லப் பட்டனர்.

80 சதுரமைல் பரப்பளவில் பத்தாயிரம் துருப்புக்களுக்கு மேல் (பிரபாகரன் தனது மாவீரர் தின உரையில் இருபதாயிரம் வீரர்கள் என்றார்) நிலைகொண்டிருந்த ஒரு முகாமை வெறும் நாலாயிரம் புலிப் படையினர் கைப்பற்றியது சமகால வரலாற்றில் குறிப்பிட்டுச் சொல்ல வேண்டிய ஒரு வெற்றியாகும்.

ஆனையிறவு முகாமைக் கைப்பற்றியதைத் தொடர்ந்து தென்மராட்சி, வடமராட்சிப் பகுதியில் பெருமளவு நிலங்களைப் புலிகள் மீட்டனர். யாழ்ப்பாணத்தையும் நெருங்கினர். அந்த நகரம் அரைப்பிறை வியூகத்தில் சுற்றி வளைக்கப்பட்டது. இதனையடுத்து ஒரேயொரு ஆகாய விநியோக மார்க்கமாக விளங்கிய பலாலிப் பெருந்தளம் அவர்களது பீரங்கித் தாக்கு தலுக்கு இலக்காகியது.

வடகிழக்குப் பகுதியின் ராணுவச் சமன்பாடு வெகுவாக புலி களின் பக்கம் சாய்ந்தது. அதைத் தொடர்ந்து ராணுவத்திட மிருந்து யாழ்ப்பாணத்தைக் கைப்பற்றுவதற்கு பிரபாகரன் படை யெடுப்பார் என்று சந்திரிகா நிர்வாகம் பயந்தது. யாழ்ப்பாணம் புலிகளிடம் வீழ்ந்தால் அங்குள்ள முப்பதாயிரம் சிங்களப் படையினருக்கு ஆபத்து என்று அபாயச் சங்கை ஊதி இஸ்ரேல் முதலிய நாடுகளிடமிருந்து ஏராளமான தளவாடங்களை வாங்கிக் குவித்தார்.

●

பிரபாகரனின் வெற்றி என்பது எதிரியைப் போரில் வெற்றி கொள்வது மட்டுமல்ல. தனது போராளிகளை எதற்கும் அஞ்சாத தீரமுள்ளவர்களாக உருவாக்குவதிலும் அது இருக்கிறது. ‘மரணத்தை யாராலும் வெல்ல முடியாது. ஆனால் மரண பயத்தை நிச்சயம் வெல்லலாம்’ என்ற சிந்தனை போராளிகளுக்கு ஊட்டப்படுகிறது. உயிரைக் காட்டிலும் ஈழ விடுதலை முக்கியம் என்ற எண்ணமும், தான் இறந்து போனாலும் கூட ஒரு வீரச் சாவைத் தழுவிக் கொண்ட தியாகியாக, பண்டைய தமிழ் இலக்கியங்களில் சொல்லப்பட்டது போல போரில் மரண மடைந்த வீரனாகத் தன்னை தனது இயக்கம் கொண்டாடும் என்ற எண்ணமும் அவர்கள் மனதில் வலுவேற்றப்படுகிறது.

நடுகல் நடப்பட்ட அவர்களது கல்லறை போற்றுதலுக்குரியதாகக் கருதப்படுகிறது. ஆண்டுதோறும் மாவீரர் நாளன்று அவர்கள் நினைக்கப்படுகிறார்கள். அவர்கள் உணர்வுகளோடு உரிமை

களுக்காகப் போராடுவதால் அந்தப் போராட்டத்தில் தம்மை முழுமையாக ஈடுபடுத்திக் கொள்கிறார்கள். தனது போராளிகளின் இழப்பை பிரபாகரன் இலகுவாக எடுத்துக்கொள்வதில்லை. அவர்களைக் கௌரவிக்கவும் தவறுவதில்லை.

தனது போராளிகளின் மன உறுதியைப் பெருக்குவதில் பெருத்த அக்கறை காட்டும் பிரபாகரன் எதிரிகளின் மன உறுதியைக் குலைப்பதில் குறியாக இருப்பவர். புலிப் போராளிகளைப் போல அல்லாமல் சிங்கள ராணுவத்தில் பெரும்பாலும் அதை ஒரு வேலை வாய்ப்பாகவே கருதுகிறார்கள். மேலும் போரில் மரணமடைந்த வீரர்களுக்கு அரசு அளிக்கும் 'கௌரவம்' பிரசித்தி பெற்றது. ஓயாத அலைகள்-1 தாக்குதலில் முல்லைத் தீவு முகாம் வீழ்ந்த போது உயிரிழந்த 1,200 ராணுவத்தினரில் சிலரது உடல்களை மட்டும் ஏற்றுக்கொண்டு பிற சடலங்களை செஞ்சிலுவைச் சங்கத்திடமே ஒப்படைத்த நிகழ்ச்சியானது ராணுவத்தினரின் உயிரை இலங்கை அரசு எந்த அளவுக்கு மதிக்கிறது என்பதற்குச் சான்று.

மாவீரர் தினத்தைப் போல போர் வீரர்கள் தினத்தை ஆரம்பித்துப் பார்த்தார் சந்திரிகா, எல்லோரும் இரண்டு நிமிடம் அமைதி காக்க வேண்டும். வீரர்களை நினைத்துப் பார்க்க வேண்டும். சந்திரிகா மனமுருகிப் பேசினார். அவர் போர் வீரர் தினத்தைக் கொண் டாடிக் கொண்டிருந்த வேளை அமைச்சர் சி.வி.குணரத்னே வெடித்துச் சிதறி இறந்தார்.

•

அக்டோபர் 31, 2000 அன்று எரிக் சொல்ஹைம் உள்ளிட்ட நார்வே தூதர்கள் வன்னியில் பிரபாகரனைச் சந்தித்தனர். தான் சமாதானத் தீர்வுக்குத் தயாராக இருப்பதாக பிரபாகரன் அவர்களிடம் கூறினார். நேராக அங்கிருந்து கொழும்புக்குச் சென்று சந்திரிகா வுக்கும் ஒரு விசிட் அடித்தனர். பேச்சு வேண்டுமானால் நடத்த லாம், ஆனால் அதற்காக போரை நிறுத்த முடியாது என்று இலங்கை அதிபர் சொல்லி விட்டாராம். இருந்தாலும் நார்வே தூதுவர்கள் சோர்ந்து போகவில்லை. ராணுவ முக்கியத்துவம் இல்லாத பொருள்களை வன்னிப் பிரதேசத்துக்குள் செல்ல அனுமதிக்க வேண்டும், போரில் சிவிலியன்களைத் தாக்கக் கூடாது முதலிய எளிமையான புரிந்துணர்வு ஒப்பந்தம் ஒன்றைத் தயார் செய்து இரு தரப்பினருக்கும் அனுப்பினர்.

புரிந்துணர்வு ஒப்பந்தத்தை ஏற்றுக்கொள்வதாக பிரபாகரன் நார்வேயினரிடம் தெரிவித்தார். சந்திரிகா மௌனம் காத்தார். புலிகளோடு பேசத் தயார் என ஒரு குரலும், புலிகளைப் பூண்டோடு அழிப்போம் என்று இன்னொரு குரலும், புலிகள் சரணடையும் வரை போர் ஓயாது என்று இன்னொரு குரலுமாக அதிபர், பிரதமர், ராணுவத் தளபதி ஆகியோர் முன்னுக்குப் பின் முரணாகப் பேசினர்.

தான் சமாதான நடவடிக்கையில் நம்பிக்கை கொண்டிருப்பதை உலகுக்குத் தெரிவிக்கும் வகையில் சண்டையில் கை ஓங்கி யிருந்த பிரபாகரன் டிசம்பர் 24ஆம் தேதி தொடங்கி ஒரு மாத காலம் போர் நிறுத்தம் அறிவித்தார். ஆனால் சந்திரிகா நிர்வாகம் அதைப் பொருட்படுத்தவில்லை. ஒரு பக்கம் பேசிக்கொண்டே இன்னொரு பக்கம் சண்டை போடுவோம் என்றார்.

சந்திரிகாவின் இந்தக் கடும் நிலைப்பாடு நார்வே அமைதி முயற்சிக்கு முட்டுக்கட்டை போட்டது. ராணுவத்தினரின் சீண்டலைச் சகித்துக்கொண்டு பிரபாகரன் தனது போர் நிறுத்தத்தை மேலும் நான்கு மாதம் நீடித்தார். இந்த நான்கு மாதத்தில் ராணுவத்தினர் 160 போராளிகளைக் கொன்றதாகவும், 400 பேர் காயமடைந்ததாகவும் புலிகள் தரப்பு சொல்லியது.

புலிகள் அறிவித்திருந்த போர் நிறுத்தம் ஓய்வுக்கு வந்த ஏப்ரல் 24, 2001 அன்று இலங்கை ராணுவம் மாபெரும் தாக்குதல் ஒன்றை நடத்தியது. 'அக்கினி ஜுவாலை' என்று பெயரிடப்பட்ட அந்த ஆபரேஷனில் பெயருக்கு ஏற்ற மாதிரி கனல் தகித்தது. ஆனையிறவு பெருந்தளத்தைக் கைப்பற்றுவதே அதன் பிரதான நோக்கமாக இருந்தது. சுமார் பன்னிரண்டாயிரம் துருப்புகள் ஒருங்கிணைந்து மோதின. ராணுவ நடவடிக்கையை ஒருங் கிணைப்பதற்காக பாதுகாப்புத் துறை அமைச்சரும், சந்திரிகா வின் மாமாவுமான அனுராதா ரத்வட்டே பலாலி பெருந்தளத்தில் இருந்து போர் நடவடிக்கையை ஒருங்கிணைத்தார். ராணுவம் நிச்சயமாக வெற்றி பெறும் என்ற எதிர்பார்ப்பில் இருந்த அரசாங்கம் கொழும்பில் இருந்து பெரும் எண்ணிக்கையிலான பத்திரிகையாளர்களை யாழ்ப்பணத்துக்கு அழைத்துச் சென்றது.

விடுதலைப் புலிகள் பின் வாங்கினர். எதிர்ப்பே இல்லை. ராணுவத்தினர் மூன்று மணி நேரத்தில் புலிகளின் கட்டுப்பாட்டுப்

பிராந்தியத்துக்குள் எட்டு கிலோ மீட்டர் தூரம் முன்னேறினர். திடீரென்று மின்னல் வேகத் தாக்குதல். கூட்டமாக வந்து புலிக் கூண்டுக்குள் சிக்கினர். புலிகள் சரமாரியாக ஷெல் அடித்தனர். குழப்பத்தில் நாலாப் பக்கமும் சிதறியோடிய ராணுவத்தினர் கண்ணி வெடிகளுக்கு இரையானார்கள்.

இதற்கிடையில் புலிகளின் கட்டுப்பாட்டுப் பகுதிக்குள் கரை யேறும் முயற்சியில் வந்த கடற்படையினருக்கு நாகர்கோயில் பகுதியில் கடற்புலிகளிடம் இருந்து கடுமையான எதிர்ப்பு காத்திருந்தது. 'அக்கினி ஜுவாலை' 72 மணி நேரத்தில் அணைந்து போனது. ராணுவத்தினர் 600 பேரை இழந்தனர். 2000 பேருக்குக் கடும் காயம்.

அக்கினி ஜுவாலையில் விரலைச் சுட்டுக்கொண்ட போதிலும் சந்திரிகா நிர்வாகம் நார்வேயின் அமைதி முயற்சிக்கு முன் வர வில்லை. ராணுவப் பாதிப்பு இல்லாத அன்றாடப் பொருள்களை அனுமதிக்கும் மிகச் சாதாரணமான புரிந்துணர்வுக்குக் கூட அவர் இணங்கவில்லை. இந்தப் பின்னணியில் (1983) கறுப்பு ஜுலை கலவரத்தின் நினைவாக மிக மிகத் துணிச்சலான நடவடிக்கை ஒன்றில் விடுதலைப் புலிகள் ஈடுபட்டனர்.

2001 ஜுலை 24. நாள் குறிக்கப்பட்டிருந்தது. இலக்கு கொழும்பின் புறநகர்ப் பகுதியில் வடக்குப் புறமாக அமைந்திருக்கும் கட்டு நாயகா விமானப் படைத் தளம். இலங்கையின் ஒரே சர்வதேச விமான நிலையமான பண்டாரநாயகா விமான நிலையம் இந்த ஏர்பேஸ் தளத்தை ஒட்டி அமைந்திருக்கிறது. ராணுவச் சீருடையணிந்த 14 புலிகள் அதிகாலை 3:30-க்கு தளத்துக்குள் ஊடுருவினர். ராணுவத்தினர் சுதாரித்துக்கொள்வதற்குள் எட்டு ஏர்ஃபோர்ஸ் விமானங்கள் எரிந்துகொண்டிருந்தன. பாது காப்பில் ஈடுபட்டிருந்த படையினருக்கும், புலிகளுக்கும் இடையே ஒரு மணி நேரம் சண்டை நீடித்தது.

அப்படியே அருகிலிருந்த சர்வதேச விமான நிலையத்துக் குள்ளும் அவர்கள் புகுந்தனர். ஸ்ரீலங்கன் ஏர்லைன்ஸ்க்குச் சொந்தமான மூன்று விமானங்கள் (இரண்டு புதியவை) அழிக்கப் பட்டன. பெரும் எண்ணிக்கையில் படையினர் குவிக்கப் பட்டனர். 14 புலிகளும் ஆறு மணி நேரச் சண்டைக்குப் பிறகு கொல்லப்பட்டனர். ஆனால் அதற்கு முன் ஆறு ராணுவத்தினரை யும், 500 மில்லியன் டாலர் சொத்துக்களையும் அழித்திருந்தனர்.

இத்தனை களேபரங்களுக்கு மத்தியில் ஒரு சிவிலியன் கூட இறக்கவில்லை.

இலங்கைப் பொருளாதாரத்தில் பெரும்பகுதி அந்நியச் செலா வணியை ஈட்டித் தருவது மலையகத் தமிழர்கள் உழைப்பில் உருவான தேயிலை ஏற்றுமதியாகும். அதற்கு அடுத்தபடியாக சுற்றுலா. விமான நிலையத்தின் மீதே தாக்குதல் என்றால் வெளிநாட்டுச் சுற்றுலாப் பயணிகள் யார் வருவார்கள்? புலி களின் இந்தத் துணிகர நடவடிக்கை இலங்கைப் பொருளா தாரத்தையே ஆட்டம் காணச் செய்தது. 1948இல் சுதந்தரம் பெற்ற சமயத்தில் ஆசியாவிலேயே வாழ்க்கைத் தரத்தில் இரண்டாம் இடத்தில் 99.7 சதவீதம் கல்வியறிவு பெற்றிருந்த இலங்கை, இரண்டாம் உலகப் போரில் பிரிட்டனுக்கே கடன் கொடுத்த இலங்கை, முதன்முறையாக பொருளாதார வளர்ச்சியில் பின்னோக்கிச் சென்றது. 2001இல் இலங்கை GDP 1.4 சதவீதம் தேய்ந்தது. சந்திரிகா அரசு கடும் விமர்சனத்துக்கு ஆளானது.

•

டிசம்பர் 2001ல் நடைபெற்ற தேர்தலில் ரணில் விக்கிரமசிங்கே பிரதமராகப் பொறுப்பேற்றுக்கொண்டார். அதையடுத்து சென்ற ஆண்டு போலவே இந்த ஆண்டும் டிசம்பர் 24ஆம் தேதி புலிகள் போர் நிறுத்தம் அறிவித்தனர். பாதுகாப்புத் துறையை ரணில் வைத்திருந்ததால் அவராலும் பதிலுக்கு போர் நிறுத்தம் அறிவிக்க முடிந்தது. ஆனால் இதில் ஒரு அதிகாரச் சிக்கல் அவருக்கு இருந்தது.

லலித் அதுலத்முதலி, ரஞ்சன் விஜேரத்னே, ரத்வட்டே ஆகியோர் பாதுகாப்பு அமைச்சர் என்ற அதிகாரத்தோடு செயல்பட்டாலும், இலங்கையின் அரசியலமைப்பின் படி அவர்கள் வெறும் 'பாதுகாப்புத்துறை துணையமைச்சர்கள்' மட்டுமே. அவர் களுக்கு மேலே பாதுகாப்புத்துறை அமைச்சர் பதவி அதிபர் கையில்தான் இருக்கும். ரணில் விஷயத்திலும் அப்படித்தான். நாடாளுமன்றத்தில் பெரும்பான்மை அவருக்கு உண்டு. இருந் தாலும் அதிபர் சந்திரிகா அவரைக் காட்டிலும் பலம் பொருந்தி யவர். ரணில் பாதுகாப்புத்துறைக்கு துணையமைச்சர் என்றால், சந்திரிகா அமைச்சர். இப்படி இருக்கும் போது ரணில் அறி விக்கும் போர் நிறுத்தத்தை ராணுவத்தினர் கடைபிடிப் பார்களா?

மக்கள் சுற்றிவளைக்கப்பட்டனர். ஆங்காங்கே ராணுவ அத்து மீறல் தொடர்ந்தது. ஆனால் ரணில் விக்கிரமசிங்கே சமாதான முயற்சியில் உறுதியாக இருப்பதாக நார்வே நம்பியது. பிரபாகரனும் நம்பினார். ஜனவரி 15, 2002-க்குப் பிறகு தமிழர் தாயகத்தில் பொருளாதாரத் தடையை நீக்குவதாக ரணில் அறிவித்தார். இரு தரப்பினரும் தனித்தனியே அறிவித்திருந்த போர்நிறுத்தம் பரஸ்பரம் ஒப்புக்கொண்ட போர் நிறுத்தமாக மாறியது. பிப்ரவரி 22ஆம் தேதி பிரதமர் ரனிலும், பிரபாகரனும் அதில் கையெழுத்திட்டனர்.

•

ரணில்-பிரபாகரன் பரஸ்பர போர் நிறுத்தம் பற்றிக் கேள்விப் பட்ட உலகம் மகிழ்ச்சியை வெளிப்படுத்தியது. ஆனால் சந்திரிகா அதிர்ச்சியும், வேதனையும் வெளிப்படுத்தினார். போர் நிறுத்தத்தை ஜனநாயக விரோதச் செயல் என்று வர்ணித்தார். பிரதமர் தன்னுடைய முன் அனுமதியைப் பெறவில்லை என்று கண்டித்து தனது அங்கலாய்ப்பைக் காட்டினார்.

20. தொடரும் யுத்தங்கள்

ஏப்ரல் 10, 2002 அன்று சுமார் பன்னிரண்டு ஆண்டுகளுக்குப் பின் பிரபாகரன் பத்திரிகையாளர்களைச் சந்தித்தார். கிளிநொச்சி தூயவன் அறிவியல் கல்லூரியில் இம்மாநாடு நடைபெற்றது. அதில் பங்குபெற வந்த நானூறுக்கும் மேற்பட்ட செய்தியாளர்கள் தீவிரமான பரிசோதனைக்குப் பிறகே அனுமதிக்கப்பட்டனர்.

பல கேள்விகள் பிரபாகரனை நோக்கி வீசப்பட்டன. முக்கியமாக, ராஜீவ் காந்தி கொலையைப் பற்றி. 'அது ஒரு துன்பியல் நிகழ்வு' என்று நிறுத்திக் கொண்டார்.

மேற்கத்திய நாடுகள் விடுதலைப் புலிகள் இயக்கத்துக்குத் தடை விதித்தபடியால் உங்களுக்குப் போதுமான ஆயுதங்கள் கிடைக்கவில்லை. எனவேதான் சமாதானப் பேச்சுக்கு நீங்கள் வந்தீர்கள். சரியா?

பிரபாகரன் நிதானமாகப் பதிலளித்தார். 'போர்க்களத்தில்தான் நாங்கள் அதிக ஆயுதங்கள் பெற்றுக் கொள்கிறோம்.' அதாவது எதிரியை விரட்டியடித்து

அவர்களது ஆயுதத்தைக் கைப்பற்றுவதை மறைமுகமாகச் சுட்டிக்காட்டினார்.

ரணில் விக்கிரமசிங்கே போர் நிறுத்த ஒப்பந்தத்தில் கையெழுத் திட்டிருந்தாலும் அதை நடைமுறைப்படுத்த வேண்டிய ராணுவத் தளபதிகள் சந்திரிகாவின் கட்டுப்பாட்டில் இருந்தனர். ராணுவத்தின் அத்துமீறல் நிற்கவில்லை என்று புலிகள் முறை யிட்டனர். இந்தச் சூழ்நிலையில் ஜூன் 15ஆம் தேதி நார்வே பிரதிநிதிகளும், ஜூலை 27ஆம் தேதி இரு தரப்பினருக்கு மிடையே லண்டனில் ஒரு சந்திப்பு நடந்தது. புலிகள் தரப்பில் பாலசிங்கம். அரசாங்கத் தலைப்பில் ஓர் அமைச்சர் (Milinda Moragoda). ஆகஸ்ட் மாத மத்தியில் மறுபடியும் ஓஸ்லோவில் ஒரு சந்திப்பு நடந்தது. சில மாநாடுகளும் நடத்தப்பட்டன.

புலிகள் மீதான தடை செப்டம்பர் 6ஆம் தேதி நீக்கப்பட்டதாக இலங்கை பாதுகாப்பு அமைச்சகம் அறிவித்தது.

சந்திரிகாவால் இந்த முன்னேற்றங்களைத் தாங்கிக்கொள்ள முடியவில்லை. செய்யக்கூடாத தவறுகளை மட்டுமே தொடர்ந்து செய்துகொண்டிருக்கிறார் இந்த ரணில் விக்கிரம சிங்கே. எதற்குத் தடையை விலக்கவேண்டும்? நார்வேயைத் துணைக்கு வைத்துக்கொண்டு ஏன் மாநாடுகள் நடத்த வேண்டும்? ஏன் ஒப்பந்தம் போடவேண்டும்? உருப்படியாக வேறு வேலைகள் இல்லையா இவருக்கு? பிப்ரவரி 7, 2004 அன்று நாடாளுமன்றத்தையும் கலைத்தார் சந்திரிகா. தனது கட்சியைச் சேர்ந்த மகிந்த ராஜபக்சேவை பிரதமராக நியமித்தார்.

இதற்கிடையில் மார்ச் மாதம் புலிகள் இயக்கத்துக்குள் ஒரு குழப்பம் உருவெடுத்தது. கருணா, பிரபாகரனுக்கு எதிராகத் திரும்பினார். கிழக்குப் பிராந்தியத்தின் தளபதி அவர். 1983 இனப்படுகொலைக்குப் பிறகு புலிகள் இயக்கத்தில் இணைந் தவர். 1984இல் சேலம் முகாமில் பயிற்சி பெற்றவர். புலிகளின் புலனாய்வுப் பிரிவுகளில் பணியாற்றியவர். பிரபாகரனின் பிரத்தியேகப் பாதுகாவலராகவும் இருந்திருக்கிறார். வன்னிக்குக் குறுக்கே ஓடும் நெடுஞ்சாலையைக் கைப்பற்றுவதற்கு இலங்கை ராணுவம் மேற்கொண்ட ஜெயசிக்குறு ஆபரேஷனை முறி யடித்ததில் கருணாவின் படைக்கு முக்கியப் பங்குண்டு.

ஆனால் இப்போது இயக்கத் தலைமையோடு முரண்பாடு. வடக்குப் பிராந்தியத்தில் இருந்து உருவான தலைமை

சர்வாதிகார மனப்போக்கோடு நடப்பதாகவும், கிழக்குப் பிராந்தியப் போராளிகளை அவமதிப்பதாகவும், அவர்களை நிர்வகிப்பதற்குப் போதுமான நிதியை ஒதுக்குவதில்லை என்றும் கருணா குற்றம் சாட்டினார்.

விசாரணைக்காக கருணாவை வன்னிக்கு அழைத்தார் பிரபாகரன். போனால் திரும்பி வர முடியாதென்று கருணாவுக்குத் தெரியும். போகவில்லை. 2004 மார்ச் 3ஆம் தேதி புலிகள் அமைப்பிலிருந்து தான் வெளியேறி விட்டதாக கருணா அறிவித்தார். கிழக்குப் பிராந்தியத்தை கருணா ஆட்களின் பிடியிலிருந்து மீட்டு தமது கட்டுப்பாட்டில் கொண்டு வருவதற்கான முயற்சியை ஏப்ரல் மாதம் புலிகள் மேற்கொண்டனர். அந்த இயக்கத்தில் பிரபாகரனை எதிர்க்கும் அளவுக்கு கருணா என்று அறியப்படும் அந்த வினாயகமூர்த்தி முரளீதரன் விவரம் தெரியாதவரல்ல. பிரபாகரனை பலவீனப்படுத்துவதற்காக இலங்கை, இந்திய உளவுத் துறைகள் கருணாவைத் தயார்படுத்தியாக குற்றச்சாட்டு எழுந்தது.

கருணாவின் வெளியேற்றத்தால் புலிகள் இயக்கம் பாதிப்படையாது என்று தமிழ்ச்செல்வன் அறிக்கை விடுத்தார். ஆனால் உண்மையைச் சொன்னால் கிழக்குப் பிராந்தியத்தின் பல பகுதிகளை இயக்கம் இழந்தது.

•

2004 டிசம்பர் 26ஆம் தேதி. கால் நூற்றாண்டு காலமாக உள்நாட்டுப் போரினால் பாதிக்கப்பட்டிருந்த இலங்கைத் தீவை சுனாமிப் பேரலை புரட்டி எடுத்த துக்க தினம். இலங்கை குலைந்து போனது. இந்தோனேசியாவுக்கு அடுத்தபடியாக அதிக இழப்பு இலங்கைக்குத்தான். ஆழிப்பேரலையினால் இலங்கையில் சிங்கள மக்கள் 5 ஆயிரம் பேர் பலியாயினர். ஆனால் அதை விட நான்கு மடங்கு தமிழர்களை கடற்கோள் விழுங்கியது.

'எமது தாயகப் பூமியின் கிழக்குக் கரையோரக் கிராமங்கள், குடியிருப்புகள் மீது சுனாமிப் பேரலைகள் தாக்கி என்றுமில்லாத பேரழிவுகளை ஏற்படுத்தின. இயற்கையின் இரக்கமற்ற இந்த ஊழிக்கூத்தில் தமிழ், முஸ்லிம் மக்கள் இருபதினாயிரம் பேர் கொன்றொழிக்கப்பட்டனர். மூன்று லட்சம் பேர் வீடுகள், சொத்துக்களை இழந்து அகதிகளாக அல்லற்பட்டனர். ஏற்கெனவே யுத்தத்தினால் சிதைந்து போயிருந்த தமிழர்

தேசம்மீது இன்னொரு பேரழிவு ஏற்பட்டதால், சுமக்க முடியாத துன்பப் பளுவைச் சுமக்க எமது மக்கள் நிர்ப்பந்திக்கப்பட்டனர்' என்று பிரபாகரன் அடுத்து வரும் மாவீரர் தின உரையில் வேதனையோடு குறிப்பிட்டார்.

தமிழீழம் இலங்கையின் மூன்றில் ஒரு பகுதி நிலப்பரப்பை உள்ளடக்கியிருந்தாலும், மூன்றில் இரண்டு பகுதி கடல் வடகிழக்குப் பிராந்தியத்தில் அமைந்துள்ளது. மேலும் கிழக்கே இந்தோனேசியாவில் இருந்து மேற்கு நோக்கி விஸ்வரூபம் எடுத்து வந்ததால் இலங்கைத் தீவின் கிழக்குக் கரைப் பகுதிகள் அதிகமாகப் பாதிப்படைந்தன. ஆனால் சந்திரிகாவின் இலங்கை நிர்வாகம் தமிழர் பகுதியில் எந்தவொரு நிவாரண நடவடிக்கை யையும் மேற்கொள்ளவில்லை.

புலிகள் நேரம் தாமதிக்காமல் செயலில் இறங்கினார்கள். போரில் காட்டிய அதே வேகம், அதே சுறுசுறுப்பை நிவாரணப் பணி யிலும் வெளிப்படுத்தினார்கள். முகாம்கள் ஆங்காங்கே முளைத் தன. மருந்துகள், உணவுப் பொருட்கள் வழங்கப்பட்டன.

பாதிக்கப்பட்ட மக்களின் புனர்வாழ்வு, புனர்நிர்மாணத்துக் கெனப் பெரும் தொகையில் நிவாரண உதவிகளை வழங்கு வதற்கு உலக நாடுகள் முன்வந்தன. இத்தாலிய தூதரகம் புலி களிடம் பெருந்தொகையை ஒப்படைத்தது. பொங்கி எழுந்தார் சந்திரிகா. எல்லாப் பணமும் தனக்கே வர வேண்டும் என்று பிடிவாதம் பிடித்தார். ஆனால் அப்படி ஒரு கடும்போக்கைக் கையாண்டால் உலக நாடுகள் உதவியளிக்காது என்றுணர்ந்து புலிகளோடு கூட்டாகச் சேர்ந்து நிவாரணப் பணி மேற்கொள்வ தாக உறுதியளித்தார். உலகின் பல பகுதிகளில் இருந்தும் இலங்கை அரசுக்கு நிதி குவிந்துகொண்டேயிருந்தது. நீங்கள் கொடுக்கும் பணத்தின் பெரும்பகுதி தமிழர்களுக்குத்தான் போகிறது என்று வாக்குறுதியளித்து புன்னகையோடு பெற்றுக் கொண்டார் சந்திரிகா அம்மையார்.

ஐந்து லட்சத்துக்கும் மேற்பட்ட தமிழ் மக்கள் வீடு வாசல்களை இழந்து அனாதைகளாக நின்றனர். இவர்களுக்காகப் போர்ச்சுகல் நாட்டிலிருந்து டன் கணக்கில் மருந்துப் பொருட்கள் வந்து சேர்ந்தன. ஆனால் அதில் ஒரு துளியும் பாதிக்கப்பட்ட மக்களைச் சென்றடையவில்லை. மொத்த மருந்துகளும் சிங்கள கிராமங் களுக்கும் பௌத்த ஆலயங்களுக்கும் அனுப்பப்பட்டன.

இந்திய அரசு ஏராளமான ஜெனரேட்டர்களை நிவாரண உதவியாக இலங்கைக்கு அனுப்பி வைத்தது. திரிகோணமலைத் தமிழர்களுக்கு வழங்கப்பட வேண்டிய அந்த ஜெனரேட்டர்கள், திரிகோணமலை மாவட்ட ஆட்சியர் அலுவலகத்தின் பின்புறம் உள்ள விறகுக் குவியலுக்குள் மறைத்து வைக்கப்பட்டன. இந்தியாவிலிருந்து மட்டும் 100 கோடி ரூபாய் மதிப்புள்ள பொருள்கள் இலங்கைக்கு அனுப்பப்பட்டன. அதில் பெரும் பகுதி தென்னிலங்கையிலேயே தங்கிவிட்டது.

சுனாமி பேரலையால் பிரபாகரன் உயிரிழந்ததாக பல வதந்திகளும், யூகங்களும் செய்தி என்ற பெயரில் வெளியாயின. பிரபாகரனையும், புலிகளின் உளவுப் பிரிவுத் தலைவர் பொட்டு அம்மானையும் அலை அடித்துக்கொண்டு போனதாகவும் அவர்களது உடல் கிடைக்கவில்லை என்றும் இலங்கை ஒலிபரப்புக் கூட்டுத் தாபனம் அறிவித்தது. 1989ஆம் வருடம் மாத்தையா பிரபாகரனைச் சுட்டுக் கொன்று விட்டார் என்று எழுதிய இந்து பத்திரிகை இப்போதும் அவரைச் சாகடித்தது.

ஜனவரி 9 அன்று பிரபாகரன் உயிரோடு இருக்கிறாரா? இறந்துவிட்டாரா? என்ற தலைப்பில் செய்தி வெளியிட்ட இந்து இதழ் ஜனவரி 23 இந்து இதழ் பிரபாகரன் நார்வே அமைச்சரைச் சந்திக்கும் படத்தை வெளியிட்டது.

●

தன்னைத் தமிழர் என்று அழைத்துக்கொள்வதை லஷ்மண் கதிர்காமர் என்றுமே விரும்பியது கிடையாது. முதலில் அனைவரும் இலங்கைக் குடிமக்கள், அதன் பிறகுதான் தமிழர்கள் என்று அடித்துச் சொன்னவர். சந்திரிகாவின் முழு ஆதரவாளர். அரசியல் ரீதியாக ஆலோசனை வழங்கிய இவரை 1994இல் வெளியுறவுத் துறை அமைச்சர் ஆக்கினார் சந்திரிகா. அதற்கு ஒரு காரணம் இருந்தது. வெளியுறவுத் துறை என்பது சர்வதேச அரங்கில் மீடியா வெளிச்சம் குறையாத முக்கியத்துவம் வாய்ந்த பொறுப்பு. அந்த இடத்தில் தமிழர் ஒருவரை வைத்தால் சந்திரிகா தமிழர்களுக்கு நல்லது செய்யும் நீதி தேவதையாக உலகம் பார்க்கும் அல்லவா?

பதிலுக்கு, புலிகளைப் பற்றி மேலை நாடுகளில் மிக மோசமாகப் பிரச்சாரம் செய்து பயங்கரவாதி முத்திரையைப் பலமாகக் குத்த

வைத்து சந்திரிகாவுக்கு நன்றிக் கடன் செலுத்தினார் கதிர்காமர். 2005 ஆகஸ்ட் 12ஆம் தேதி தனது வீட்டு நீச்சல் குளத்தை விட்டு வெளியே வந்த கதிர்காமரை துப்பாக்கிக் குண்டுகள் துளைத்தன.

•

இரண்டு முறை அதிபராகப் பொறுப்பு வகித்த சந்திரிகாவின் ஆட்சிக் காலம் 2005இல் முடிவுக்கு வரவிருந்தது. அந்த நாட்டின் அரசியல் சாசனப்படி ஒருவர் இரண்டு தடவைக்கு மேல் அதிபராக நீடிக்க முடியாது. தனது குடும்பச் சொத்தாகக் காப்பாற்றிய சிறீலங்கா சுதந்தரக் கட்சியை இன்னொருவர் கையில் ஒப்புவிக்க சந்திரிகா விரும்பவில்லை.

மகிந்த ராஜபக்சே? ஆரம்ப காலத்தில் சாலமன் பண்டாரநாயகாவுக்கு உறுதுணையாக நின்ற டி.ஏ.ராசபக்சேவின் மகன் மகிந்த ராஜபக்சே. 1994இல் சந்திரிகா ஆட்சிக்கு வந்த போது தொழிலாளர் நலத்துறை கிடைத்தது. 1997இல் அமைச்சரவை மாற்றியமைக்கப்பட்ட போது மீன்வளத்துறை. கட்சிக்குள் தனது செல்வாக்கை வளர்த்துக்கொண்டே இருந்தார் மகிந்த. இவர் சரியான நபர்தான். ஆனால், அவர் ஒருமுறை அதிபராகி விட்டால் பிறகு, எப்போதும் பண்டாரநாயக குடும்பத்திலிருந்து வேறு யாரும் அதிகாரத்துக்கு வரமுடியாது என்பதைச் சந்திரிகா தெளிவாகப் புரிந்து கொண்டிருக்கிறார். எனவே தனது சகோதரர் அனுரா பண்டாரநாயகாவை வெட்பாளராக நிறுத்தலாம் என்று முயற்சித்தார். அதை மகிந்தவின் ஆதரவாளர்கள் அனுமதிக்கவில்லை.

இன்னொரு பக்கம் மகிந்த சிங்கள தீவிரவாதக் கட்சியான ஜே.வி.பி. மற்றும் ஜாதிக ஹேலஉறுமய கட்சியுடனும் உடன்பாடு செய்து கொண்டார். போர்நிறுத்த உடன்பாட்டை மறுபரிசீலனை செய்ய வேண்டும், நார்வேயின் சமரச முயற்சிகளைப் புறக்கணிக்க வேண்டும், ஆழிப்பேரலை பொதுக் கட்டமைப்பு கூடாது, இலங்கையில் ஒற்றை ஆட்சிமுறை நீடிக்க வேண்டும் போன்ற சிங்கள வெறிகட்சிகளின் நிபந்தனைகளை அவர் ஏற்றுக் கொண்டார். இந்தக் கூட்டணி உடன்பாட்டின் விளைவாக மூன்றாண்டு காலமாக இருந்துவரும் போர்நிறுத்தத்துக்கு அபாயம் ஏற்பட்டது.

தேர்தல் நாளும் வந்தது. மகிந்தவுக்கு எதிராக ரணில் விக்கிரமசிங்கே களத்தில் குதித்திருந்தார். ரணில் நல்லவர், அமைதித்

தீர்வைக் கொடுப்பார் என்ற எண்ணத்தில் ஒரு தரப்பினரும், புலிகளை முற்றிலுமாக ஒழித்துக் கட்டுவதற்கு மகிந்த சரியான ஆள் என்ற எண்ணத்தில் இன்னொரு தரப்பினரும் ஓட்டுப் போடச் சென்றனர். தமிழர்களை தேர்தலைப் புறக்கணிக்குமாறு புலிகள் உத்தரவிட்டனர். தமிழர்கள் யாரும் வாக்களிக்கவில்லை.

முடிவில், மிகக் குறுகிய வாக்கு வித்தியாசத்தில் ராஜபக்சே வெற்றிபெற்றார். ஒரு வேளை தமிழர்களின் வாக்கு ரணிலுக்கு விழுந்திருந்தால் முடிவு வேறு விதமாக இருந்திருக்கும்.

2005 நவம்பர் 19 அன்று மகிந்த அதிபர் பொறுப்பை ஏற்றுக் கொண்டார். இலங்கை வரலாற்றில் முதன்முறையாக 53 அமைச்சர்களை உள்ளடக்கிய ஜம்போ அமைச்சரவையை அவர் நிறுவிச் சாதனை படைத்தார். வெளிப்படையான சிங்கள இனவாதி.

ஆள்தான் மாறுவார்களே தவிர சிங்களர்களின் ஆட்சி முறை மாறப்போவதில்லை என்பதில் தெளிவாக இருந்தார் பிரபாகரன். டிசம்பர் 2005 முழுக்கப் பல்வேறு தாக்குதல்கள் தொடுக்கப் பட்டன. அரசாங்கக் கட்டடங்களும் ராணுவக் கிடங்குகளும் குறிவைத்துத் தகர்க்கப்பட்டன. சரி பேசலாம் வாருங்கள் என்றார் மகிந்த. பிப்ரவரி 2006ல் ஜெனிவா போனார்கள். பேசினார்கள். ஒப்புக்கு.

அடுத்த குறி, சரத் ஃபொன்சேகா. பேச்சுவார்த்தை நடந்த போது புலிகள் ஆயுதங்களைக் கீழே வைத்தால்தான் பொது இடங்களை விட்டு ராணுவம் விலகும் என்று சொல்லி சமாதான முயற்சிக்கு முட்டுக்கட்டை போட்ட ராணுவத் தளபதி. நாள் குறித்தார்கள். 2006 ஏப்ரல் 25. காரில் சென்று கொண்டிருந்தார் சரத். ராணுவத் தலைமையகத்தில் அமைந்துள்ள மருத்துவமனைக்கு முன்பு சென்றுகொண்டிருந்த போது ஒரு கர்ப்பவதி அந்தக் காரின் மீது விழ முயன்றார். குண்டு வெடித்தது. ஃபொன்சேகா பலமான காயங்களுடன் உயிர் தப்பினார். அவருடன் இருந்த ஒன்பது பேரும் இறந்துபோனார்கள்.

•

ஆகஸ்ட் 16, 2006. இந்தியா சுதந்தர தினத்தைக் கொண்டாடி ஓய்ந்திருந்த போது இலங்கை வான்படைக்குச் சொந்தமான நான்கு ஜெட் விமானங்கள் வானத்தில் வட்டமிட்டன.

வட்டமிட்ட இடம் முல்லைத்தீவு செஞ்சோலை முகாம். போரில் பெற்றோரை இழந்து அனாதைகள் ஆன பெண் குழந்தைகளைப் பேணி வளர்ப்பதற்காக அமைக்கப்பட்ட இடம்தான் செஞ்சோலை. 61 சிறுமிகள் விமானக் குண்டுக்கு இரையாயினர். நூற்றைம்பதுக்கும் மேலான சிறுமிகள் கடும் காயமடைந்தனர்.

பெண் குழந்தைகளுக்கு செஞ்சோலை அமைத்தது போலவே அனாதையான ஆண்குழந்தைகளுக்கு 'காந்தரூபன் அறிவுச் சோலை' என்ற முகாமையும் புலிகள் நிர்வகித்தனர். செஞ் சோலையில் வீசிவிட்டு மிச்சமிருந்த குண்டுகளை இந்த அறிவுச் சோலையிலும் வீசிச் சென்றது விமானப் படை. நாங்கள் விடுதலைப் புலி இயக்கத்தின் குழந்தைப் போராளிகள் மீதுதான் குண்டு வீசினோம் என்று இலங்கை அரசு அழுத்தமாகச் சொன்னது. செஞ்சோலை சம்பவத்தைத் தொடர்ந்து ஐநா சபையின் குழந்தைகள் நலனுக்கான யுனிசெஃப் அமைப்பும், போர் நிறுத்தக் கண்காணிப்புக் குழுவினரும் செஞ்சோலையை நேரில் பார்வையிட்டு இலங்கை வான்படையின் செயலைக் கண்டித்தன.

சம்பூர், வாகரை ஆகிய பகுதிகளை 2006 இன் பிற்பகுதியில் புலிகள் அமைப்பு இலங்கை ராணுவத்திடம் இழந்தது. எதிர்ப்பே காட்டாமல் புலிகள் பின்வாங்கியதாகச் சொல்லப்பட்டது. ஆனால் முகமாலைப் போரில் ராணுவத்தை வெற்றி கொண்டனர் புலிகள். ஆனையிறவு முகாமைக் கைப்பற்ற வந்த ராணுவத் தினரைப் புலிகள் முறியடித்தனர். மாவிலாறு அணையைப் புலிகள் மூடி விட்டனர் என்று சொல்லி அதன் மீது குண்டு வீசிச் சென்றது விமானப் படை.

புலிகள் அமைப்புக்கு ஈடு செய்ய முடியாத மிகப் பெரிய இழப்பு ஒன்றும் 2006ஆம் வருடம் ஏற்பட்டது. விடுதலைப் புலிகளின் சிந்தனை வடிவம், லட்சியம், அரசியல் கொள்கை ஆகியவற்றை வகுத்துக் கொடுத்த ஆன்டன் பாலசிங்கம் மரணமடைந்தார். இலங்கையில் மேற்கொள்ளப்படும் அமைதி முயற்சிகளுக்கான மரணமாகவும் இது பரவலாகப் பார்க்கப்பட்டது.

2007 ஜூன் 9 அன்று இலங்கையின் கிழக்குப் பிராந்தியம் முழுவதும் தனது கட்டுப்பாட்டில் வந்து விட்டதாக ராணுவம் அறிவித்தது. கருணா பிரிட்டனுக்குத் தப்பி ஓடினார். இந்த

இரண்டுக்கும் தொடர்பு இல்லை என்று ஒதுக்கி விட முடியாது. ரணில் காலத்தில் போர் நிறுத்தம் தொடங்கிய போது புலிகளின் கை ஓங்கியிருந்தது. ஆனால் விடுதலைப் புலிகள் அமைப்பை உடைத்து கருணாவை தந்திரமாகப் பிரித்து கிழக்குப் பகுதியைக் கட்டுப்பாட்டுக்குள் கொண்டு வந்த பிறகு அவர் வெளியேற்றப் பட்டுவிட்டார்.

21. எதிர்காலம்

பாலஸ்தீன விடுதலை இயக்கம் மற்றும் IRA (அயர்லாந்துக் குடியரசு ராணுவம்) ஆகியவற்றுக்குப் பிறகு பல தேசங்களில் சரக்குக் கப்பல் இயக்கும் ஒரே இயக்கமாக விளங்கிய புலிகள், விமானப் படையையும் உருவாக்கினார்கள். உலகிலேயே முப்படைகளையும் கொண்ட ஒரே போராளிக் குழு என்ற பெருமையை 2007ஆம் ஆண்டு பெற்றனர்.

புலிகளின் வான்படையை உருவாக்கியவர் கர்னல் சங்கர். சென்னையில் 1975இல் ஏரோனாட்டிக் எஞ்சினியரிங் டிப்ளமோ படிப்பை முடித்த சங்கர் 1985இல் புலிகள் அமைப்பில் சேர்ந்து மிக வேகமாக வளர்ந்து பிரபாகரனின் நம்பிக்கைக்குப் பாத்திரமாக விளங்கினார். கடற்படையை உருவாக்கி அதை வலுவேற்றி வளர்த்தவரும் அவரே ஆவார். 2001 செப்டம்பர் மாதம் ஒட்டுச்சுட்டான் பகுதியில் சென்ற போது ராணுவத்தின் கண்ணிவெடித் தாக்குதலுக்கு ஆளாகி உயிரிழந்தார்.

செக் குடியரசில் விமானங்களை வாங்கி அதை பார்ட் பார்ட்டாகப் பிரித்து கடல் மூலமாக எடுத்து

வந்து வன்னி காட்டுக்குள் பொருத்தியிருக்கிறார்கள். 2007 மார்ச் 26ஆம் தேதி கட்டுநாயகா விமானத் தலைமையகத்தை இலக்காகக் குறித்தது வான்புலி. அதி பாதுகாப்பு நிறைந்த அந்தத் தளத்தின் மீது பறந்து குண்டு வீசிவிட்டுச் சேதாரமில்லாமல் திரும்பி வந்தது அந்த விமானம்.

அக்டோபர் 22ஆம் தேதி ஆபரேஷன் எல்லாளன் நடவடிக் கையைப் புலிகள் மேற்கொண்டனர். எல்லாளன் (என்னும் பண்டைய தமிழ் மன்னர்) ஆட்சி புரிந்த அதே அனுராதபுரத்தில் அமைந்திருந்த விமானப்படைத் தளத்தை வான்புலிகளும், கரும்புலிகளும் ஒருங்கிணைந்து தாக்கினர். விமானப்படையைச் சேர்ந்த 18 விமானங்கள் அழிக்கப்பட்டுள்ளதாக பிரிட்டனில் இருந்து வெளிவரும் டெலிகிராப் நாளேடு செய்தி வெளி யிட்டது. சுமார் 700 கோடி ரூபாய் சேதம் என்று மதிப்பிடப் பட்டது. 35 பேர் மரணம்.

இந்த இரு வான் தாக்குதலுக்கும் இடையில் கொழும்பில் இருந்து தமிழர்களைக் கட்டாயமாக வெளியேற்றும் இனச் சுத்திகரிப்பு வேலையை அரசாங்கம் துரிதப்படுத்தியது. பேருந் தில் ஏற்றி அடைத்து அவர்களை நகரை விட்டு வெளியேற்றியது. எப்போதும் இலங்கையை ஆதரித்துவரும் அமெரிக்காவும்கூட கொழும்பு கொடுஞ்செயலுக்குக் கண்டனம் தெரிவித்தது. ‘இது கண்டிக்கத்தக்கது என்றது நார்வே.

●

முன்னரே பாலசிங்கத்தை இழந்திருந்த விடுதலைப் புலிகள் 2007ல் அரசியல் ரீதியாக மற்றுமொரு பின்னடைவைச் சந்தித் தனர். நவம்பர் 2ஆம் தேதி கிளிநொச்சிக்கு அருகில் இருந்த திருவையாறு என்ற இடத்தில் விமானக் குண்டு வீச்சில் சுப.தமிழ்ச்செல்வன் மடிந்தார். அவரோடு சேர்ந்து மற்ற ஐவரும் இறந்தனர்.

1984இல் தனது பதினாறாவது வயதில் புலிகள் இயக்கத்தின் தன்னை இணைத்துக்கொண்ட தமிழ்ச்செல்வன், தினேஷ் என்ற இயக்கப் பெயரோடு அறியப்பட்டார். பிரபாகரனின் பிரத்யேக பாதுகாப்பாளராக சில ஆண்டுகள் இருந்தார். அதன் பிறகு அமைதிப் படைக் காலத்தில் தென்மராட்சி பகுதிக்கு தளபதி யாகப் பணியாற்றியவர். 1991இல் அமைதிப் படை வெளியேறிய

பிறகு யாழ் மாவட்டத்தின் ஒட்டுமொத்தத் தளபதியாக உயர்ந்தார். புலிகள் இயக்கத்தில் முதல் பிரிகேடியர் ஆனார்.

பிரேமதாசா பேச்சு தோல்வியடைந்ததை அடுத்து நடத்தப்பட்ட (600 போராளிகளை புலிகள் இழந்த) ஆனையிறவுத் தாக்குதலில் தமிழ்ச்செல்வன் ஒரு காலை இழந்தார். 1993இல் அதிகாரப் பூர்வமாகத் தொடங்கப்பட்ட அரசியல் பிரிவுக்குப் பொறுப் பாளராக நியமிக்கப்பட்டார். பாலசிங்கத்தின் மறைவுக்குப் பிறகு புலிகளின் முகமாகக் காட்சியளித்து வந்தவர்.

போரில் ஈடுபடாமல் சமாதானப் பேச்சுவார்த்தையில் ஈடு பட்டிருந்த தமிழ்ச்செல்வனைக் கொன்றதன் மூலம் பேச்சு வார்த்தை மூலம் இனப்பிரச்னை தீர்வதற்கான கடைசிக் கதவை யும் இலங்கைச் சிங்கள நிர்வாகம் மூடியது. சிவிலியன் பகுதியில் அரசியல் பணியில் ஈடுபட்டிருந்த தமிழ்ச்செல்வனைக் கொன்றது அநியாயமானது என்று பல கண்டனக் குரல்கள் உலகம் முழுவதிலும் இருந்து எதிரொலித்தன.

பல முனைகளிலும் புலிகள் மீதான தாக்குதல் இறுகி வருவதாக ராணுவ நோக்கர்கள் கணிக்கிறார்கள். 2008இல் ராணுவ முகாம் ஒன்றைப் பார்வையிட்ட போது விமானப் படையின் தாக்குதலில் பிரபாகரன் இறந்து போனார் என்று செய்திகள் வெளியாயின. அவர் பலமாகக் காயப்பட்டிருக்கிறார். நீரிழிவு நோயின் காரணமாக அவரது கை எடுக்கப்பட்டு விட்டது. அவருக்குப் பின் இயக்கத்தை யார் வழி நடத்துவது என்ற பிரச்னையில் பொட்டம்மானுக்கும், சூசைக்கும் பிரச்னை முற்றி விட்டதாக இன்னொரு பத்திரிகை செய்தி வெளியிட்டது. ஆனால் சில நாள்களுக்குப் பிறகு இரங்கல் நிகழ்ச்சி ஒன்றில் கலந்துகொண்ட பிரபாகரனின் புகைப்படம் வெளியானது.

விடுதலைப் புலிகள் இயக்கம் பற்றிய புரளிகள் இன்றுவரை உற்பத்தியாகிக்கொண்டே இருக்கின்றன.

•

சரி, பிரபாகரனையும் அவரது இயக்கத்தையும் எப்படி மதிப்பீடு செய்வது?

அறுபது ஆண்டுகளாக பிராந்திய நிர்வாக உரிமை மறுக்கப்பட்ட தமிழர்கள் வேறு வழியே இல்லாமல்தான் 1976ஆம் ஆண்டு

தனிநாடு என்ற கடைசி முடிவுக்குத் தள்ளப்பட்டனர். அந்தக் கோரிக்கையை முன்வைத்து பல குழுக்கள் துப்பாக்கி தூக்கின. ஆனால் அவை இந்திய இலங்கை உளவுத் துறைகளின் சித்து விளையாட்டைச் சமாளிக்க முடியாமல் இலக்கை மறந்து மடிந்து போயின. பிரபாகரன் மட்டுமே தனி ஈழக் கோரிக்கையில் உறுதியாக இருக்கிறார்.

தனி ஈழக்கோரிக்கைக்கு இந்தியா ஆதரவு அளிக்கவில்லை. ஒரு விஷயம். இங்கே இந்தியா வேறு, தமிழ்நாடு வேறு. டெல்லி அரசியல் தலைமை இலங்கையில் தனி நாடு உருவாவதை எதிர்க்கிறது. ஒருங்கிணைந்த இலங்கைக்குள் தீர்வு காணப்பட வேண்டும் என்கிறது.

இலங்கையில் தமிழீழம் உருவானால் இந்தியாவில் தமிழ்நாடு பிரிந்து போகும் என்ற கூர் மழுங்கிய வாதம் ஏற்றுக்கொள்ளக் கூடிய ஒன்றல்ல. கிழக்கு வங்காளத்தைப் பிரித்து பங்களாதேஷ் தேசம் உருவான போது மேற்கு வங்காளிகளும் பிரிந்து போவார்களோ என்று ஏற்படாத சந்தேகம் தமிழர்கள் மீது மட்டும் ஏன் ஏற்படுகிறது என்னும் நெடுமாறனின் கேள்விக்கு பதிலில்லை.

1983 முதல் மொத்தம் 239 தடவை தமிழக மீனவர்களை இலங்கைக் கடற்படை சுட்ட நிகழ்வுகள் சான்றாகக் கிடக்கின்றன. ஆனால், இன்றைய தேதி வரை இந்தப் பிரச்னைக்குச் சரியான தீர்வு கண்டுபிடிக்கப்படவில்லை.

இலங்கை அரசு அ-9 நெடுஞ்சாலையை மூடி யாழ் தீபகற்ப மக்களைப் பெரும் அவதிக்கு ஆளாக்கிய போது அம்மக்களுக்கு அனுப்புவதற்காகத் தமிழகத்தில் நிதி திரட்டப்பட்டது. அதை நேரடியாக இலங்கை அரசாங்கத்திடம் கொடுக்கவே இந்திய மத்திய அரசு விரும்பியது. ஆனால் செஞ்சிலுவைச் சங்கம் வழியாக விநியோகிக்க வேண்டுமென்று பழ.நெடுமாறன் விடுத்த வேண்டுகோள் ஏற்கப்படாமல் போகவே 74 வயதான அவர் உண்ணாவிரதம் இருந்தார். அரசாங்கம் அமைதி காத்தது.

விடுதலைப் புலிகள் பயங்கரவாதிகள் என்றும், ஈழம் அமைந்தால் தமிழ்நாடு தனியாகப் பிரிந்து போகும் என்றும் சப்பையான காரணங்கள் சொல்லப்பட்டாலும், உண்மையான காரணம் இலங்கையில் தனிநாடு உருவாவதை டெல்லி கொள்கை வகுப்பாளர்கள் விரும்பவில்லை என்பதே ஆகும். மிகவும் எளிமையான கணக்கு இது. அவர்களைப் பொறுத்த வரை பாகிஸ்தான்

எதிரி தேசம். அதை இரண்டாக உடைப்பதால் ஒரு நாட்டை நண்பனாக மாற்றலாம் என்பது கணக்கு. ஆனால் இலங்கை அரசை தன்னுடைய நண்பனாக இந்தியா கருதுகிறது. ஏற்கனவே அமெரிக்கா, சீனா, பாகிஸ்தான், இஸ்ரேல் முதலிய நாடுகளிடம் ராணுவ உதவி பெறும் இலங்கை இரண்டாகப் பிரிந்து இரு தேசங்களாக உருவெடுத்தால் தென்னிலங்கை இந்திய எதிர்ப்புச் சக்திகளின் நிரந்தர முகாமாக மாறி விடும் என்று இந்தியா கணிக்கிறது.

இன்னொரு கேள்வியும் இங்கே அடிக்கடி எழுப்பப்படுகிறது. அவர்கள் அமைதியாகப் போராட வேண்டியதுதானே? எதற்காக ஆயுதம் தூக்க வேண்டும்? புலிகள் ஆதரவாளர்கள் முன்வைக்கும் காரணம் இது. தந்தை செல்வா முப்பது ஆண்டுகளாக அறவழி யில், சத்தியாகிரக முறையில் நடத்திய காந்திய வழிப் போராட்டம் நசுக்கப்பட்டது. அவருக்கு அளிக்கப்பட்ட வாக்குறுதிகள் பகிரங்க மாகக் கிழித்தெறியப்பட்டன. ஆகவேதான் போராட்டத்தின் உத்தி மாற்றியமைக்கப்பட்டது. பேச்சுவார்த்தைக்கு இலங்கை அரசை இழுத்து உட்கார வைத்தது புலிகளின் ராணுவ பலம்தான்.

புலிகள் தமிழ் மக்களின் ஒரே பிரதிநிதி கிடையாது என்று சொல்பவர்கள் 2004 நாடாளுமன்றத் தேர்தலில் புலிகளின் ஆதரவு பெற்ற தமிழ் தேசியக் கூட்டணியினர் அமோக வெற்றி பெற்றதை அங்கீகரிக்க மறுக்கின்றனர்.

'அன்றும் சரி, இன்றும் சரி, தமிழரின் உணர்வுகளை, அவர்களது வாழ்நிலை அவலங்களை, அவர்களது தேசிய அபிலாஷை களைச் சிங்களப் பெரும்பான்மை இனம் புரிந்து கொள்ள வில்லை. புரிந்து கொள்ள எத்தனிக்கவுமில்லை. புரிந்து கொள்ளும் ஆற்றலும் அறிவுத் திறனும் ஆன்ம பக்குவமும் அவர்களிடம் இருப்பதாகவும் தெரியவில்லை.' பிரபாகரனின் வருத்தம் இதுவே. இலங்கை அரசுக்கு மட்டுமல்ல, இந்தியா வுக்கும் இது பொருந்தக்கூடியதுதான்.

புலிகள் இயக்கம் ஏற்கனவே தடை செய்யப்பட்டிருந்த போதும் அரசியல் சாசனத்தின் ஆறாம் திருத்தத்தைக் கொண்டு வந்து ஜனநாயக முறையில் தமிழ் மக்களால் தேர்ந்தெடுக்கப்பட்ட அமிர்தலிங்கம் தலைமையிலான தமிழர் விடுதலைக் கூட்டணியைத் தடை செய்து ஆயுதப் போராட்டத்தை நியாயப் படுத்தியது ஜெயவர்த்தனாதான்.

சரி, இந்தியாவைப் போல் அகிம்சை முறையில் போராடி சுதந்தரம் பெற்றுக்கொள்ளவேண்டியதுதானே? இது இன்னொரு கேள்வி. புலிகளின் ஆயுதப்போராட்டத்தை நியாயப்படுத்துபவர்களின் பதில் இது. ரயில் தண்டவாளத்தின் முன் தலையை வைத்த போது பிரிட்டிஷ்காரன் ஏற்றிக் கொல்லவில்லை. உண்ணாவிரதம் இருந்தால் 'இவர்கள் இறந்து விடுவார்களோ' என்று பயந்தான். கொல்லத் துடிக்கும் ஹிட்லரின் நாஜி அரசாங்கத்திடம் தண்டவாளத்தில் தலை வைப்பேன் என்று சொல்லியிருக்க முடியாது. அதைப்போல, செஞ்சோலைச் சிறுமிகளை பயங்கரவாதிகள் என்று முத்திரை குத்தி குண்டு வீசிக் கொன்ற சிங்களர்களிடமும் சொல்ல முடியாது.

ஒரு மனிதன் விடுதலைப் போராட்ட வீரனாகச் சித்தரிக்கப்படுகிறானா அல்லது பயங்கரவாதியாகச் சித்தரிக்கப்படுகிறானா என்பது எந்தக் காலத்தில் யாரால் சித்தரிக்கப்படுகிறான் என்பதைப் பொறுத்தது. போராட்டத்தின் முடிவில் அவன் வெல்கிறானா அல்லது தோற்கிறானா என்பதைப் பொறுத்தும் அது அமைகிறது.

பாலஸ்தீன விடுதலை இயக்கத்தை பயங்கரவாதக் குழுவாக அடையாளப்படுத்தும் அமெரிக்கா அயர்லாந்தில் போராடும் IRA வை அப்படி அழைப்பதில்லை. காரணம் அமெரிக்காவில் கணிசமான எண்ணிக்கையில் இருக்கும் ஐரிஷ் ஓட்டுக்கள். இந்திய விடுதலைக்கு முன்னர் பிரிட்டிஷ் நிர்வாகத்துக்கு பகத் சிங் தீவிரவாதி, ஆனால் இந்திய மக்களுக்கு அவர் விடுதலைப் போராளி. பிரிட்டிஷாருக்கு கட்டபொம்மன் ஒரு கொள்ளைக்காரன். கலெக்டர் ஆஷ் துரையைச் சுட்டுக் கொன்ற வாஞ்சிநாதன் ஆங்கில ஏகாதிபத்தியத்துக்கு தீவிரவாதி. நமக்கெல்லாம் சுதந்தரப் போராட்ட தியாகி. அமைதிக்காக நோபல் பரிசு பெற்ற நெல்சன் மண்டேலாவை 1990 வரை தீவிரவாதியாகத்தான் அமெரிக்கா கருதியது.

புலிகள் இயக்கம் தடை செய்யப்பட்ட இயக்கம். அதைப் பற்றிப் பேசுவது தவறு. இந்த வாதத்துக்கு நெடுமாறன் அளிக்கும் பதில் இது. 'இந்தியாவில் இயங்காத ஒரு அமைப்புக்கு இந்திய அரசு தடை விதித்ததைக் கண்டிக்கும் உரிமை அனைவருக்கும் உண்டு. ஆர்.எஸ்.எஸ். இயக்கத்துக்குத் தடைவிதிக்கப்பட்டபோது அதைக் கண்டித்து வாஜ்பாய், அத்வானி போன்றோர் கூட்டங்களை நடத்தினார்கள். ஆனால் அதே ஜனநாயக உரிமை

எங்களுக்கு மறுக்கப்படுகிறது. வடகிழக்கு மாநிலங்களான நாகாலாந்து, மிசோராம், திரிபுரா போன்ற மாநிலங்களில் இந்திய அரசால் தடைசெய்யப்பட்ட இயக்கங்களுடன் இந்திய அரசின் பிரதிநிதிகள் இப்போதும் பேச்சுவார்த்தை நடத்தி வருகிறார்கள்.'

சட்ட வல்லுனர் கேரன் பார்க்கர், 'விடுதலைப் புலிகளைப் பயங்கரவாதப் பட்டியலில் இணைப்பது முறையற்றது ஏனெனில், பயங்கரவாத அமைப்புக்கள் சீருடை அணிந்து சண்டையிடுவதோ, விடுதலைப் புலிகளைப் போன்று மரபுவழிச் சமரில் ஈடுபடுவதோ இல்லை. பயங்கரவாத அமைப்புக்கள் மறைமுகமாகச் செயற்படுகின்றன. அத்துடன் அவர்கள் ராணுவச் சக்தியாக இயங்காமல் வெறும் குற்றச்செயல்களில் மட்டும் ஈடுபடுகின்றன' என்று புலிகளைத் தடை செய்ததை ஏற்க மறுக்கிறார்.

பிரபாகரன் சர்வாதிகாரியைப் போல நடந்துகொள்கிறார். அவர் மாற்றுக் கருத்துக்களுக்கு இடமளிப்பதில்லை என்ற குற்றச்சாட்டு ஒரு பக்கத்தில் வைக்கப்படுகிறது. விமர்சனத்தைச் சகித்துக்கொள்ள மறுக்கிறார்கள் என்பதுதான் விடுதலைப் புலிகள் மீதான முதல் விமர்சனமாக இருக்கிறது. ஆனால் அவரது ஆதரவாளர்கள் அதை எப்படி எதிர்கொள்கிறார்கள்?

ஐயா, பிரபாகரன் அரசியல் கட்சி நடத்தவில்லை, கூடி அமர்ந்து பேசி முடிவெடுத்து ஒழுங்கு நடவடிக்கை எடுப்பதற்கு. அவர் ராணுவ வழியில் செயல்படுகிறார். ராணுவத்தில் இருக்கும் கட்டுப்பாடுகள், தண்டனைகள் அனைத்தும் அங்கே உண்டு. கட்டுப்படாதவர்களுக்கும், காட்டிக்கொடுப்பவர்களுக்கும் ஜார்ஜ் வாஷிங்டன் என்ன தண்டனை அளித்தாரோ அதைத்தான் பிரபாகரனும் செய்கிறார். இல்லாவிட்டால் புலிப் போராளிகளிடம் கட்டுப்பாடு, ஒழுக்கம், ஈடுபாடு, ஈழ விடுதலைக்காக உயிரையே அர்ப்பணிக்கத் துணிந்து முன் வருதல் முதலிய பண்புகளை ஊட்டியிருக்க முடியாது.

போராளிகளுக்கு விதிக்கும் கட்டுப்பாடுகளை பிரபாகரன் தானும் கடைபிடிக்கிறார் என்பது முக்கியமானது. தன்னைப் போலவே அனைவரும் முழு ஈடுபாட்டோடு இயங்க வேண்டுமென்று விரும்புகிறார். இயக்கத்தில் இணையும் போது அதன் சட்ட திட்டங்களுக்குக் கட்டுப்படுவேன் என்று சொல்லித்தான் இணைகிறார்கள். எனவே தவறு செய்யும் போது என்ன தண்டனை என்பது அவர்களுக்குத் தெரியும். பிரபாகரன் கொண்டு வந்த

ஒழுக்கக் கோவை காரணமாகத்தான் பெண் புலிகளும் ஆண் களுக்கு இணையாக ஆயுதமேந்திப் போரிடுகிறார்கள். அங்கே பாலியல் கட்டுப்பாடு புலிகளால் மிகவும் சிரத்தையாகக் கடை பிடிக்கப்படுகிறது. சிங்கள ராணுவத்தினரால் இந்தக் கட்டுப் பாட்டைக் கொண்டுவரமுடியவில்லை.

•

வடகிழக்கு இலங்கையை உள்ளடக்கிய தமிழர் தாயகத்தில் கணிசமான பகுதி புலிகளின் கட்டுப்பாட்டில் இருக்கிறது. கருணா கலகத்துக்கு முன்பு அதை விடக் கூடுதல் இடங்கள் அதனிடம் இருந்தன. அங்கே அரசாங்கம் நடக்கிறது. புலிகள் காவல் துறை அமைத்திருக்கிறார்கள். குற்றங்களை விசாரிக்க நீதிமன்றம் அமைத்திருக்கிறார்கள். பாடத் திட்டங்களை வகுக்கிறார்கள். வன்னி பிரதேசத்தில் பேபி சுப்பிரமணியம் கல்விப் பொறுப்பாளராகப் பணியாற்றுகிறார். புலிகள் சட்டக் கல்லூரிகள் வைத்து நடத்துகிறார்கள். அவர்களுக்கு தனி மருத்துவப் பிரிவுகள் உண்டு.

புலம் பெயர்ந்து வாழும் தமிழர்களின் நிதி உதவி விடுதலைப் புலிகள் இயக்கத்துக்கு ஆணி வேராக இருந்து வந்திருக்கிறது. ஐரோப்பாவிலும், அமெரிக்காவிலும் பல இடங்களில் பிரபா கரன் படம் போட்ட டி ஷர்ட்டுகளை இளைஞர்கள் அணிவதை பத்திரிகைகள் பதிவு செய்திருக்கின்றன. உலகம் பூராவும் தமிழினம் சிதறியதன் விளைவாக தமிழீழ விடுதலைப் போராட்ட உணர்வும் உலகெங்கும் எடுத்துச் செல்லப்பட்டது. ஐரோப்பியக் கண்டத்தில் உள்ள 47 நாடுகளில் தோராயமாக ஏழு லட்சம் தமிழர் வாழ்கின்றனர். அதாவது ஆயிரம் ஐரோப்பியரில் ஒருவர் தமிழர். டொரோண்டாவை (கனடா) குட்டி யாழ்ப்பாணம் என்றே சொல்லலாம்.

ஆனால் இலங்கையில் வசிக்கும் தமிழ் மக்கள் நீடித்துக்கொண்டே செல்லும் போரை விரும்பவில்லை என்று சொல்கிறார்கள். பல தடைகளையும், அன்றாட வாழ்க்கைக்கு இன்னல்களையும் உண் டாக்கி தமிழ் மக்களை மன உளைச்சலுக்கு ஆளாக்கி சோர்வடையச் செய்து பிரபாகரனை வெறுக்க வைக்கும் போர்த் தந்திர உத்தியை இலங்கை அரசு செய்து வருகிறது.

பிரபாகரனால் தமிழீழ விடுதலையைப் பெற்றுவிட முடியுமா?

தார்மீக நியாயம், நீதி இவற்றையெல்லாம் பார்த்து உலகநாடுகள் தமது வெளிநாட்டுக் கொள்கையை வடிவமைப்பதில்லை. எல்லா முடிவுகளும் அவற்றின் பொருளாதார நலன் சார்ந்தே அமைகிறது. இப்படிப்பட்ட சூழலில் ஈழம் விடுதலை அடைய வேண்டும் என்ற அக்கறை யாருக்கும் இல்லை. அங்கு என்ன கொடுமைகள் நிகழ்ந்தாலும் சர்வதேச சமுதாயம் புலிகளுக்கு உதவாது. செர்பியாவிடம் இருந்து கொசாவாவைக் காத்து பிரித்துக் கொடுக்க ஐ.நா. அமைதிப்படை அனுப்பப்பட்டதைப் போல இலங்கையில் ஒருக்காலும் நடக்காது. இத்தனைக்கும் கொசாவா செர்பியாவில் ஒரு தன்னாட்சி அதிகாரம் பெற்ற மாநிலமாக இருந்தது. இலங்கையில் தமிழர்களுக்கு அந்த உரிமை கூட திரும்பத் திரும்ப மறுக்கப்பட்டுள்ளது.

வலுவான சர்வதேச அழுத்தம் இருந்தால் ஒழிய சிங்கள நிர்வாகம் தமிழர்களுக்கு உரிமை வழங்காது. ஈழத் தமிழர்களின் போராட்டத்தை இந்தியா அங்கீகரிக்காத வரை உலக நாடுகள் அங்கீகரிக்காது. புலிகளின் மீதுள்ள வெறுப்பின் காரணமாக ஈழத்தமிழர்களின் நலன் புறக்கணிக்கப்பட்டுவிடக்கூடாது.

இத்தகைய சிக்கலான ஒரு சூழலில் புலிகளால் தமிழீழக் கனவை நனவாக்க முடியுமா? அல்லது பரவலான அதிகாரப் பகிர்வுக்கு இலங்கை அரசு இறங்கி வருமா? அல்லது இலங்கைத் தீவில் உள்ள ஒட்டு மொத்தத் தமிழர்களின் அழிவில்தான் எல்லாமே ஓயுமா? காலம்தான் பதில் சொல்ல வேண்டும்.

22. நான்காம் ஈழப்போர்

2007 ஆம் ஆண்டு இறுதியில், ராஜீவ் காந்தியின் மகள் பிரியங்கா, ஆயுள் தண்டனை விதிக்கப்பட்ட நளினியைச் சந்தித்தார். ஜுலை 2006ல் தொடங்கிய நான்காம் ஈழப்போர் இதன் பின்னர் இலங்கையில் வேகமெடுத்தது. வான்வழித் தாக்குதல் மேற் கொள்ளப்பட்டன. சர்வதேச சமுதாயத்தால் தடை செய்யப்பட்ட ஆயுதங்கள் மற்றும் பெரு நாசம் விளைவிக்கும் ரசாயனக் குண்டுகள் சர்வ சாதாரணமாகப் பயன்படுத்தப்பட்டன.

இந்திய அமைதிப்படை வெளியேறிய பிறகு 1990 முதல் 1995 வரை புலிகளின் தலைமையகமாகவும் நிர்வாக மையமாகவும் யாழ்ப்பாணம் விளங்கியது. சந்திரிகா ஆட்சிப் பொறுப்பேற்ற பிறகு 1995 மத்தியில் நடைபெற்ற போரில் யாழ்ப்பாணம் இலங்கை ராணுவத்தின் வசம் வந்தது. அப்போது ஐந்து லட்சம் மக்களை வடமராட்சி பகுதியில் இருந்து ராணுவம் விரட்டியடித்தது. புலிகள் யாழ் தீபகற்பத்தில் இருந்து பின்வாங்கி வன்னி பிரதேசத்துக்கு இடம் பெயர்ந்தனர். போர் நடந்து கொண்டிருந்தது. சிறுகச் சிறுக வன்னி நிலப்

பரப்பையும் ராணுவம் ஆக்கிரமிக்கத் தொடங்கியது. 1999 இறுதியில் வன்னி நிலப்பரப்பை புலிகள் மீட்டனர்.

2000 ஏப்ரல் மாதம் பத்தாயிரம் துருப்புகள் நிலை கொண்டிருந்த ஆனையிரவு முகாமைக் கைப்பற்றிய புலிகள் யாழ் தீபகற்பத்தில் தென்மராட்சி, வடமராட்சியின் பெரும்பகுதிகளை மீட்டெடுத்தனர். யாழ்ப்பாணத்தைச் சுற்றி வளைத்து நெருங்கினாலும், அதைக் கைப்பற்றவில்லை. அப்போது புலிகளின் கை ஓங்கியிருந்தது. யாழ்ப்பாணம் தவிர தமிழர்கள் தாயகம் என்று சொல்லப்பட்ட வடகிழக்குப் பிராந்தியத்தின் அநேகப் பகுதிகள் அதன் கட்டுப்பாட்டில் இருந்தன.

அப்போது நார்வே முயற்சியில் பேச்சுவார்த்தையில் புலிகள் ஒத்துழைத்தனர். இந்தியாவில் இருப்பது போன்ற 'மாநிலத் தீர்வு' முறைக்குக்கூட இலங்கை அரசு இறங்கி வரவில்லை. ராணுவத் தீர்வை ஏற்படுத்தவே முயன்றது. 2001 ஜூலையில் கட்டுநாயகா விமானப் படைத் தளத்தை புலிகள் சேதப்படுத்திய பிறகுதான் அவர்கள் இறங்கி வந்தார்கள். அதுவும் அந்த ஆண்டு இறுதியில் பிரதமராகப் பொறுப்பேற்ற ரணில் மூலமாக. பிப்ரவரி 2002 ல் ரணிலும் பிரபாகரனும் போர் நிறுத்த உடன்படிக்கை செய்து கொண்டனர். அப்போது பிரபாகரன் உண்மையில் 'தமிழீழம்' என்பதை அமைத்து நிர்வகித்து வந்தார்.

இனப்பிரச்னைக்குத் தீர்வு காண்பதன் முன்னோட்டமாக வடகிழக்குப் பிராந்தியத்தில் இடைக்கால நிர்வாக சபை அமைத்து அதன் அதிகாரத்தை தமிழர்களோடு பகிர்ந்து கொள்ளும்படியான தீர்வுத் திட்டத்தை 2003 நவம்பரில் புலிகள் இலங்கை அரசுக்கு அனுப்பினர். தீர்வு எட்டப்படுவதை வெறுத்த அதிபர் சந்திரிகா, ரணில் அரசை டிஸ்மிஸ் செய்து அதிகாரத்தைத் தன் கையில் எடுத்துக்கொண்டார். 2004 பிப்ரவரியில் நாடாளுமன்றம் கலைக்கப்பட்டது.

2000 முதல் 2004 வரையான காலகட்டத்தில் புலிகளின் கை ஓங்கியிருந்தது. ஆனாலும், அதிகாரப் பகிர்வுக்கு இலங்கை அரசைச் சம்மதிக்க வைக்க முடியவில்லை. சர்வதேச சமுதாயமும் ஒரு நிரந்தரமான அமைதித் தீர்வு ஏற்படுத்துமாறு நிர்ப்பந்திக்கத் தவறியது.

2004 க்குப் பிறகு காட்சிகள் மாறின. கிழக்குப் பிராந்தியத் தளபதி கருணா கலகக்கொடி தூக்கினார். அவருக்குப் பின்னணியில்

சிங்கள அரசு நேரடியாக உதவியது. புலிகள் தமது கட்டுப் பாட்டில் இருந்த கிழக்குப் பிரதேசத்தின் பெரும்பகுதியை இழக்க வேண்டி வந்தது. அந்த ஆண்டு இறுதியில் சுனாமிப் பேரலை பெரும் பாதிப்பை ஏற்படுத்தியது.

பலவீனமடைந்திருந்த புலிகளை மீண்டும் போர் முனையில் எதிர்கொண்டு அழிக்கும் முயற்சியில் ராணுவம் இறங்கியது. இந்தப் பின்னணியில் சந்திரிகாவைக் காட்டிலும் இனவெறி மிகுந்த மகிந்த ராஜபக்சே இலங்கை அதிபராக 2005 இல் பொறுப் பேற்றார். 2006ல் ஆன்டன் பாலசிங்கத்தின் மரணம், 2007ல் சு.ப.தமிழ்ச்செல்வன் கொலை ஆகிய நிகழ்வுகள் ராஜதந்திர அரங்கில் புலிகளை மேலும் தனிமைப்படுத்தியது.

ஒரு புலிப் போராளியைக் கொல்வதற்கான முயற்சியில் ஓராயிரம் தமிழ் பேசும் பொது மக்கள் கொல்லப்பட்டாலும் இலங்கை அதுபற்றிக் கவலைப்படவில்லை. போர் முனையில் மக்கள் கொல்லப்பட்டது குறித்தான செய்திகள் வெளிவராமல் தடுக்கப்பட்டது. போர் புலிகளுக்கு எதிரானது மட்டுமே என்பதை கருணா மூலம் சொல்லவைத்தனர். ஒரு தமிழர் சொல்லும்போது, உலகம் நம்பிவிடும் அல்லவா?

கிழக்கு மாகாணத்தில் பிள்ளையானுக்கும் கருணாவுக்கும் பிரச்னையை ஏற்படுத்திய பிறகு கருணாவை லண்டனுக்கு அனுப்பியது ராஜபக்சே அரசு. அங்கே அவர் கைது செய்யப்பட்டு சிறையில் அடைக்கப்பட்டார். பின்னர் 2008 ஆம் ஆண்டின் இரண்டாம் பகுதியில் இலங்கை அரசின் வேண்டுகோளுக்கு இணங்க அவர் விடுவிக்கப்பட்டு இலங்கை திரும்பினார். திரும்பியவுடன், அவரை நாடாளுமன்ற உறுப்பினராக நியமித் தார் ராஜபக்சே. அதைத் தொடர்ந்து அமைச்சராகவும் நியமித் தார். அந்த நன்றிக் கடனுக்காக அவர் போரை நியாயப்படுத்தி வந்தார்.

எரிந்த கனலாக இடிபாடுகளின் நடுவே சிக்கித் தவித்தது வன்னி பிரதேசம். வெளி உலகிற்குத் தெரிய வராத கொடுமைகள் அங்கே நடந்தேறின. வான் குண்டுகள் மூலமாக கடுமையான தாக்குதல் நடைபெற்றது. சுமார் ஒரு கோடி டன் எடையுள்ள குண்டுகளை இலங்கை விமானப் படை வீசியுள்ளதாக சிங்கள இராணுவத்தை மேற்கோள் காட்டி கொழும்பில் இருந்து வெளியான ஒரு பத்திரிகைச் செய்தி சொன்னது.

2000-2002 சமயத்தில் தமது கை ஓங்கியிருந்த சமயத்தில் புலிகள் போர் நிறுத்தம் செய்து சமாதானத் தீர்வை நாடினார்கள். மாறாக பேச்சுவார்த்தை-சமாதானம் என்று சிங்கள அரசு இறங்கி வந்த போதெல்லாம் அது பலவீனமான நிலையிலேயே இருந்திருக் கிறது. அதன் கை ஓங்கியிருந்த சமயத்தில் அது பேச்சு வார்த்தைக்கும் சரி, தீர்வுக்கும் சரி ஒரு போதும் வந்ததில்லை. இது பிரபாகரன் ஆயுதம் தூக்குவதற்கு முன்பிருந்தே தொடரும் கதை.

அதனால் போர் நிறுத்தம் ஏற்பட வேண்டும் என்றோ, போரில் அப்பாவித் தமிழர்கள் பாதிக்கப்படக் கூடாது என்றோ, அரசியல் ரீதியான பேச்சு வார்த்தை நடக்க வேண்டும் என்றோ ராஜபக்சே அரசு கருதவில்லை. புலிகளின் நிர்வாகத் தலைநகரான கிளி நொச்சியைக் கைப்பற்றுவதில் உறுதியாக இருந்தது இலங்கை. கடும் சண்டைக்குப் பிறகு 2009 ஜனவரி 4 ஆம் தேதி இலங்கை இராணுவத்தின் கையின் வீழ்ந்தது. புலிகள் அங்கிருந்து பின்வாங்கினர். அவர்களோடு சேர்ந்து ஏறத்தாழ மூன்று லட்சம் வன்னி பிரதேசத்து மக்களும் வெளியேறினர். முல்லைத் தீவு மாவட்டத்திற்கு நகர்ந்தனர்.

போரின் இடிபாடுகளைத் தவிர்க்கவும், பொது மக்கள் பாதிக்கப் படுவதைத் தடுக்கவும், புலிகள் பல முறை போர் நிறுத்தம் செய்வதாக அறிவித்தனர். இலங்கையில் சார்க் மாநாடு நடந்த போது நல்லெண்ண நடவடிக்கையாக புலிகள் போர் நிறுத்தம் செய்தபோது ராஜபக்சே ஏளனம் செய்தார்.

இந்நிலையில் போர் நிறுத்தக் குரல் தமிழகத்தின் இன உணர்வாளர்கள் மத்தியில் ஓங்கி ஒலித்தது. தமிழக முதல்வர் பல முறை மத்திய அரசுக்கு தந்தி அனுப்பினார். தபால் எழுதினார். எண்ணற்ற இறுதி எச்சரிக்கைகள் விடுத்தார். அதன் ஒரு பகுதியாக, 2008 அக்டோபர் 29க்குள் இலங்கை அரசை போர் நிறுத்தத்திற்கு இறங்கி வரச் செய்யுமாறு தமிழகத்தைச் சேர்ந்த நாடாளுமன்ற உறுப்பினர்கள் இந்திய மத்திய அரசை வலியுறுத்தினர். அப்படி நடக்காவிட்டால் 'ராஜினாமா' செய்யப் போவதாக அறிவித்தனர்.

பாதுகாப்புத் துறை அமைச்சர் பிரணாப் முகர்ஜி சென்னை வந்து முதல்வர் கலைஞரைச் சந்தித்துத் திரும்பினார். யாரும் இங்கு ராஜினாமா செய்யவில்லை. போரும் அங்கு நிற்கவில்லை.

ஆனால், 'இலங்கைத் தமிழர்கள் சுபிட்சமாக வாழ ஆரம்பித்து விட்டார்கள் என்பது போன்ற பிரமை இங்கு உருவாக்கப்பட்டு விட்டது.

போர் நின்ற பாடில்லை. இந்திய அரசும், தமிழக அரசும் இந்த விஷயத்தில் இரட்டை வேடம் போடுவதை உணர்ந்த முத்துக்குமார் என்ற இளைஞன் 2009 ஜனவரி 30 ஆம் தேதி உருக்கமான மரண சாசனம் எழுதி வைத்து விட்டு போர் நிறுத்தம் கோரி பாஸ்போர்ட் அலுவலகம் அமைந்திருக்கும் சென்னை சாஸ்திரி பவனில் தீக்குளித்து மாண்டான்.

முத்துக்குமாரின் இறுதி ஊர்வலத்தில் ஐம்பதாயிரம் பொது மக்கள் கலந்து கொண்டனர். அவனது தீக்குளிப்பு தமிழகத்தில் பெரும் கொந்தளிப்பை உண்டாக்கியது. ஆனால், திமுக மாணவர் மத்தியில் போராட்டம் எழுவதைத் தடுக்க முயன்றது. ஊடக பலம் மற்றும் அரசாங்கத்தின் அதிகாரம் ஆகியவற்றின் மூலம் போரினால் ஏற்படும் அழிவுகளைத் திசை திருப்பியும், அதைக் கடந்தும் மனித நேய உணர்வாளர்கள் நடத்திய போராட்டத்தை நசுக்கியும் வந்த தமிழக அரசு, போரை நிறுத்துவதற்கோ அல்லது அதனால் பொது மக்கள் பாதிக்கப்படுவதைத் தடுக்கவோ நடவடிக்கை எடுக்கவில்லை.

இந்த நிலையில் இந்தியாவில் நாடாளுமன்றத் தேர்தல் அறிவிக்கப்பட்டிருந்தது. ஈழப் பிரச்னை தமிழக தேர்தல் களத்தில் எதிரொலிக்கும் என்ற பயம் அரசியல் கட்சிகளுக்கு இருந்தது. இத்தனை காலமும் ஈழத் தமிழர்களுக்கு எதிராகப் பேசி வந்த ஜெயலலிதா, 'இனி தனி ஈழம் மட்டுமே தீர்வு. நாங்கள் வெற்றி பெற்றால் இந்திய இராணுவத்தை அனுப்பி, எப்படி இந்திரா காந்தி அம்மையார் மேற்கு பாகிஸ்தானிடம் இருந்து வங்கதேசத்தை விடுவித்துக் கொடுத்தாரோ அதேபோல சிங்களர்களிடம் இருந்து தமிழீழ விடுதலை பெற்றுத் தருவேன்' என்று அதிரடியாக அறிவித்தார்.

இதைத் தொடர்ந்து முதலமைச்சர் கருணாநிதி வரலாறு காணாத வகையில் காலைச் சிற்றுண்டிக்கும், மதிய உணவுக்கும் இடையிலான 'போர் நிற்கா விட்டால் சாகும் வரை உண்ணா விரதம்' ஒன்றை 2009 ஏப்ரல் 27 அன்று நடத்திக் காட்டினார். போர் நின்று விட்டதாக இந்திய அரசு வாக்குறுதி அளித்ததென்று சில மணி நேரத்தில் அதை முடித்துக் கொண்டார்.

அதே நேரம் போர் கோரமாக நடந்தது. அந்த அறிவிப்பு வந்த பிறகு அன்றைய தினம் இரண்டாயிரத்தும் மேலான அப்பாவித் தமிழர்கள் கொத்துக் குண்டு மூலம் கொல்லப்பட்டனர். கருணாநிதியின் உண்ணாவிரதம் போர் நிறுத்தம் கொண்டு வர உதவியதோ இல்லையோ மே 13 ம் தேதி நடந்த நாடாளுமன்றத் தேர்தலில் திமுக-காங்கிரஸ் கூட்டணிக்கு உதவியது. தேர்தல் வரைக்கும் போரின் மூர்க்கத்தை குறைத்து வைத்திருந்தது போல 13 ம் தேதி இரவு முதல் கண்மூடித்தன மான தாக்குதலை இலங்கை இராணுவம் நடத்தியது. பிரபாகரனின் நாள்கள் எண்ணப்பட்டன. புலிகளின் அழிவு நிச்சயிக்கப்பட்டது. கூடவே அவர்களோடு சேர்ந்திருந்த ஒன்றரை லட்சம் மக்களின் உயிரும்.

மே 16 ம் தேதி வாக்குகள் எண்ணப்பட்டன. காங்கிரஸ் கூட்டணி மீண்டும் மத்தியில் ஆட்சிக்கு வருவது தெளிவானது. முன்பு தமிழீழப் பரப்பில் 80 சதவீத நிலத்தைத் தமது கட்டுப்பாட்டில் வைத்திருந்த புலிகள் வெறும் 4-5 கிலோ மீட்டர் அளவேயான குறுகிய இடத்தில் முடக்கப்பட்டதாக இலங்கை அறிவித்தது.

கிட்டத்தட்ட இதே சமயத்தில் புலிகள் வசமிருந்த பொது மக்களை மீட்டு விட்டதாகவும் ராணுவம் அறிவித்தது. புலிகள் பொது மக்களை மனிதக் கேடயமாகப் பயன்படுத்துவதாக இலங்கை பிரசாரம் செய்தது. ஆனால் மக்கள் இதை மறுத்தனர். ஐ.நா. முதலிய நடுநிலையான மூன்றாம் தரப்பினர் வந்து பார்வையிட்டு உண்மையைக் கண்டறியலாம் என்று புலிகள் வேண்டுகோள் விடுத்தனர். ஆனால் இலங்கை அரசு சம்மதிக்கவில்லை.

குறுகிய பகுதியின் மீது கடுமையான தாக்குதல் நடத்தப்பட்டு ரத்த ஆறு ஓடியது. தமிழத்தில் தேர்தல் முடிந்து நான்கைந்து தினங் களில் முப்பதாயிரத்தும் அதிகமானோர் கொல்லப்பட்டனர். மே 17 ஆம் தேதி, அதாவது இந்தியாவில் தேர்தல் முடிவு அறிவிக்கப்பட்ட அடுத்த நாள், புலிகள் இயக்கம் தமது ஆயுதங்களை மௌனிப்பதாக அறிவித்தது. பொது மக்களின் உயிரிழப்பைக் கட்டுப்படுத்த ஆயுதங்களைக் கீழே போட்டு விட்டு வெள்ளைக் கொடியுடன் சென்று ராணுவத்திடம் பேசுவதாக ஏற்பாடு. இந்த ஏற்பாடு இந்தியா மற்றும் ஐ.நா. வாயிலாக நடந்ததாக வெளிநாட்டுச் செய்தி நிறுவனங்கள் செய்தி வெளியிட்டன.

வெள்ளைக் கொடியுடன் சென்ற புலிகளின் அரசியல் பொறுப்பாளர் நடேசன் நிராயுதபாணியாக சுட்டுக் கொல்லப் பட்டார். இதன் பிறகு போர் முனையில் இருந்து ஆம்புலன்ஸில் தப்பிக்க முயன்ற பிரபாகரனைச் சுட்டுக் கொன்று விட்டதாக அறிவிப்பு ஒன்றை மே 18ம் தேதி இலங்கை ராணுவம் வெளியிட்டது. மறுநாள் வேறொரு செய்தி. நந்தி கடல் என்னும் இடத்தில் பிரபாகரனின் உடல் கண்டெடுக்கப்பட்டதாக ராணுவம் அறிவித்தது. அதை தொலைக்காட்சிகளிலும் ஒளிபரப்பியது. தண்ணீரில் ஊறி உப்பிய கைகளோடு காட்சி யளித்த அந்த சடலத்தில் முகம் மட்டும் பிரகாசமாக இருந்தது. முகம் இளமையாகக் காட்சியளித்தது. சுமார் 15 வருடத்திற்கு முந்தைய பிரபாகரனின் உடல் போல அது தோன்றியது.

பிரபாகரன் கொல்லப்பட்ட செய்தியை கொழும்பு கொண்டாடி யது. கொழும்பு வாழ் தமிழ் மக்களிடம் பணம் வசூலிக்கப்பட்டு அதனைக் கொண்டாடினர் சிங்கள மக்கள். ஆனால் தொலைக் காட்சியில் காட்டப்பட்டது உண்மையில் பிரபாகரன்தானா என்ற சந்தேகம் பல முனைகளிலும் எழுந்தது.

தன் உடலின் சாம்பல் கூட எதிரியின் கையில் சிக்கக் கூடாது என்று சபதம் எடுத்திருந்தவர் பிரபாகரன். ஆகையால் எதிரி கையில் சிக்கியிருக்க மாட்டார் என்கின்றனர் பலர். மே 17ம் தேதியே (இந்தியத் தேர்தல் முடிவு தெரிந்தவுடன்) அவர் தன்னை வெடி வைத்துத் தகர்த்திருப்பார் என்று யூகிக்கிறார் அனிதா பிரதாப்.

போரில் கொல்லப்பட்ட பெண் புலிகளின் உடல்களை நிர்வாணப்படுத்தி அதைக் குத்திக் குதறி வீதிகளில் ஊர்வலமாக எடுத்துச் சென்ற பண்பாடு கொண்ட சிங்கள ராணுவத்தினர் தன் உடலை என்னவெல்லாம் செய்வார்கள் என்று பிரபாகரனுக்குத் தெரிந்திருக்கும். ஆகையால் உண்மையில் சிங்கள ராணுவம் காட்டியது பிரபாகரன்தானா என்பது தெரியவில்லை. நடுநிலை யான மூன்றாம் தரப்பினர் அந்த உடலைப் பார்வையிட அனுமதிக்கப்படவில்லை என்பதால் அந்தச் சந்தேகம் என்றுமே தீரப் போவதில்லை.

இந்தப் பின்னணியின் தலைவர் பத்திரமாக இருக்கிறார் என்று முதலில் அறிவித்த புலிகளின் சர்வதேச பொறுப்பாளர் செல்வராசா பத்மநாபன் பிறகு அதை மாற்றிச் சொன்னார்.

பிரபாகரன் போரில் வீர மரணம் அடைந்து விட்டதாக அவர் அறிவித்தார். தலைவர் பாதுகாப்பாகவும், ஆரோக்கியமாகவும் உள்ளதாக புலிகளின் புலனாய்வுத் துறைத் தலைவர்களில் ஒருவரான அறிவழகன் தெரிவித்தார்.

இந்த இடத்தில் நக்கீரன் கட்டுரையைச் சுட்டிக் காட்ட வேண்டும். மே 17ம் தேதியே பிரபாகரனும், பொட்டு அம்மானும், சூசையும் இலங்கையில் இருந்து கடல் வழியாகத் தப்பி விட்டதாகவும், அந்தத் தகவல் ஆயிரம் மடங்கு நம்பகத் தன்மை வாய்ந்தது என்றும் அந்தக் கட்டுரையில் சொல்லப் பட்டது.

பிரபாகரன் கொல்லப்பட்டு விட்டதாக உலகம் நம்புகிறது. ஆனால் ஒரு சிலர் மட்டும் அவர் வேறு பாதுகாப்பான இடத்தில் உள்ளதாக நம்புகின்றனர். மிக அவசியமான ஒரு சூழலில் அவர் மீண்டும் வருவார் என்றும் சொல்கின்றனர்.

பிரபாகரன் கொல்லப்பட்டு விட்டதாக பத்திரிகைகளில் செய்தி வருவது முதன் முறையல்ல. எனினும் மே 19ம் தேதி, இலங்கை அரசுக்குச் சொந்தமான ரூபவாகினி தொலைக்காட்சி காட்டிய படங்களை முந்தைய செய்திகளைப் போல ஒதுக்க முடியாது.

உண்மையில் பிரபாகரன் இறந்திருந்தாலும் அவரது சகாப்தம் என்றும் மரணமின்றி நிலைக்கும்.

எந்தக் காரணத்துக்காக பிரபாகரன் ஆயுதம் தூக்கினாரோ அந்தக் காரணம் இன்னும் முழுமையான அகற்றப்படவில்லை. இலங்கைத் தீவில் சம உரிமையுடன் வாழ்வதற்கான சூழல் உருவாகவில்லை.

புலிகளை ஒழித்து விட்டுத்தான் பேச்சுவார்த்தை என்ற ராஜபக்சே இனி என்ன செய்யப் போகிறார் என்பதும், போருக்குப் பிந்தையை அரசியல் தீர்வை இந்தியா எவ்வாறு உறுதி செய்யப் போகிறது என்பதும் யாருக்கும் விடை தெரியாத புதிர்கள்.

வடக்கு மற்றும் கிழக்குப் பகுதிகளை உள்ளடக்கிய தன்னாட்சி அதிகாரம் கொண்ட மாநிலத் தீர்வுக்கு இலங்கை இறங்கி வராது. ஒருங்கிணைந்த இலங்கைக்குள் அரசியல் தீர்வு காணப்பட வேண்டும் என்று இத்தனைக் காலமும் பேசி வந்த இந்தியாவும் வலியுறுத்தாது.

இலங்கை ராணுவம் செய்த போர்க் குற்றங்களையும், மனித உரிமை மீறல்களையும் விசாரிக்க வேண்டும் என்று மேற்கத்திய நாடுகள் ஐ.நாவில் கொண்டு வந்த தீர்மானத்துக்கு எதிராக இலங்கைக்கு ஆதரவாக பாகிஸ்தான் மற்றும் சீனாவோடு சேர்ந்து இந்தியா ஓட்டளித்ததை இங்கே கவனிக்க வேண்டும்.

இரண்டாம் உலகப் போருக்குப் பின்னர் நடந்தேறிய மிகப் பெரும் இனப் படுகொலையை உலகம் கண் மூடி வேடிக்கை பார்க்கிறது. அதை நடத்தி முடித்த ராஜபக்சே மமதையுடன் உலா வருகிறார்.

இலங்கைத் தீவில் வாழும் தமிழ் மக்களின் எதிர்காலம் குறித்த கவலைகள் பூதாகரமாக நம் முன் எழுந்து நிற்கின்றன.

பின்னிணைப்பு

ஆதாரங்கள்

1. தில்லியின் துரோகக் கொள்கை - பழ.நெடுமாறன்
2. இலங்கை - பி.இரயாகரன்
3. War and Peace - Anton Balasingham
4. Sri Lanka's First Prime Minister: Don Stephen Senanayake by H A Hulugalle
5. The Fall and Rise of the Tamil Nation - V Navaratnam
6. Out of Bondage by T Sabaratnam
7. Satchi Ponnambalam: Sri Lanka - The National Question and the Tamil Liberation Struggle
8. S J V Chelvanayakam and the Crisis of Sri Lankan Tamil Nationalism, 1947-1977 by A Jeyaratnam Wilson
9. விடுதலைப் புலிகள் - மருதன்
10. ஈழப் போராட்டத்தில் எனது சாட்சியம் - சி.புஸ்பராஜா
11. Dudley Senanayake of Sri Lanka by T D S A Dissanayaka

12. Sri Lanka: The Untold Story by K T Rajasingham (Asia Times)

13. Velupillai Pirabaharan - T.Sabaratnam (www.sangam.org)

14. The Pirabaharan Phenomenon - Sachi Sri Kantha (www.sangam.org)

15. Beyond the Tigers: Tracking Rajiv Gandhi's Assassination by Sharma, Rajeev

16. The Assassination of Rajiv Gandhi: Unanswered Questions and Unasked Queries by Dr Subramanian Swamy

17. MGR: The Man and the Myth - K Mohandas

18. Sri Lanka: Island of Terror - An indictment by E M Thornton and R Nithyaanandan

19. விடுதலை - ஆன்டன் பாலசிங்கம்

20. Tigers of Lanka - M.R.Narayan Swamy

21. Inside an Elusive Mind : Prabhakaran by M.R.Narayan Swamy

22. J R Jayewardene of Sri Lanka - A political Biography by K M de Silva and Howard Wriggins

23. Indian Intervention in Sri Lanka - the Role of India's Intelligence Agencies - Rohan Gunaratna

24. Intervention in Sri Lanka - The IPKF Experience Retold by Maj. Gen. Harikirant Singh

25. IPKF in Sri Lanka - Lieutenant-General Depinder Singh

26. The Murder of a Moderate by T.Sabaratnam *(அமிர்தலிங்கத்தின் வாழ்க்கை வரலாறு)*

27. Women Fighters of Liberation Tigers by Adele Balasingham

28. Island of blood by Anita Pratap

29. உலகை உலுக்கிய பிரபாகரன் பேட்டி - தென் செய்தி வெளியீடு

30. இந்தியாவும் புலிகளின் தீர்வுத் திட்டமும் - பழ. நெடுமாறன்

விடுதலைப் புலிகள் **மருதன்**

உலகின் ஒவ்வொரு கோடியிலும் விடுதலை வேட்கையுள்ள எத்தனையோ ஆயுதப் போராட்டக் குழுக்கள் பரவியுள்ளனர். ஆனால் விடுதலைப் புலிகள் (எல்.டி.டி.ஈ) மிகவும் வித்தியாச மானவர்கள். அவர்களிடம் கடற்படை உண்டு. விமானப்படை கூட உண்டு.

உறுதியான தலைமை, ஒழுக்கம் மிகுந்த படையாளிகள், குறைந்த தளவாடங்களை புத்திசாலித்தனமாகப் பயன்படுத்தும் தன்மை. இதெல்லாம் விடுதலைப் புலிகளின் திறனுக்குச் சான்று. தங்களது கட்டுப்பாட்டுக்குள் இருக்கும் பகுதிகளில் ஓர் இறையாண்மை மிக்க அரசாங்கமாக அவர்கள் நடந்துகொள்வது ஆச்சரியமான விஷயம்.

விடுதலைப் புலிகள் இயக்கம், அந்த இயக்கத்தை உருவாக்கி இன்றுவரை நடத்திவரும் பிரபாகரன் என்ற மனிதர், இலங்கை யில் கடந்த பல ஆண்டுகளாக நடந்துவரும் மொழி / இனப் போரின் பின்னணி, இந்தியாவின் தலையீடு எனப் பலவற்றை யும் தொகுத்து புரியும் வகையில் எளிமையாகத் தருகிறது இந்தப் புத்தகம்.

குறிப்புகளுக்காக

www.ingramcontent.com/pod-product-compliance
Lightning Source LLC
LaVergne TN
LVHW082348231026
850936LV00012B/326
* 9 7 8 8 1 8 4 9 3 0 3 9 9 *